സ്വർഗ്ഗത്തിലെ ശ്മശാനം

detective novel
swargathile smashanam

•

sooraj s kummil

•

first edition
september 2016

•

typesetting & published
chintha publishers, thiruvananthapuram

•

printed
repro india ltd, mumbai

•

cover
midas

•

വിതരണം
ദേശാഭിമാനി ബുക്ക് ഹൗസ്
H O തിരുവനന്തപുരം–695 035
phone: 0471-2303026, 6063026
www.chinthapublishers.com
chinthapublishers@gmail.com

ബ്രാഞ്ചുകൾ

ഹെഡ്ഡാഫീസ് ബ്രാഞ്ച് കുന്നുകുഴി • സ്റ്റാച്യു തിരുവനന്തപുരം • കെ എസ് ആർ ടി സി ബസ് സ്റ്റേഷൻ ആലപ്പുഴ • കെ എസ് ആർ ടി സി ബസ് സ്റ്റേഷൻ എറണാകുളം • മച്ചിങ്ങൽ ലെയ്ൻ തൃശൂർ • ഐ ജി റോഡ് കോഴിക്കോട് • മാവൂർ റോഡ് കോഴിക്കോട് • എൻ ജി ഒ യൂണിയൻ ബിൽഡിങ് കണ്ണൂർ • സെൻട്രൽ ബസ് ടെർമിനൽ കോംപ്ലക്സ് താവക്കര കണ്ണൂർ

CO - 2397 / 3940
ISBN - 978-93-86112-78-1

സ്വർഗ്ഗത്തിലെ ശ്മശാനം

(ഡിറ്റക്ടീവ് നോവൽ)

സൂരജ് എസ് കുമ്മിൾ

ചിന്ത പബ്ലിഷേഴ്സ്
തിരുവനന്തപുരം-695 035

സൂരജ് എസ് കുമ്മിൾ

സ്വദേശം കടയ്ക്കൽ, കുമ്മിൾ. അച്ഛൻ: സുരേന്ദ്രൻ എസ്. അമ്മ: വിനത എസ്. സഹോദരൻ ആരോമൽ ഉണ്ണി. ഹയർ സെക്കന്ററിവരെയുള്ള പഠനം കുമ്മിൾ ഗവൺമെന്റ് ഹയർ സെക്കന്ററി സ്കൂളിൽ. ബിരുദം ഇഖ്ബാൽ കോളേജ് പെരിങ്ങമ്മല. ബി എഡ്, ശ്രീനാരായണ ട്രെയിനിങ് കോളേജ് നെടുങ്ങണ്ട. ആദ്യ നോവൽ *അഗമ്യപ്പൂവ്.*

വിലാസം : അനിത സദനം
പതിപ്പള്ളി
മതിര (പി ഒ), കടയ്ക്കൽ
കൊല്ലം 691 536

മൊബൈൽ : 8281249193

e-mail : soorajskummil@mail.com

പ്രസാധകക്കുറിപ്പ്

ഒരു കോളേജിന്റെ പശ്ചാത്തലത്തിൽ രൂപംകൊള്ളുന്ന പ്രണയവും പ്രതികാരവും കൊലപാതകവുമാണ് *സ്വർഗ്ഗത്തിലെ ശ്മശാനം*. ആകാംക്ഷയുടെ മുൾമുനയിൽ വായനക്കാരനെ നിർത്താൻ നോവലിസ്റ്റിനാകുന്നു. ഒരു കുറ്റാന്വേഷണ ചലച്ചിത്രം കാണുന്ന ഉദ്വേഗത്തോടെ ഈ പുസ്തകം വായിക്കാം. സൂക്ഷ്മനിരീക്ഷണവും എഴുത്തിലെ തഴക്കവും ചേർന്ന് സൂരജ് എന്ന യുവനോവലിസ്റ്റ് തീർക്കുന്ന സസ്പെൻസിന്റെ മഞ്ഞുമറകൾക്കുള്ളിലേക്ക് വായനക്കാരെ ക്ഷണിക്കുന്നു. മലയാളത്തിലെ മികച്ച കുറ്റാന്വേഷണ നോവലുകളുടെ ഗണത്തിലേക്ക് ഞങ്ങൾ സധൈര്യം ഈ പുസ്തകം അവതരിപ്പിക്കുന്നു.

ചിന്ത പബ്ലിഷേഴ്സ്

സമർപ്പണം

എന്റെ വഴികാട്ടി, മിത്രം, ഗുരു, എല്ലാറ്റിനുമുപരി എഴുത്തിനോടുള്ള എന്റെ അടങ്ങാത്ത തൃഷ്ണമൂലം ശത്രുവായി തീർന്നതിൽ ഒരാൾ, എന്റെ കൺകണ്ട ദൈവം. പറയാൻ ഒരുപാട് ബാക്കിവെച്ച്, ചെയ്ത് തീർക്കാൻ ഒരുപാട് സ്വപ്നങ്ങൾ അവശേഷിപ്പിച്ച് കാണാമറയത്തിരുന്ന് ഞങ്ങൾ ഓരോരുത്തരോടും സംവദിക്കുന്ന, കാലത്തിന്റെ തിരുശേഷിപ്പിൽ ഒരു കെടാവിളക്കായി ഹൃദയത്തിൽ ജ്വലിച്ചു നില്ക്കുന്ന എസ് എൻ ടി സി നെടുങ്ങണ്ടയിലെ ചെയർമാനായിരുന്ന സനിൽ മലപ്പുറത്തിന് മുന്നിൽ ഞാൻ *സ്വർഗ്ഗത്തിലെ ശ്മശാനം* സമർപ്പിക്കുന്നു. ഉന്നതകുലജാതനായ, വില്ലാളി വീരനായ അർജ്ജുനനൊപ്പമല്ലാതെ കാട്ടാളവാസിയായ ഏകലവ്യനൊപ്പം നില്ക്കേണ്ടവനാണ് ഞാൻ. ഞാനെന്ന കാട്ടാളനു വേണ്ടി വിദ്യയുടെ വെളിച്ചം വീശിയ ഗുരുക്കന്മാർക്ക് മുന്നിൽ.............

മൂന്നു സംവത്സരങ്ങൾക്കുമുൻപ് കഥയില്ലായ്മയിൽനിന്ന് ഒരു കഥയുടെ ഉരുവത്തിന് പ്രചോദനം നല്കിയ സംവിധായകൻ മാർട്ടിൻ പ്രക്കാട്ട് സാറിനു മുന്നിൽ.....

കണ്ടാലറയ്ക്കുന്ന പുഴുവിൽനിന്നും വർണ്ണരാജികളുടെ വിസ്മയം തീർക്കുന്ന ചിത്രശലഭത്തിലേക്കുള്ള മാറ്റംപോലെ കഥയിൽനിന്നും നോവലിലേക്ക് സഞ്ചരിക്കാൻ എനിക്ക് മാർഗ്ഗദർശിയായ പ്രശസ്ത നോവലിസ്റ്റ് സക്കറിയ സാറിനു മുന്നിൽ................

സാഹിത്യത്തിന്റെ ലോകത്ത് പിച്ചവെച്ച് നടക്കാൻ എന്നെ പഠിപ്പിക്കാൻ സന്മനസ്സ് കാട്ടിയ ഗുരുവര്യനായ ശ്രീകുമാർ സാറിനു മുന്നിൽ, അപസർപ്പക നോവലിന്റെ നട്ടെല്ല് എന്താണെന്നും അതെങ്ങനെ രൂപ

കല്പന ചെയ്യണമെന്നും എന്നെ പഠിപ്പിച്ച ഈശ്വരൻ നമ്പൂതിരിപ്പാടിനു മുന്നിൽ................

സർവ്വോപരി ഞാൻ ഉപാസിച്ച എന്റെ ഈശ്വരന്മാർക്കും, മാതാവിനും, എന്നെ ആത്മാർത്ഥമായി സഹായിച്ച സുഹൃത്തുക്കൾക്കും മുന്നിൽ.........

സൂരജ് എസ് കുമ്മിൾ

ആമുഖം

"ഇതൊരു നോസ്ക്രീൻ സാഹിത്യ സൃഷ്ടിയാണ്. ഒരു പരീക്ഷണമാണ് ഇവിടെ നടത്തപ്പെടുന്നത്. ആത്യന്തികമായി ഇതൊരു നോവലാണ്. എന്നിരുന്നാൽക്കൂടി ഒരു ചലച്ചിത്രം ദർശിക്കുന്ന രീതിയിൽ വേണം ഈ സൃഷ്ടി വായിക്കേണ്ടത്. ഒരേ സമയം വായനക്കാരൻ അനുവാചകനും പ്രേക്ഷകനുമായിത്തീരുകയാണ്"

ഭാഗം ഒന്ന്

"**വേ**ദിയിലിരിക്കുന്ന അദ്ധ്യാപകരേ, അദ്ധ്യാപകവിദ്യാർത്ഥികളേ, കൊടുംകുറ്റവാളികളെ കീഴ്പ്പെടുത്താനായി മുന്നിട്ടിറങ്ങിയപ്പോൾ ഒരു പൊലീസ് ഓഫീസർ എന്ന നിലയിൽ എന്റെ മനസ്സ് ഒരിക്കലും ചഞ്ചലപ്പെട്ടിട്ടില്ല. പക്ഷേ, ഈ ദേവഗിരി ബി എഡ് ട്രെയിനിങ് കോളേജിന്റെ ഓഡിറ്റോറിയത്തിൽ നിങ്ങൾക്കു മുന്നിൽ നില്ക്കുമ്പോൾ, സഭാകമ്പം മൂലമാകാം ബലാത്സംഗത്തിന് ഇരയാകുന്ന ഒരു സ്ത്രീയുടെ ഭയമാണ് ഞാൻ അനുഭവിക്കുന്നത്. എങ്കിലും രണ്ട് വാക്ക് സംസാരിക്കാൻ ഞാൻ നിർബ്ബന്ധിതനാണ്.

കഥകൾക്കും കവിതകൾക്കുമിടയിൽ, സ്വപ്നങ്ങൾക്കും യാഥാർത്ഥ്യങ്ങൾക്കുമിടയിൽ, പ്രണയങ്ങൾക്കും സൗഹൃദങ്ങൾക്കുമിടയിൽ ഈ കൊന്നമരച്ചുവട്ടിലെ വിദ്യാലയത്തിൽ നിങ്ങൾ എന്തായിരുന്നു എന്നതല്ല നിങ്ങളെ നിങ്ങളാക്കിമാറ്റുന്നത്. ഇനിയുള്ള രണ്ടോമൂന്നോ കൊല്ലമാണ് നിങ്ങളുടെ ഭാവിജീവിതത്തെ നിർണ്ണയിക്കുന്നത്? റ്റെറ്റോ, സെറ്റോ, നെറ്റോ എഴുതി ഒരു അദ്ധ്യാപകനാകാൻ ശ്രമിക്കുക. അതിനായി പ്രയത്നിക്കുക. ഏതിനായാലും കഷ്ടപ്പെടണം. കഠിനാദ്ധ്വാനം ചെയ്യണം. അതിനുള്ളതാണ് ഇനിയുള്ള സമയം.

നിങ്ങളുടെ ജീവിതത്തിൽ കർണ്ണികാരങ്ങൾ പൂവണിയേണ്ടുന്ന സമയമാണിനി. ഒന്നോർക്കുക കൊന്ന പൂക്കുമ്പോൾ ഉറങ്ങിയാൽ മരുതിപൂക്കുമ്പോൾ പട്ടിണികിടക്കേണ്ടി വരും. സമയം വളരെ പരിമിതവും പ്രധാനവുമാണ്. റ്റെറ്റും, സെറ്റും, നെറ്റുമൊക്കെ നിങ്ങളുടെ ജീവിതത്തിനുമുന്നിലുള്ള ഒരു പിരമിഡാണ്. അതിന്റെ ആദ്യ പടവിനേക്കാൾ ഏറ്റവും മുകളിലത്തെ പടവിനെ ലക്ഷ്യമിടുക. ആ പിരമിഡ് ചവിട്ടി കയറുന്നതിനേക്കാൾ ചാടിക്കടക്കാൻ പ്രയത്നിക്കുക. പ്രശസ്ത കവി റോബർട്ട്

ബ്രൗണിങ്ങിന്റെ ഒരു വരിയോർക്കുക. "എ മാൻസ് റീച്ച് ഷുഡ് എക്സീഡ് ഹിസ് ഗ്രാസ്പ്" കൈയിലൊതുങ്ങുന്നത് നേടാൻ അതിലപ്പുറമുള്ളത് ലക്ഷ്യമിടണം. സ്വപ്നമല്ല പ്രയത്നമാണ് ജീവിതത്തിനാവശ്യം. കാരണം സ്വപ്നം മനുഷ്യന്റെ സന്തത സഹചാരിയാണ്. ഇത്രയും പറഞ്ഞുകൊണ്ട് ഞാൻ എന്റെ വാക്കുകൾ നിർത്തുന്നു. നന്ദി നമസ്കാരം ജയ് ...."

"സാറെ, സാർ ഈ കേസിലെ കുറ്റവാളികളെ കണ്ടെത്തിയ കഥ ഒന്നു പറഞ്ഞു തരാമോ?"

"ഈ കോളേജിൽ പഠിച്ചിരുന്ന ഒരാളുടെ തിരോധാനവുമായി ബന്ധപ്പെട്ട കേസാണ്, ഇന്നിവിടെ ഈ വിവാഹം ഇത്തരത്തിൽ നടക്കാൻ കാരണമായത്. ഡി വൈ എസ് പി മിഥുൻ എബ്രഹാം എന്ന ഞാൻ, എന്റെ വിവാഹം ഈ കോളേജ് ഓഡിറ്റോറിയത്തിൽ വച്ച് നടത്താനിടയായ സാഹചര്യത്തെപ്പറ്റി സംസാരിക്കാൻ നിർബ്ബന്ധിതനാണ്. പക്ഷേ, അതിനുള്ള സമയം ഉണ്ടാകുമോ?"

"മിന്നുകെട്ടിനു ഇനിയും വേണ്ടുവോളം സമയം ഉണ്ട്. ഉള്ള സമയത്തിൽ കഥ ചുരുക്കി പറഞ്ഞാൽ മതി."

"നിങ്ങളുടെ ഈ ചോദ്യം ഇവിടെ സന്നിഹിതയായ, ഈ കോളേജുമായി അധികം ബന്ധമില്ലാത്ത ഒരാൾ എന്നോട് മുൻപ് ചോദിച്ചതാണ്. അന്ന് പറയാൻ സമയമുണ്ടായിരുന്നില്ല. ഇന്ന് അയാൾക്കു കൂടി വേണ്ടി ഞാൻ പറയാം. പിന്നെ ഇതു കഥയല്ല; പതിയും പത്നിയും അവരവരുടെ കാമസംതൃപ്തിക്കും സുഖസൗകര്യങ്ങൾക്കും വേണ്ടി ബന്ധങ്ങളെ ശിഥിലമാക്കി, തന്റെ കുഞ്ഞുങ്ങളെ മറന്നു സഞ്ചരിച്ചപ്പോൾ അനാഥരായ കുറെ ജന്മങ്ങളുടെ ജീവിതാനുഭവങ്ങളാണ്."

"ലോകത്തിലെ ഏറ്റവും ക്രൂരമായ സ്വഭാവസവിശേഷതയാണ് ഭോഗത്തിനു ശേഷം കശാപ്പുകാരന്റെ അവസ്ഥയിലേക്ക് മാറുന്ന പെൺവർഗ്ഗത്തിൽ പെട്ട എട്ടുകാലി കാണിക്കുന്നത്. കാനിബാലിസം എന്ന സ്വഭാവ സവിശേഷത എട്ടുകാലിയിൽനിന്ന് മനുഷ്യനിലേക്ക് വ്യാപിച്ചപ്പോൾ സ്ത്രീയുടെ സ്ഥാനത്ത് പുരുഷനായി. തനിക്ക് മുന്നിൽ മനസ്സും ശരീരവും അർപ്പിക്കുന്ന സ്ത്രീയെ വഞ്ചിക്കുന്നത് ഒരു കൊലപാതകത്തേക്കാൾ വലിയ പാതകമാണ്. സൂര്യ ചെയ്ത തെറ്റിന്റെ ഫലമാണ് അവനും അവന്റെ കൂട്ടുകാരും അനുഭവിച്ചത്. സൂര്യയെ തെറ്റ് ചെയ്യാൻ പ്രേരിപ്പിച്ചവരായിരുന്നു അവർ. അതിനാൽ തന്നെ അവർക്ക് ലഭിച്ച ശിക്ഷ കുറഞ്ഞുപോയി എന്ന പക്ഷക്കാരനാണ് ഞാൻ."

"സാർ ഇത്ര വിശാലമായി പറഞ്ഞാൽ മിന്നുകെട്ടാൻപോലും നേരം കിട്ടില്ല. കഥ എങ്ങുമെത്തുകയുമില്ല."

"ശരി ഞാൻ കാര്യത്തിലേക്ക് കടക്കാം- ദേവഗിരി കോളേജിൽ നിന്നും പഠനയാത്രയ്ക്ക് പോയ കാർത്തിക്കിന്റെ തിരോധാനത്തെപ്പറ്റി പതിനഞ്ച് ദിവസത്തിനുള്ളിൽ റിപ്പോർട്ട് സമർപ്പിക്കണം, എന്ന കോടതി ഉത്തരവ് ലഭിക്കുമ്പോൾ എന്റെ മുന്നിൽ പ്രത്യക്ഷപ്പെട്ട സമസ്യ ഇതാ

യിരുന്നു. കാർത്തിക് ജീവനോടെയുണ്ടാകുമോ? അതോ മരിച്ച് കാണുമോ?

അന്വേഷിക്കാനും കിളച്ച് മറിക്കാനും ആകെ ഉണ്ടായിരുന്ന കച്ചിത്തുരുമ്പ് ഈ കേസിന്റെ പേരിൽ പ്രതിചേർക്കപ്പെട്ട് ജയിലിലടച്ച സൂര്യയായിരുന്നു. കോടതിക്ക് മുന്നിൽ പൊലീസിന് തെളിവുകൾ ഹാജരാക്കാനാകാതെ വന്നപ്പോൾ അവന് ജാമ്യവും ലഭിച്ചു. അതിനാൽ ഈ കേസിൽ ഞാൻ ആദ്യം ചോദ്യം ചെയ്തത് സൂര്യയെയും അവന്റെ കൂട്ടുകാരനെയുമായിരുന്നു. ഇരുവരെയും അന്വേഷണ സ്ഥലത്ത് വിളിച്ചുവരുത്തി, ഇരു മുറികളിലായി ഇരുത്തി, ഇരുവരുടെയും ചങ്കിലേക്ക് ഭയം ആവശ്യത്തിലേറെ വാരി വിതറിയശേഷം ഞാൻ സൂര്യയുടെ മുന്നിൽ ചെന്ന് പറഞ്ഞു.

"ഒരാളിൽ കുറ്റം ആരോപിക്കപ്പെട്ടതിന്റെ പേരിൽമാത്രം അയാൾ കുറ്റവാളിയാകുന്നില്ല. നീ കുറ്റം ചെയ്തിട്ടില്ലെങ്കിൽ നിനക്ക് ശിക്ഷ വാങ്ങി ത്തരണമെന്ന് ഞാൻ ഒരിക്കലും വാശിപിടിക്കില്ല. മറിച്ചാണെങ്കിൽ കുറ്റം സമ്മതിക്കുന്നതാണ് നിന്റെ ശരീരത്തിന് നല്ലത്."

"സാർ, ഞാൻ ഒരു കുറ്റവും ചെയ്തിട്ടില്ല. അതുകൊണ്ട് തന്നെ സാർ വിചാരിച്ചാൽ എന്നെ ശിക്ഷിക്കാനും കഴിയില്ല."

അഹങ്കാരത്തിൽ പൊതിഞ്ഞ മറുപടിക്ക് തക്ക ശിക്ഷ നല്കാൻ അറിയാഞ്ഞിട്ടല്ല. പക്ഷേ, എന്തുകൊണ്ടോ ഞാൻ ക്ഷമിച്ചു.

"ഒരു നിരപരാധിയെ കൽത്തുറുങ്കിൽ അടയ്ക്കണമെന്ന് എനിക്ക് ഒരു നിർബ്ബന്ധവും ഇല്ല. സൂര്യ നിരപരാധിയാണെങ്കിൽ കാർത്തിയെ കാണാതായതുവരെ ഉള്ള കാര്യങ്ങൾ, സത്യം സത്യമായി പറയുക."

കർമ്മചന്ദ്രൻ സാറിന്റെ ഔദ്യോഗിക ജീവിതത്തിന്റെ അവസാന വർഷ മായതിനാലാകും സാറിന്റെ നിർബ്ബന്ധത്തിൽ ഒരു വിനോദയാത്ര പോകാൻ പദ്ധതി തയ്യാറാക്കി. പക്ഷേ, ചെയർമാനായ കാർത്തിയില്ലാതെ ടൂർ പോകാൻ ആർക്കും താല്പര്യമില്ലായിരുന്നു. കാർത്തിയുടെ ഭാര്യ പ്രാർത്ഥന ഗർഭിണിയായതിനാൽ അധിക ദൂരം യാത്രചെയ്യാൻ പാടില്ലായിരുന്നു. അവളെ തനിച്ചാക്കി പോകാൻ കാർത്തിക്കിന് യാതൊരു മനസ്സുമില്ല.

പ്രണയ വിവാഹമായതിനാൽ വീട്ടുകാർ ഉപേക്ഷിച്ചു പോയെങ്കിലും ഒരു മകളെപ്പോലെതന്നെയായിരുന്നു കോളേജിലെ അദ്ധ്യാപകർ അവളെ കണക്കാക്കിയിരുന്നത്.

പ്രാർത്ഥന, അലീന ടീച്ചറിന്റെ വീട്ടിൽ നില്ക്കാമെന്നും കാർത്തിക് കാരണം ടൂർ മുടങ്ങരുതെന്ന് അവൾ വാശിപിടിച്ചപ്പോൾ ഒരു വെള്ളി യാഴ്ച വൈകുന്നേരം രണ്ടു ബസുകളിലായി പകുതിയിലധികം പേരു മായി യാത്ര പുറപ്പെട്ടു.

കൊടൈക്കനാലിൽ ഒരു ലോഡ്ജിൽ റൂമുകൾ ബുക്ക് ചെയ്തിരു ന്നെങ്കിലും അവിടെ ചെന്നപ്പോൾ സൗകര്യങ്ങൾ വളരെ കുറവ്. ബാത്ത്റൂമിനൊന്നും മതിയായ രീതിയിലുള്ള അടവൊന്നുമില്ല. ഞങ്ങൾ

അവിടെ നിന്നും മറ്റൊരിടം തേടിയിറങ്ങിയ വഴിയിൽ ഒരു ബ്രോക്കറിന്റെ വലയിൽ അകപ്പെട്ടു. അയാൾ ഞങ്ങളെ ബാരിസ്റ്റൺ എന്ന് പേരുള്ള ബംഗ്ലാവിലേക്ക് കൂട്ടി. ടൗണിൽ നിന്ന് മാറി ഒരല്പം ഉള്ളിലായി ഒരു മൂന്നുനില ബംഗ്ലാവ്- അതായിരുന്നു ബാരിസ്റ്റൺ. ഞങ്ങൾ രാത്രിയിലാണ് ബംഗ്ലാവിൽ എത്തിച്ചേർന്നത്.

ബാരിസ്റ്റണിലെ സുഖനിദ്രയ്ക്കു ശേഷം സൂര്യഭഗവാനോടൊപ്പം ഞങ്ങളും ഉണർന്നു. മഞ്ഞിന്റെ കാഠിന്യം ആസ്വദിക്കാനായി എല്ലാവരും പുറത്തേക്കിറങ്ങി. അത്രയും ദിവസം ഇല്ലാത്തൊരു രീതിയിൽ, ഒരു ദുരന്തത്തിന്റെ മുന്നൊരുക്കമെന്ന അവസ്ഥയിൽ, തമ്മിൽ തമ്മിൽ തിരിച്ചറിയാൻ കഴിയാത്ത രീതിയിൽ മഞ്ഞ് അവിടെ മുഴുവൻ ആവരണം തീർത്തിരുന്നു. തണുപ്പിന്റെ കാഠിന്യം സഹിക്കാൻ കഴിയുമായിരുന്നില്ല. എനിക്ക് ഇടയ്ക്ക് പുകവലിക്കുന്ന സ്വഭാവമുണ്ട്. രാവിലെ ബംഗ്ലാവിൽ നിന്ന് പുറത്തേക്കിറങ്ങാൻ നേരം പുകവലിക്കുന്നതിന് പറ്റിയ സ്ഥലം പരതുന്നതിനിടയിൽ ബംഗ്ലാവിന് പുറകു വശത്തെ ഒരു ചെറിയകാട് കണ്ണിലുടക്കി. അങ്ങനെ എല്ലാവരിൽ നിന്നും മാറി ഒരല്പം ഉള്ളിലേക്ക്; മരങ്ങൾക്കിടയിലേക്ക് നടന്നു.

സത്യത്തിൽ അതൊരു വനംതന്നെയായിരുന്നു. ടൗണിനടുത്താണെങ്കിലും നാലഞ്ച് ഏക്കറിനാൽ ചുറ്റപ്പെട്ടതായിരുന്നു ആ ബംഗ്ലാവ്. ബംഗ്ലാവിനു പിന്നിലേക്ക് ഒരു നൂറ് മീറ്റർ ഉള്ളിലേക്ക് നടന്നപ്പോൾ എന്നെ ആർക്കും കാണാൻ കഴിയാത്ത അവസ്ഥയായി. അങ്ങനെ അവിടെ നിന്ന് വിശാലമായി കാര്യം സാധിച്ചു. ഈ ഒരു കാര്യത്തിന് മാത്രം അൻവർ എനിക്ക് കൂട്ടായി വരാറില്ല. ആ തണുപ്പിൽ ഒരെണ്ണം മതിയാവില്ലായിരുന്നു. രണ്ടാമത്തേതിന് തിരികൊളുത്തുന്നതിനിടയിൽ എന്റെ പുറകിലായി ഒരു ശബ്ദം കേട്ടു. ഞാൻ ഞെട്ടിത്തിരിഞ്ഞു.

ആ ശബ്ദം കേട്ട ഭാഗത്ത് നോക്കിയപ്പോൾ കാർത്തിയുടെ അതേ രൂപവും വസ്ത്രവും. അവനൊപ്പം മരത്തിന്റെ മറവിൽ ഒരു പെൺകുട്ടിയും നിന്നിരുന്നു. ഒരു പെൺകുട്ടിയുടെ ഘടന എന്നതിൽ കവിഞ്ഞ് എനിക്ക് മറ്റൊന്നും കാണാൻ കഴിഞ്ഞില്ല. പെൺകുട്ടിയാണെന്ന് മനസ്സിലായത് തന്നെ ഇട്ടിരുന്നത് ഒരു റെഡ് കളർ ചുരിദാർ ആയതിനാലാണ്.

കാർത്തിക്കിനെ മറ്റൊരു പെൺകുട്ടിയോടൊപ്പം എനിക്ക് സങ്കല്പിക്കാൻ പോലും കഴിയില്ലായിരുന്നു. വ്യാജ മുഖംമൂടിയണിഞ്ഞ ചെന്നായെയാണ് ഞാൻ അപ്പോൾ അവനിൽ ദർശിച്ചത്. സത്യാവസ്ഥ അറിയാനും മറ്റുള്ളവരുടെ മുന്നിൽ പത്തരമാറ്റ് തങ്കത്തിന്റെ പവിത്രതയുള്ള അവന്റെ സ്വഭാവഗുണത്തിന്റെ പടച്ചട്ട പിച്ചിച്ചീന്തിയെറിയാനും എന്റെ ഹൃദയം തുടിച്ചു. ഞങ്ങൾക്കിടയിലുള്ള ഏത് പെൺകുട്ടിയാണെന്നറിയാൻ എന്റെ മനസ്സ് വിഭ്രാന്തിയോടെ പാദങ്ങൾക്ക് നിർദ്ദേശം നല്കി. പക്ഷേ, മൂടൽമഞ്ഞിന്റെ കാഠിന്യം വർദ്ധിച്ചതിനാൽ എനിക്കൊന്നും കാണാൻ കഴിഞ്ഞില്ല.

അല്പനേരത്തെ കാത്തിരിപ്പിനൊടുവിൽ ഹിമകണികകൾക്ക് ഒരു

ശമനമുണ്ടായപ്പോൾ കാർത്തിയെയോ ആ പെൺകുട്ടിയെയോ അവർ നിന്ന മരത്തിന്റെ ചുവട് പോലും തിരിച്ചറിയാൻ കഴിയാനാകാതെ നിന്നു. എല്ലാറ്റിനും മീതെ ആ സ്ഥലത്തിന്റെ ഏറ്റവും വലിയ പ്രത്യേകത കരി നാഗങ്ങളുടെ ചിത്രത്തെ ഓർമ്മിപ്പിക്കും വിധം മൂടും തലയും എവിടെ യാണെന്ന് വ്യക്തമാകാത്ത തരത്തിൽ മരങ്ങളിലും കല്ലുകളിലുമായി ചുറ്റുപിണഞ്ഞ് കിടന്നിരുന്ന വള്ളിച്ചെടികളായിരുന്നു. വള്ളിക്കുടിലുകളെ അനുസ്മരിപ്പിക്കുന്ന വിധം ഒരോ മരവും ഒരു ചെറുകാട് എന്ന രീതി യിൽ വിജനത മാത്രം വിളിച്ചോതി നിലനിന്നു.

നിമിഷങ്ങൾക്കുള്ളിൽ മഞ്ഞ് മാറിയപ്പോൾ ഒരു ചെറുവള്ളിക്കാട് കിടന്ന് ആടുന്നു. ആ വള്ളിപ്പടർപ്പിന്റെ ആട്ടം ശക്തിയാർജ്ജിച്ചപ്പോൾ എന്റെ ഭയവും മൂർദ്ധന്യതയിലെത്തി. അടുത്ത നിമിഷം ഞാൻ അൻവറിനെത്തേടിയോടി. അൻവറിനെയും മറ്റുള്ളവരെയും വിളിക്കാ നായി തിരിഞ്ഞോടിയ വഴിയിൽ ഒരു കുറ്റിയിൽ തട്ടി ഞാൻ വീണു. തലയിൽനിന്നും കൈമുട്ടിൽനിന്നും രക്തം ഒഴുകിയെങ്കിലും ഞാൻ ആ വീഴ്ച അത്ര കാര്യമാക്കിയില്ല. ഇതിനോടകം ബംഗ്ലാവിലും പരിസരത്തും കാർത്തിയെ കാണാതെ തെരയുകയായിരുന്നു. ബംഗ്ലാവിലെ ഫുഡിന്റെയും അക്കോമഡേഷന്റെയും കാശ് കാൽക്കുലേറ്റ് ചെയ്യാനായി കർമ്മചന്ദ്രൻ സാർ കാർത്തിയെ അന്വേഷിച്ചു. അത് മറ്റുള്ളവരിലേക്കും വ്യാപിച്ചു.

അൻവറിനെയും മറ്റുള്ളവരെയും കൂട്ടി തിരികെയെത്തുമ്പോൾ, ഞാൻ നിന്ന് പുകവലിച്ച സ്ഥലം പോലും തിരിച്ചറിയാനാകാതെ മഞ്ഞ് വ്യാപിച്ചിരുന്നു. കാർത്തിയെ ഒരു പെൺകുട്ടിയോടൊപ്പം കണ്ട സംഭവം അൻവറുൾപ്പെടെ ഉള്ളവരോട് പറഞ്ഞെങ്കിലും ആരും അത് വിശ്വസി ക്കാൻ തയ്യാറായില്ല. ഞങ്ങൾക്കിടയിൽ പരിശോധന നടത്തിയപ്പോൾ ഒരു പെൺകുട്ടിയെയും കാണാതായിട്ടില്ല. അതിനാൽ ഞാൻ പറഞ്ഞത് ആർക്കും ഉൾക്കൊള്ളാൻ കഴിഞ്ഞില്ല. അതിലുപരി കാർത്തിക്കിന് അവന്റെ ഭാര്യയോടുള്ള സ്നേഹം വളരെ ദൃഢമാണ്.

II

ഒരു വക്കീൽ പറഞ്ഞ് പഠിപ്പിച്ച രീതിയിലാണ് സൂര്യ സംസാരി ക്കുന്നത്. അവൻ പറയുന്നതൊക്കെയും കള്ളമാണെന്ന് ഒരു തോന്നൽ ഉണ്ടായി. അതിനാൽ അവനോട് അധികം സംസാരിക്കാൻ മനസ്സനുവ ദിച്ചില്ല. സൂര്യയോട് ഒരു യാത്ര പുറപ്പെടാൻ തയ്യാറാകാൻ പറഞ്ഞ ശേഷം ആ മുറിയിൽ നിന്നും ഞാൻ ഇറങ്ങി. അടുത്ത മുറിയിൽ ചകിതനായി ഇരിക്കുന്ന അൻവറിന്റെ അരികിലെത്തി. ഞാൻ ചോദിച്ചു

"കാർത്തിയെ കാണാതായശേഷം നിങ്ങൾ എന്താണ് ചെയ്തത്?"

"മൊബൈലിൽ വിളിച്ചെങ്കിലും ഔട്ട്ഓഫ് കവറേജായിരുന്നു. രാവിലെ ഏഴര മണിവരെയുള്ള അന്വേഷണത്തിന് ശേഷവും

കാർത്തിയെ കണ്ടെത്താനാകാതെ വന്നപ്പോൾ പല പെൺകുട്ടികളും കരയാൻ തുടങ്ങി. അവസാനം കർമ്മചന്ദ്രൻ സാർ കാർത്തിയെ കാണാതായ വിവരം പൊലീസിൽ അറിയിച്ചു. സി ഐ ശക്തിവേലിന് ഒരു മുരട്ട് കാളയുടെ സ്വഭാവമായിരുന്നു. കാർത്തിയെ അവസാനമായി കണ്ടത് ആരെന്നുള്ള അയാളുടെ ചോദ്യത്തിനുത്തരം സൂര്യയായിരുന്നു. അവനെ അവസാനമായി കണ്ടെതെവിടെ എന്നുള്ള ശക്തിവേലിന്റെ കർക്കശമായ ചോദ്യത്തിനുത്തരം നല്കാൻ സൂര്യക്കായില്ല. സൂര്യയ്ക്ക് അവൻ നിന്ന സ്ഥലം പോലും തിരിച്ചറിയാനാകാതെ പോയപ്പോൾ ഞങ്ങളുടെ മുന്നിൽ വെച്ച് യാതൊരു ദയാദാക്ഷിണ്യവുമില്ലാതെ ശക്തിവേൽ അവനെ തല്ലി.

കാർത്തിയെ കാണാത്തതിലുള്ള ഭയം അവന്റെ മനസ്സിനെ ശാന്തമായി ചിന്തിക്കാൻ അനുവദിച്ചില്ല. മൂടൽമഞ്ഞ് വിട്ടൊഴിഞ്ഞപ്പോൾ നാലുദിക്കും ഒരുപോലെ കാണപ്പെട്ടത് അവനെ കുടുതൽ വിഷണ്ണനാക്കി. എങ്കിലും മഞ്ഞിന്റെ കാഠിന്യം കുറഞ്ഞപ്പോൾ അവന്റെ കണക്കുകൂട്ടലുകൾക്കുശേഷം കാർത്തിയെ കണ്ട സ്ഥലം സി ഐ ശക്തിവേലിനു കാട്ടിക്കൊടുത്തു. കൂട്ടത്തിൽ അധികവും പെൺകുട്ടികളാണന്ന് മനസ്സിലായപ്പോൾ ശക്തിവേലിന്റെയും സംഘത്തിന്റെയും സ്വഭാവം മാറി. വളരെ ക്രൂരമായാണ് അയാൾ ഞങ്ങളോട് പെരുമാറിയത്.

സൂര്യ കാട്ടിക്കൊടുത്ത സ്ഥലം ശരിയായ സ്ഥലമാണോ അല്ലയോ എന്നറിയില്ല. എന്തായാലും പൊലീസ് അവിടെ മുഴുവൻ പരതിക്കൊണ്ടിരുന്നു. അതിനോടകം മഞ്ഞ് വീണ്ടും വീശിയടിക്കാൻ തുടങ്ങി. സി ഐ ശക്തിവേലിന്റെ കൂടെയുണ്ടായിരുന്ന ഒരു പൊലീസുകാരൻ മരങ്ങളിൽ ചുറ്റിപ്പിണഞ്ഞ് കിടന്നിരുന്ന വള്ളികളിൽ പിടിക്കാതെയാണ് കാൽ പിന്നിലേക്ക് വച്ചിരുന്നതെങ്കിൽ അയാളുടെ ശവശരീരം അടിവാരത്തു നിന്ന് എടുത്താൽ മതിയായിരുന്നു. കാരണം ആത്മഹത്യാ മുനമ്പ് എന്നറിയപ്പെടുന്ന ഭാഗത്തിന്റെ മറ്റൊരു ശാഖയായിരുന്നു അത്.

ആ പൊലീസുകാരൻ വള്ളിയിൽ പിടിച്ച് തൂങ്ങിക്കിടന്നു. നിമിഷങ്ങൾക്കകം മറ്റുള്ളവർ ചേർന്ന് അയാളെ കരയ്ക്ക് കയറ്റി. ഞാനും ഒരു കൈ സഹായം നല്കി. അപ്പോൾ അയാളുടെ കൈകൾ ഭയത്താലാവും തണുത്ത് മരവിച്ചിരുന്നു. മൂടൽമഞ്ഞിനാലും, വള്ളിപ്പടർപ്പുകളാലും ചുറ്റുപിണഞ്ഞ മരങ്ങൾക്ക് പിന്നിൽ അഗാധഗർത്തമാണന്ന് സൂക്ഷ്മമായി നോക്കിയാൽ മാത്രമേ മനസ്സിലാവു.

ഞങ്ങൾ പുറപ്പെടുന്നതു വരെയും അടിവാരത്ത് കാർത്തിക്കിനായി തെരയുകയായിരുന്നു. കാർത്തിയെ കാണാതായ ദിവസം അടിവാരത്തുള്ള പുഴയിൽ മലവെള്ളം ഇറങ്ങിയിരുന്നു. അടിവാരത്ത് നടത്തിയ തെരച്ചിലുകൾക്കൊന്നും ഫലം കണ്ടില്ല.

തിരികെയുള്ള യാത്രയിൽ ഞങ്ങൾക്കിടയിൽ രണ്ടുപേരുടെ കുറവുണ്ടായിരുന്നു. കാണാതെപോയ കാർത്തിയും അതിന്റെ പേരിൽ സി ഐ ശക്തിവേൽ അറസ്റ്റ് ചെയ്ത സൂര്യയും. സൂര്യയെ അറസ്റ്റ് ചെയ്യാൻ

പ്രധാന കാരണമായിത്തീർന്നത് നിരഞ്ജനയുടെയും അനുശ്രീയുടെയും മൊഴികളായിരുന്നു. കാർത്തിയെ കണ്ട ശേഷം വന്ന സൂര്യയുടെ ശരീരത്തിലൂടെ രക്തം ഒഴുകിയെന്നും ഒരാളുമായി മല്പിടിത്തം നടത്തിയതിന്റെ പാടുകൾ അവന്റെ ശരീരത്ത് ഉണ്ടായിരുന്നുവെന്നും അവർ പറഞ്ഞു.

വിനോദയാത്ര കഴിഞ്ഞ് പൊടിയുന്ന നെഞ്ചുമായി ദേവഗിരിയിലെത്തിയ ഞങ്ങൾക്ക് കാർത്തിയുടെ കുഞ്ഞിന് ജന്മം നല്കാനായി കാത്തിരിക്കുന്ന അവന്റെ ഭാര്യയോട് എന്ത് പറയണമെന്നറിയില്ലായിരുന്നു. കാർത്തി ജീവനോടെയുണ്ടെന്ന് ഞങ്ങൾ എല്ലാവരും വിശ്വസിക്കുന്നു. ഒപ്പം അവളെ വിശ്വസിപ്പിച്ചെടുക്കാനും ഞങ്ങൾക്ക് കഴിഞ്ഞു. പക്ഷേ, കാർത്തിയുടെ തിരോധാനത്തെക്കുറിച്ച് പത്രത്തിൽ വാർത്ത വന്നത് അവൾ കാണാൻ ഇടയായതോടെ ഞങ്ങളുടെ എല്ലാ പദ്ധതികളും പൊളിഞ്ഞു. അന്ന് അവൾ കാട്ടിയ വിഭ്രാന്തിയിൽ കുഞ്ഞോ അമ്മയോ മരണപ്പെട്ട് പോകുമെന്ന് ഭയന്നതാണ്. ഭാഗ്യത്തിന് രണ്ടാൾക്കും ഒന്നും സംഭവിച്ചില്ല. ഇപ്പോൾ പോഷകാഹാരക്കുറവ് നന്നായി അവളെ ബാധിക്കുന്നു. ചില ദിവസം മുഴുപ്പട്ടിണി തന്നെയാണ്. ഇങ്ങനെ പോയാൽ എന്താകുമെന്നറിയില്ല.

"സൂര്യയുടെ അച്ഛനെന്ത് ജോലിയാണ്?"

"റിയൽ എസ്റ്റേറ്റ് ബിസിനസ്."

"കോടതിയിൽ കേസ് ഇത്രയും ദുർബ്ബലമായി സൂര്യക്ക് ജാമ്യം ലഭിക്കാൻ കാരണമെന്താ?"

"പല രീതിയിൽ സൂര്യയുടെ ബന്ധുക്കൾ കാശ് വാരിയെറിഞ്ഞതിന്റെ ഫലമായാണ് സൂര്യക്ക് ജാമ്യം ലഭിച്ചത്. രക്ഷപ്പെടാനുള്ള പഴുതുകളെല്ലാമടച്ച കേസ് ഡയറിയാണ് സി ഐ ശക്തിവേൽ തയ്യാറാക്കിയത്. സാഹചര്യത്തെളിവുകളും സാക്ഷിമൊഴികളും അവന് എതിരായിരുന്നു. സ്ഥലം പരിചിതമില്ലാത്ത കാർത്തി മഞ്ഞിനിടയിൽപ്പെട്ടോ വള്ളിപ്പടർപ്പുകൾക്കിടയിൽപ്പെട്ടോ വഴി നിശ്ചയമില്ലാതെ താഴേക്ക് പതിച്ച് മരണം സംഭവിക്കാൻ സാദ്ധ്യത ഇല്ലെന്നും പകരം കരുതിക്കൂട്ടിയുള്ള കൊലപാതകമാണെന്നും പ്രോസിക്യൂട്ടർ കോടതിയിൽ വാദിച്ചു.

ആത്മഹത്യയാണോ, കൊലപാതകമാണോ അതിലുപരി കാർത്തിയുടെ തിരോധാനത്തിനു പിന്നിലുള്ള നിഗൂഢത എന്തെന്നറിയാൻ കാർത്തിയെ അവസാനമായി കണ്ട സൂര്യയെ കസ്റ്റഡിയിലെടുത്ത് ചോദ്യം ചെയ്താലേ രക്ഷയുള്ളൂ എന്ന് പ്രോസിക്യൂട്ടർ കോടതിയെ ബോധിപ്പിച്ചു. അതിലുപരി സി ഐ ശക്തിവേലിനെ കാശെറിഞ്ഞ് പാട്ടിലാക്കാൻ ശ്രമിച്ചത് ഇരട്ടി പണിയായി. സത്യത്തിനുവേണ്ടി നിലകൊണ്ട ആളായിരുന്നു സി ഐ ശക്തിവേൽ."

"പിന്നെ എങ്ങനെയാണ് സൂര്യക്ക് ജാമ്യം ലഭിച്ചത്?"

"ബ്രോക്കർ രാമുവിന്റെ സാക്ഷിമൊഴിയാണ് സൂര്യയുടെ രക്ഷയ്ക്ക് കാരണമായത്."

"രാമു എന്താ കോടതിയിൽ പറഞ്ഞത്?"

"കാർത്തിയെ കാണാതായ ദിവസം രാവിലെ ആറുമണി സമയത്ത് കോളേജിൽനിന്നും ടൂർ വന്ന ഒരാൾ ബസ് സ്റ്റാന്റിലേക്കുള്ള വഴി ചോദിച്ചു പോകുന്നതു കണ്ടു എന്നു പറഞ്ഞു. അത് കാർത്തിയാണെന്ന് സൂര്യയുടെ വക്കീൽ വാദിച്ചു. അപ്രകാരം കാർത്തിയെ അവസാനമായി കണ്ടത് സൂര്യ അല്ലെന്നും അതിനാൽ കാർത്തിയുടെ മരണം കൊലപാതകമാണെന്ന് ഉറപ്പിക്കാൻ കഴിയില്ല എന്നും വാദിച്ചു. അങ്ങനെ ബോദ്ധ്യപ്പെടണമെങ്കിൽ ശവശരീരം കണ്ടെത്തണം. റെഡ് കളർ ചുരിദാർ ധരിച്ച് കണ്ട പെൺകുട്ടി സൂര്യയുടെ വിഭ്രാന്തിമാത്രമാണെന്ന് പറഞ്ഞപ്പോൾ സൂര്യ മൊഴി മാറ്റി പറയുകയും ചെയ്തു. വക്കീലിന്റെ നിർബ്ബന്ധപ്രകാരമാണ് അപ്രകാരം ചെയ്യേണ്ടി വന്നതെന്ന് അവൻ ഞങ്ങളോട് പറഞ്ഞിരുന്നു."

"കോടതിയിലെ ഈ രഹസ്യങ്ങളൊക്കെ അൻവറെങ്ങനെയാണ് അറിഞ്ഞത്?"

"സൂര്യയോട് അനുശ്രീ ചോദിച്ച് മനസ്സിലാക്കിയതാണ് ഈ കാര്യങ്ങളെല്ലാം. നല്ല സൗഹൃദത്തിലായിരുന്നു അനുവും സൂര്യയും. പക്ഷേ, പ്രാർത്ഥനയെ വിധവയാക്കുന്നതിൽ കവിഞ്ഞതായിരുന്നില്ല അനുവിന് സൂര്യയോടുള്ള സൗഹൃദം. ജാമ്യത്തിലിറങ്ങിയ സൂര്യയെ കണ്ടപ്പോൾ തന്നെ അനുശ്രീ ചോദിച്ചു

"നീയെന്താ കാർത്തിയെ ചെയ്തത്. എല്ലാവർക്കും നിന്നെയാണല്ലോ സംശയം. എന്തെങ്കിലും ചെറിയ വൈരാഗ്യം ഉണ്ടെങ്കിൽ ഇതുപോലെ ചെയ്യാനും മാത്രം ക്രൂരനാണോ നീ?"

"ഞാൻ എന്തുപോലെ ചെയ്തെന്നാണ് നീയീ പറയുന്നത്?"

"കാർത്തി അറിയാതെയൊന്നും അപകടത്തിൽ പെടില്ല. പിന്നെ വെറുതെ ആരെയും പോലീസ് അറസ്റ്റ് ചെയ്യില്ല. ഇവിടെ പണമുള്ള ആർക്കും ഏത് കേസിൽനിന്നും രക്ഷപ്പെടാം. അതുമല്ല നീയെന്തിനാ മൊഴി മാറ്റി പറഞ്ഞത്"

"വീട്ടുകാരുടെയും വക്കീലിന്റെയും നിർബ്ബന്ധപ്രകാരമാണ് ഞാൻ മൊഴി മാറ്റിയത്. ജാമ്യം കിട്ടണമെങ്കിൽ അതേ മാർഗ്ഗമുണ്ടായിരുന്നുള്ളു. ഇനി ഏത് കോടതിക്ക് മുന്നിലും ഞാൻ സത്യം ഏറ്റു പറയാം. പൊലീസ് എന്നെ അറസ്റ്റ് ചെയ്തത് നീയും നിരഞ്ജനയും എനിക്ക് എതിരായി പറഞ്ഞിട്ടല്ലേ?"

"ഞാൻ നിനക്ക് എതിരായി പറയുകയോ കള്ളം പറയുകയോ ചെയ്തിട്ടില്ല. അന്നു നീ രക്തത്തിൽ കുളിച്ചല്ലേ വന്നത്? ഒരാളുമായി മല്പിടുത്തം നടത്തിയ രീതിയിൽ നിന്റെ ഡ്രസിൽ ചെളിപുരണ്ടിരുന്നില്ലേ? ഇത്രയും മാത്രമേ ഞാൻ പറഞ്ഞിട്ടുള്ളു. ഞാൻ കണ്ടത് മാത്രം പറഞ്ഞു. ബാക്കിയൊക്കെ നിരഞ്ജനയാണ് പറഞ്ഞത്."

"നിരഞ്ജന എന്താ എന്നെപ്പറ്റി പൊലീസിനോട് പറഞ്ഞത്?"

"നിന്നെ സംശയിക്കാൻ ഒരുപാട് കാര്യങ്ങൾ എല്ലാവരുടെ മനസ്സിലും

ഉണ്ട്. അവൾ അത് തുറന്ന് പറഞ്ഞു. കാർത്തിയില്ലാതെയായാൽ പ്രാർത്ഥനയ്ക്ക് പിന്നെ ആരും ഉണ്ടാവില്ല. പ്രാർത്ഥനയോട് നിനക്ക് അസ്ഥിയിൽ പിടിച്ച പ്രണയമായിരുന്നു. നിന്റെ പ്രണയം നിലനില്ക്കെ ത്തന്നെ കാർത്തി അവളെ സ്വന്തമാക്കി. ആർക്കും സഹിക്കാൻ കഴി യുന്ന കാര്യമായിരുന്നില്ല അത്. രണ്ടാമതായിപറഞ്ഞത് നിനക്ക് ചെയർമാൻ ആകാത്തതിന്റെ ദേഷ്യം മുഴുവൻ കാർത്തിയോടായിരുന്നു."

"ഈ പറഞ്ഞതൊക്കെ സത്യമാണെങ്കിലും ഇതൊക്കെ കൊലപാ തകത്തിനുള്ള കാരണമായി നിങ്ങൾക്കെങ്ങനെ പറയാൻ കഴിയും? ഞാൻ കാർത്തിയെ അപായപ്പെടുത്തുമെന്ന് നീ കരുതുന്നുണ്ടോ?"

"ഞാൻ അങ്ങനെ കരുതിയാലും ഇല്ലെങ്കിലും നീ അവസാനമായി കണ്ട കാർത്തി എവിടെ?"

"ഞാൻ പ്രാർത്ഥനയെ പ്രണയിച്ചിരുന്നു. പക്ഷേ, അത് അസ്ഥിയി ലൊന്നും പിടിച്ചിട്ടുണ്ടായിരുന്നില്ല. കാർത്തി അവളെ വിവാഹം കഴിച്ച ശേഷം ഞാൻ അവളെ നല്ല ഒരു സുഹൃത്തായി മാത്രമേ കണ്ടിട്ടുള്ളു. അങ്ങനെയുള്ള എനിക്ക് കാർത്തിയെ കൊന്ന് പ്രാർത്ഥനയെ വിധവയാ ക്കാൻ കഴിയുമോ? ഇത്രയും കാലം എന്റെ നല്ലൊരു സുഹൃത്തായിരു ന്നിട്ട് നിനക്ക് പോലും എന്നെ മനസ്സിലാക്കാൻ കഴിഞ്ഞില്ലല്ലോടാ? പിന്നെ നിരഞ്ജനയെ കുറ്റം പറഞ്ഞിട്ട് കാര്യമുണ്ടോ?"

ഇത്രയും പറഞ്ഞുകഴിഞ്ഞ അൻവറിനെ ഞാൻ പോകാൻ അനു വദിച്ചു.

III

അന്ന് സൂര്യയുടെ കൂട്ടുകാരനെ പറഞ്ഞയച്ചശേഷം സൂര്യയോട് ഒരു യാത്ര പോകാൻ തയ്യാറാണോ എന്ന് ചോദിച്ചപ്പോൾ കാർത്തിയെ കണ്ടെത്താനായി എവിടെ വേണമെങ്കിലും പോകാൻ തയ്യാറാണെന്ന് പറഞ്ഞു. അങ്ങനെ ഞാനും എന്റെ സംഘാംഗങ്ങളും ചേർന്ന് ബാരി സ്റ്റൺ ബംഗ്ലാവ് ലക്ഷ്യമാക്കി യാത്ര തിരിച്ചു. അടുത്ത ദിവസം ഉച്ചതി രിഞ്ഞ് ഞങ്ങൾ ബാരിസ്റ്റണിൽ എത്തിച്ചേർന്നു. അവിടെ എത്തിച്ചേ രുമ്പോഴേക്കും കാർത്തിയെ കാണാതായിട്ട് ഇരുപത്തി ഒൻപത് ദിനങ്ങൾ കഴിഞ്ഞിരുന്നു. ബാരിസ്റ്റണെന്ന ആ നശിച്ച, ആളും അനക്കവുമില്ലാത്ത വനമദ്ധ്യത്തെ അനുസ്മരിപ്പിക്കുന്ന ചുറ്റുപാടുകൾക്കിടയിൽ ഞാൻ സസൂക്ഷ്മം പരിശോധന നടത്തി. എങ്കിലും ഫലമൊന്നുമുണ്ടായില്ല.

യാത്രാക്ഷീണം ഉള്ളതിനാൽ ഞാൻ മുന്നിലെ ഹാളിലെ സോഫ യിൽ കയറിക്കിടന്നു. കാർത്തിയെ എങ്ങനെ കണ്ടെത്തുമെന്ന ചോദ്യം എന്നെ വല്ലാതെ തളർത്തി. ഒരു തുമ്പും ലഭിക്കാതെ നാളെ ഈ ബാരി സ്റ്റണോട് വിടവാങ്ങേണ്ടി വരുമോ എന്ന ആശങ്ക എന്നിൽ കുടികൊണ്ടി രുന്നു.

ജീവിതത്തിൽ ഇത്രയും രുചികരമായ ഒരു അത്താഴം കഴിച്ചിട്ടില്ല.

“ഇവളവും രുസിയാകെ ഇത് സമച്ചത് യാര്?” എന്ന് ചോദിച്ചപ്പോൾ വിളമ്പുകാരൻ അല്പം അഹങ്കാരത്തോടെ തന്റെ പേര് പറഞ്ഞു– “മൂർത്തി.” ബാരിസ്റ്റണിന്റെ ഉടമസ്ഥൻ ഒരു മലയാളി ബിസിനസുകാരനാണ്. പക്ഷേ, നോക്കി നടത്തുന്നത് ശിവദത്തനാണ്. ശിവദത്തൻ ഒരു കുടിയേറ്റക്കാരനാണ്. പകുതി മലയാളിയും പകുതി തമിഴനും. ഏതോ കാട്ടുമൃഗത്തിന്റെ ഇറച്ചി കറി വച്ചതും പൊരിച്ചതും പിന്നെ സ്വതസിദ്ധമായ രീതിയിൽ വാറ്റിയെടുത്ത ചാരായവും എന്നെ ഹരം കൊള്ളിച്ചു.

എനിക്ക് ആ അത്താഴം ലഭിക്കാൻ ഭാഗ്യമുണ്ടായത് തലേദിവസം ബാരിസ്റ്റണിന്റെ നടത്തിപ്പുകാരൻ ശിവദത്തൻ ബംഗ്ലാവിൽ വന്നതുകൊണ്ടായിരുന്നു. കുരുക്കിട്ട് കാട്ടുപന്നിയെയും മറ്റ് മൃഗങ്ങളെയും പിടിക്കാൻ ശിവദത്തൻ പോയിട്ടേ മറ്റൊരാൾ ഉള്ളു. തന്റെ കൺമുന്നിൽ ഒരു ഇര വന്നുപെട്ടാൽ അതിപ്പോൾ എത്ര ഉയരത്തിലായാലും താഴ്ചയിലായാലും അതിനു രക്ഷയുണ്ടാവില്ല. എത്ര ദൂരം ഓടിയാലും അവൻ അതിന്റെ പിന്നാലെയുണ്ടാകും. അവസാനം കുരുക്കിട്ട് കയർ വലിച്ചെറിഞ്ഞ് കഴുത്തിൽ തന്നെ വീഴ്ത്തിയശേഷം വലിച്ചിറുക്കി കൊന്നിരിക്കും. വളരെ വലിയ ഏകാഗ്രതയോടെ ചെയ്താൽ മാത്രമേ ലക്ഷ്യം കാണൂ. ഒരു തവണയേ കുരുക്കിട്ട് കയർ എറിയാനുള്ള അവസരം ലഭിക്കൂ. കാരണം ലക്ഷ്യം കണ്ടില്ലെങ്കിൽ കയർ തിരികെയെടുത്ത് പിന്നെ എറിയാൻ ശ്രമിക്കുമ്പോഴേക്കും ഇര രക്ഷപ്പെട്ടിരിക്കും.

കയർ എറിയാനുള്ള കൃത്യമായ മുഹൂർത്തം ലഭിക്കുമ്പോൾ മാത്രമേ ശിവദത്തൻ എറിയൂ. ആ എറി കൃത്യമായിരിക്കും. അങ്ങനെ എറിഞ്ഞ് കൊന്ന് പിടിച്ചു കൊണ്ടു വന്ന കാട്ടുപന്നിയുടെ ബാലൻസ് വന്ന ഇറച്ചിയും ശിവദത്തൻ വാറ്റിയെടുത്ത ചാരായത്തിന്റെ ബാലൻസുമാണ് എനിക്ക് കിട്ടിയതെന്ന് മൂർത്തിയുടെ ഒരുപാട് നേരത്തെ സംഭാഷണത്തിൽ നിന്നും മനസ്സിലായി. അപ്പോൾ ഞാൻ ചോദിച്ചു”

“ഇന്ത ബാരിസ്റ്റണിക്ക് ഉൺമയാണ മുതലാളിയാര്?”

“മുതലാളി ദേവനാരായണൻ”

“ദേവനാരായണനിപ്പോ എങ്കെയിരിക്ക്?”

“മുതലാളിയെ നാൻ ഇന്നവും പാർക്കാത്. അവരെപ്പറ്റി ശിവദത്തനു മട്ടും താൻ തെരിയും. എനക്ക് ഒന്നുമേ തെരിയാത് സാർ”

“ശിവദത്തൻ ഇപ്പോ എങ്കെയിരിക്ക്?”

“ഉൺമയാന എനക്ക് തെരിയാത്”

“ഉനക്ക് പിന്നെ എന്ന തെരിയും? ദേവനാരായണനുടെ ബിസിനസ് റിയൽ എസ്റ്റേറ്റ് താനാ?”

“ആമ സാർ. അത് സാറിനെപ്പടി തെരിയും?”

“എൻ വേല എന്നത്?”

“പൊലീസ്”

“ഇപ്പോ ഉനക്ക് കാര്യം പുരിഞ്ചിരിച്ചാ?”

“പുരിഞ്ചിരിച്ച് സാർ”

സൂര്യ കാർത്തിയെ അവസാനമായി കണ്ട ദിവസം പുകവലിക്കാൻ ഇറങ്ങിയ അതേ സമയത്ത് ഞങ്ങൾ ഒരിക്കൽ കൂടി ബാരിസ്റ്റണിൽ നിന്നും പുറത്തിറങ്ങി. ആ ബംഗ്ലാവിനു ചുറ്റും മൂടൽമഞ്ഞ് കഠിനമായ രീതിയിൽ ആവരണം തീർത്തിരുന്നു. ബംഗ്ലാവിനു ചുറ്റും വൻമരങ്ങൾ വളരെ വ്യക്തതയില്ലാതെയാണ് കാണപ്പെട്ടത്. പരിശോധനയ്ക്ക് ശേഷം സൂര്യ നിന്ന് പുകവലിച്ച സ്ഥലം കാണിച്ചുതരാൻ ഞാൻ അവനോട് പറഞ്ഞു. സൂര്യ സ്ഥലം കാണിച്ച് തന്നു. പുകവലിച്ച സ്ഥലത്ത് നിന്നും കാർത്തിയെ അന്വേഷിച്ച് മുന്നിലേക്ക് നാലഞ്ച് ചുവടുകൾ സൂര്യ നട ന്നിരുന്നു. അതിന് ശേഷമാണ് വള്ളിപ്പടർപ്പ് കിടന്നാടിയതും ഭയന്ന് തിരിഞ്ഞോടിയതും, ഒരു കുറ്റിയിൽ തട്ടി വീണതുമായ കാര്യം നടന്ന തെന്ന് അവൻ പറഞ്ഞിരുന്നു.

സൂര്യ കാണിച്ചു തന്ന സ്ഥലത്തു നിന്നും ബംഗ്ലാവിലേക്ക് നാലഞ്ച് ചുവടുകൾ പിന്നിലേക്ക് നടന്നപ്പോൾ മരക്കുറ്റി കാണാൻ കഴിഞ്ഞു. ആ സ്ഥലത്ത് തെരഞ്ഞപ്പോഴേക്കും മഞ്ഞിന്റെ കാഠിന്യം കൂടിത്തുടങ്ങി. ഞാൻ ഒരു സിഗററ്റ് വലിച്ച് കഴിഞ്ഞപ്പോഴേക്കും മഞ്ഞ് മാറി. സൂര്യ വലിക്കുമെന്നറിയാമെങ്കിലും അവന് സിഗററ്റ് നല്കാൻ മനസ്സ് അനുവ ദിച്ചില്ല. സൂര്യ അന്ന് കാർത്തിയെ അവസാനമായി കണ്ടപ്പോൾ നിന്ന രീതി അഭിനയിച്ച് കാണിക്കാൻ പറഞ്ഞു.

അല്പം മുകൾ തട്ടിലായിട്ടാണ് സൂര്യ കാർത്തിയെ കണ്ടത്. ഒരു വലിയ മരത്തിനു പിന്നിലായി വ്യക്തമായി കാണാൻ കഴിയാത്ത രീതി യിലായിരുന്നു. അവിടെ ചെന്ന് നിന്നാൽ പോലും മുന്നിലുള്ള ഗർത്തത്തെപ്പറ്റി ബോദ്ധ്യമാവില്ല.

ഞാൻ കാർത്തിയെ കണ്ട സ്ഥലത്ത്, ആ അഗാധ ഗർത്തത്തിന്റെ അഗ്രത്തിൽ ചെന്നു നിന്നിട്ട്; ഒരു കൈകൊണ്ട് വള്ളികളിൽ പിടിച്ച് ചെറിയ ചെറിയ കല്ലുകൾ പെറുക്കി താഴേക്ക് ഇട്ട ശേഷം ചെവിയോർത്ത് നിന്നു. ഒരു കല്ലും ഒന്നിലും തട്ടുന്ന ശബ്ദം കേട്ടില്ല. മൂർത്തിയോട് കാർത്തിയെ കണ്ട ഭാഗത്തെ മരങ്ങളിൽ ചുറ്റുപിണഞ്ഞ് കിടക്കുന്ന മുഴുവൻ വള്ളികളും വെട്ടിമാറ്റാൻ ആവശ്യപ്പെട്ടു. അപ്പോൾ അയാളിൽ ഉണ്ടായ സംഭ്രമം എന്നിലെ സംശയരോഗിയെ തട്ടിയുണർത്തി.

മൂർത്തി വിളിപ്പിച്ചതനുസരിച്ച് രണ്ട് ആദിവാസികൾ ഉടൻ ബാരി സ്റ്റണിലെത്തി. അവരുടെ രൂപവും ഭാവവും കണ്ട് അവർ ആദിവാസിക ളാണെന്ന് എനിക്ക് തോന്നിയതാണോ എന്തോ? ഒരുമണിക്കൂറിനകം ആ രണ്ട് മരങ്ങളെയും ചുറ്റിയുണ്ടായിരുന്ന മുഴുവൻ വള്ളികളും വെട്ടി മാറ്റി അവിടെ വൃത്തിയാക്കി. പണിക്കായി കൊണ്ടു വന്ന ഒരാളോട് അതു വഴി താഴേക്ക് ഇറങ്ങാൻ കഴിയുമോ എന്ന് ചോദിച്ചു. അവരുടെ അറി വിൽ ചെങ്കുത്തായ ഒരു മലയുടെ അഗ്രഭാഗത്താണ് ബാരിസ്റ്റൺ സ്ഥിതി ചെയ്യുന്നത്. കയറിൽ തൂങ്ങിയിറങ്ങുന്നത് വളരെ വലിയ അപകടമാണ്. ചിലപ്പോൾ താഴേക്ക് ചവിട്ടിയിറങ്ങാൻ ഒന്നും തന്നെ കാണില്ല. കാരണം താഴേക്ക് ചെല്ലുംതോറും ഉൾഭാഗം ഉൾവലിഞ്ഞ് ഉൾവലിഞ്ഞ് പോകാ

നാണ് സാദ്ധ്യത. അതു വഴി ഇറങ്ങാൻ കഴിയാത്തതിനാൽ റോഡുമാർഗ്ഗം അടിവാരത്തേക്ക് പുറപ്പെടാൻ നിശ്ചയിച്ചു.

ദിവസങ്ങൾ ഇത്രയും കഴിഞ്ഞെങ്കിലും ഒരു മണ്ടൻ പരീക്ഷണാടിസ്ഥാനത്തിൽ രാവിലെ ഡോഗ് സ്ക്വാഡിനെ കൊണ്ടുവരാനുള്ള ഏർപ്പാടുകൾ എല്ലാം ചെയ്തിരുന്നു. സ്ക്വാഡിലെ ഏറ്റവും മിടുക്കിയായിരുന്നു ജൂലി. പുതിയ സ്ഥലവും അന്തരീക്ഷവും ജൂലിയെ അല്പം അമ്പരപ്പിച്ചിരുന്നു. വളരെ പെട്ടെന്ന് തന്നെ ജൂലി പണി പൂർത്തിയാക്കി നിന്നു. ഇത്രയും ദിവസം കഴിഞ്ഞതിനാലാകും ഒരു തെളിവ് പോലും ജൂലിക്ക് കണ്ടെത്താനായില്ല. കാർത്തിയെ കാണാതായ സ്ഥലത്ത്; കൊക്കയിലേക്ക് നോക്കി ഒന്നോ രണ്ടോ തവണ കുരച്ചു. അതിനുശേഷം ബാരിസ്റ്റണിന്റെ പുറകുവശത്ത് വീടിനോട് ചേർന്ന ഉപയോഗ ശൂന്യമായ ടോയ്ലറ്റിനു മുന്നിൽ വന്നു നിന്ന് നോക്കിയ ശേഷം ജൂലി വീടിന്റെ പുറകുവശത്ത് തന്നെയുള്ള ഇടവഴി നോക്കി നിന്നു. അതു വഴി വിഷ്ണു എന്ന പൊലീസുകാരൻ പോയി നോക്കിയപ്പോൾ മെയിൻ റോഡിലേക്കിറങ്ങാനുള്ള എളുപ്പവഴിയായിരുന്നെന്ന് മനസ്സിലായി. ടോയ്ലറ്റ് തുറന്ന് പരിശോധിച്ചെങ്കിലും ഒന്നും കണ്ടെത്താനായില്ല.

അടിവാരത്തേക്ക് പോകുന്ന വഴിയിൽ മൂർത്തി പറഞ്ഞു. "ബാരിസ്റ്റണിക്ക് അടിവാരത്ത് ഒരു നദിതാനിരിക്ക്. അന്ത നദിയിൽ തണ്ണിയേക്കാൾ ജാസ്തിയായി പെരിയ കല്ലുതാനുള്ളത്. നദിക്ക് ഇരുവോരങ്കളിലും സൂര്യ ഒളി കടന്ന് വരാത്ത അളവുക്ക് പെരുങ്കാട് താനിരിക്ക്. വറുതങ്ങൾക്ക് മുൻപ് ബംഗ്ലാവിൽ നിന്ന് ഇരു തങ്കച്ചികൾ കീഴെ കുതിത്ത് തർക്കൊലപണ്ണിയിരിക്ക്. അവരുടെ ബോഡി റൊമ്പ പെരിയ ഒരു കല്ലിൽ പടുത്തു താൻ കിടച്ചത്."

മൂർത്തിയുടെ സംസാരത്തിനവസാനം അരുൺ എന്നോട് ചോദിച്ചു? "ഇനി ഒരുപക്ഷേ കാർത്തി ആത്മഹത്യ ചെയ്തതാകുമോ?"

"കാർത്തി ജീവനോടെ ഉണ്ടെങ്കിൽ ഇതിനോടകം തന്നെ അവന്റെ ഭാര്യയെ കാണാനെത്തുമായിരുന്നു. അവനെ കാണാതായതിനു ശേഷം മലവെള്ളം ഇറങ്ങിയിരുന്നു. അതിനാൽ തന്നെ അടിവാരത്ത് തെരയുന്നതിൽ യാതൊരു പ്രയോജനവും ഇല്ല. ഇനി ഒരുപക്ഷേ, കൊക്കയുടെ അരികിൽ ചെന്നുനിന്ന വഴിയിൽ താഴേക്ക് വീണതാകാനും സാദ്ധ്യതയുണ്ട്. അങ്ങനെയാണെങ്കിൽ ആ പെൺകുട്ടി ആരാണ്? ഇനി ഒരു റെഡ് കളർ ചുരിദാറുകാരിയാണോ കൊലപാതകി? ഇനിയുള്ളൊരു സാദ്ധ്യത ആരെങ്കിലും തടവിൽ പാർപ്പിച്ചിരിക്കാനും ഇടയുണ്ട്."

മദ്യം പ്രതിഫലമായി നല്കാമെന്ന പ്രലോഭനത്തിൽ വീണ കുറച്ച് ആദിവാസികൾ കൂടി ഞങ്ങൾക്കൊപ്പം ചേർന്നു. ഏറ്റവും എളുപ്പമുള്ള വഴിയാണ് ഞങ്ങൾ തെരഞ്ഞെടുത്തത്. അതിന്റേതായ ബുദ്ധിമുട്ടുകൾ മുഴുവൻ ഞങ്ങൾ അനുഭവിച്ചറിഞ്ഞു. വളരെ വേഗം പുഴയുടെ കരയിൽ എത്തണം എന്നതിൽ കവിഞ്ഞ് എനിക്ക് മറ്റൊരാഗ്രഹവും ഉണ്ടായിരുന്നില്ല. അടിവാരത്ത് ഇനി അന്വേഷിക്കുന്നത് ബുദ്ധിശൂന്യതയാണെന്ന

ഉപദേശത്തോടെയാണ് മൂർത്തി ഞങ്ങളോടൊപ്പം കൂടിയത്. ഏകദേശം നാലഞ്ച് കിലോമീറ്റർ നടന്ന് പുഴയുടെ അരികിൽ എത്താറായപ്പോൾ ചെറിയ ദുർഗന്ധം അനുഭവപ്പെട്ടു. അന്നേരം എന്റെ കാലുകൾക്ക് പറഞ്ഞറിയിക്കാനാവാത്ത വേഗത കൈവന്നു.

പുഴയുടെ തൊട്ടടുത്ത് എത്താറായപ്പോൾ ദുർഗന്ധം കൂടി വന്നു. വള്ളികൾ പുഴയുടെ ഇരുകരയിലും പാറകളിലുമായി വീണുകിടന്നു. ഏറ്റവും ഉയരത്തിലുള്ള ഒരുപാറയുടെ ശിരസ്സിൽക്കയറി നിന്ന് നോക്കിയപ്പോൾ ഒരു പരന്ന പാറയുടെ മുകളിലായി പ്ലാസ്റ്റിക്കിനാൽ പൊതിഞ്ഞ ഒരു കെട്ട് കിടന്നിരുന്നു. അതിനരികിലേക്ക് ചെന്ന് സൂക്ഷ്മമായി നോക്കിയപ്പോൾ ഒരു ശവശരീരമാണെന്ന് മനസ്സിലായി. പ്ലാസ്റ്റിക്ക് കവറിനാൽ പൊതിഞ്ഞ് കെട്ടിത്തൂക്കിയ രീതിയിലാണ് അത് കിടന്നിരുന്നത്. പ്ലാസ്റ്റിക്ക് കവർ താഴെ വീണപ്പോൾ എവിടെയോ കീറിയതിനാലാകും ഇത്ര രൂക്ഷഗന്ധം വമിക്കുന്നത്. ശവശരീരത്തെ പൊതിഞ്ഞുള്ള കെട്ടുകൾ അഴിച്ചപ്പോൾ ശരീരത്തിന്റെ ചില ഭാഗങ്ങൾക്കൊന്നും കേടുപാട് വന്നിട്ടില്ല. എങ്കിലും തിരിച്ചറിയാൻ കഴിയാത്ത രീതിയിൽ മുഖം അഴുകിയിരുന്നു. വള്ളികൾ വെട്ടിമാറ്റിയ വഴിയിലാണ് ഏതോ വള്ളിയിൽ കെട്ടി നിർത്തിയിരുന്ന ശവശരീരം താഴെ വന്നു വീണത്.

വസ്ത്രം, വാച്ച്, പോക്കറ്റിൽ കിടന്ന കുറിപ്പടികൾ മുതലായവയിലൂടെ ശവശരീരം കാർത്തിയുടേതാണന്ന് സൂര്യ തിരിച്ചറിഞ്ഞു. അങ്ങനെ മുപ്പതാം ദിവസം കാർത്തിയുടെ ശവശരീരം ആ അടിവാരത്ത് ഒരു പാറയുടെ മുകളിൽ നിന്നും കണ്ടെടുത്തു. അന്ന് അടിവാരത്തുനിന്നും മടങ്ങാനിരുന്ന ഞാൻ വൈകുന്നേരത്തോടെ ഇൻക്വസ്റ്റ് തയ്യാറാക്കി വീണ്ടും മലകയറി. ബോഡി സി ഐ ഷറഫുദ്ദീന്റെ നേതൃത്വത്തിൽ അടിവാരത്തുതന്നെയുള്ള ഒരു ഗവൺമെന്റ് ഹോസ്പിറ്റലിൽ പോസ്റ്റ്മോർട്ടം നടത്തി.

ജീവിതത്തിൽ ഇനി ഒരു മടക്കയാത്ര ഇല്ലെന്ന് കരുതിയ ബാരിസ്റ്റണിലേക്ക് രാത്രി നന്നേയിരുട്ടി വീണ്ടും ചെന്നു. അത്താഴത്തിനിരുന്നപ്പോൾ തലേദിവസത്തെ പന്നിയിറച്ചിയുടെ സ്വാദ് നാവിലൂറി. ഒരിക്കൽ കൂടി വാറ്റ് ചാരായത്തിന്റെ ലഹരി ഒന്നറിയാൻ മനസ്സ് കൊതിച്ചു. പക്ഷേ, മുന്നിൽ കൊണ്ട് വന്ന് വെച്ച ഭക്ഷണം ചപ്പാത്തിയും ബ്രോയിലർ ചിക്കൻകറിയുമായിരുന്നു.

ഇതിനിടയിലാണ് മൂർത്തി തലേദിവസം ശിവദത്തനെപ്പറ്റി പറഞ്ഞത് ഞാൻ ഓർത്തത്. ഇര ശിവദത്തന്റെ കൺമുന്നിൽ പെട്ടാൽ, അതിനെ ലക്ഷ്യം വച്ച് കഴിഞ്ഞാൽ, അത് എത്ര ഉയരത്തിലാണെങ്കിലും എത്ര ദൂരത്താണെങ്കിലും അതിനെ എറിഞ്ഞ് വീഴ്ത്തിയിരിക്കും. അത്തരത്തിലാണെങ്കിൽ ശിവദത്തനാകുമോ കാർത്തിയെ കുരുക്ക് എറിഞ്ഞ് ലക്ഷ്യം കണ്ടയുടനെ താഴേയ്ക്ക് തള്ളി കഴുത്തിറുക്കി കൊന്നശേഷം വള്ളിയിൽ കെട്ടി നിർത്തിയത്? ശിവദത്തനെ സംശയിക്കാൻ മറ്റൊരു കാര്യം കൂടിയുണ്ട്. ബാരിസ്റ്റണിലെ ഇപ്പോഴത്തെ ഉടമസ്ഥൻ അയാളാണ്.

ഒരായിരം ചോദ്യങ്ങൾ മനസ്സിലുദിച്ചു. എല്ലാ ചോദ്യങ്ങൾക്കും ഒരു ത്തരമായിരുന്നു – ശിവദത്തൻ.

അടുത്ത ദിവസം രാവിലെ സി ഐ ഷറഫുദ്ദീൻ പോസ്റ്റുമോർട്ടം റിപ്പോർട്ടുമായി വന്നു. ബോഡി കാർത്തിയുടേത് തന്നെയാണോ എന്നുള്ള വിശദമായ റിപ്പോർട്ട് രണ്ടാഴ്ച കഴിഞ്ഞേ ലഭിക്കു. ഇപ്പോ ഴത്തെ പരിശോധനയിൽ മരണകാര്യം നെഞ്ചിൽ കുത്തിയിറക്കിയ കഠാ രയാണ്. മുറിവ് ശ്വാസകോശം വരെ ചെന്നെത്തിയിട്ടുണ്ട്. ഒരൊറ്റ കുത്തിന് തന്നെ കാര്യം സാധിച്ചു. അതുപോലെ തലയ്ക്ക് പിന്നിലായി മുറിവേറ്റിരുന്നു.

എസ് ഐ അരുണിനെയും മറ്റ് പൊലീസുകാരെയും വിളിച്ചശേഷം ബാരിസ്റ്റണിനകത്തും ചുറ്റാകെയും പരിശോധിച്ചു. ബാരിസ്റ്റണിന്റെ ഓരോ മുക്കും മൂലയും എന്തിനേറെ പറയുന്നു മണൽത്തരികളെ പോലും ഞങ്ങൾ വെറുതെ വിട്ടില്ല. എങ്കിലും നിരാശ മാത്രമായിരുന്നു പ്രതിഫലം.

കാർത്തിയുടെ മരണം ആത്മഹത്യയല്ല കൊലപാതകമാണെന്നുറ പ്പിക്കാം. പക്ഷേ, ആരാണത് ചെയ്തതെന്ന് എങ്ങനെ കണ്ടെത്തും? എന്റെ മുന്നിലെ രണ്ടാമത്തെ സമസ്യ അതായിരുന്നു. കാർത്തിയുടെ കൊലപാതകി ആര്? മുന്നിലെ ആകെ പ്രതീക്ഷ ശിവദത്തനായിരുന്നു. അവന് മാത്രമേ കുരുക്കിട്ട് കൊല്ലാനറിയൂ എന്നാണ് ഞാൻ ധരിച്ചിരു ന്നത്. പക്ഷേ, ഇതിപ്പോൾ നെഞ്ചിൽ കഠാര കുത്തിയിറക്കി കൊന്നതാണ്. അതിനാൽ ശിവദത്തനെ പൂർണ്ണമായി സംശയിക്കാൻ കഴിയില്ല. വെറുതെ ചിന്തകൾ മനസ്സിനെ മഥിച്ചുകൊണ്ടിരുന്നു. ഇതിനിടയിൽ ബാരിസ്റ്റണിന്റെ പിന്നാമ്പുറത്ത് നിന്ന ഞാൻ മൂത്രശങ്ക തോന്നിയതിനാൽ ബംഗ്ലാവിനോട് ചേർന്ന വർഷങ്ങളുടെ പഴക്കമുള്ള ടോയിലറ്റിൽ കയറാനായി നട ന്നപ്പോൾ മൂർത്തി

“അന്ത കാർഷെഡിക് പുറകെ ഒരു ടോയിലറ്റിരിക്ക് സാർ, ഇത് യൂസ് പണ്ണമുടിയാത്”.

കാർ ഷെഡിന് പുറകിലെ ടോയിലറ്റിൽ പോയി കാര്യം സാധിക്കു ന്നതിനിടയിൽ ജൂലി എന്തിനായിരിക്കും ടോയ്ലറ്റിലേക്ക് നോക്കി നിന്നത്? എന്ന ചിന്ത മനസ്സിൽ ഉണ്ടാവുകയും അത് ഒരിക്കൽ കൂടി പരിശോധി ക്കാനായി പോവുകയും ചെയ്തു.

അകത്ത് കയറിയപ്പോൾ പ്രതീക്ഷിച്ച തരത്തിലുള്ള കാലപ്പഴക്കമോ മാറാലയോ അതിനകത്തില്ല. എന്റെ സംശയം ഇരട്ടിച്ചു. എങ്കിലും എന്റെ സംശയങ്ങളെ അസ്ഥാനത്താക്കി പൈപ്പ് തുറന്നപ്പോൾ വെള്ളമില്ല. ലൈറ്റിട്ടപ്പോൾ കത്തി. പക്ഷേ സ്വിച്ച് ബോർഡിൽ നിന്നും പുറത്തേക്കിറ ങ്ങിയ ഒരുചെറിയ തേൾ എന്നെ കുത്തി. ഞാൻ പെട്ടെന്ന് പിന്നിലേക്ക് ചാടി മാറി പുറത്തേക്ക് ഇറങ്ങി. ഇതിനിടയിൽ പഴയ ക്ലോസറ്റ് പതിച്ച ഭാഗത്ത് എന്റെ കാലുകൾ പതിച്ചപ്പോൾ വല്ലാത്തൊരു മുഴക്കം കേട്ടതി നാൽ വീണ്ടും അതിനകത്ത് കയറി ശക്തിയായി ഞാൻ ചവിട്ടിനോക്കി. അപ്പോഴും പ്രതിദ്ധ്വനി ഉണ്ടായിരുന്നു. ആ ക്ലോസറ്റ് സൂക്ഷ്മമായി പരി

ശോധിച്ചപ്പോൾ ഇളക്കിമാറ്റാൻ കഴിയുന്ന തരത്തിലാണ് അത് പണിതിരിക്കുന്നതെന്ന് മനസ്സിലായി.

ഞാൻ പുറത്തിറങ്ങി മൂർത്തിയെക്കൊണ്ട് തന്നെ ആ ടോയിലറ്റിനകത്തെ ക്ലോസറ്റ് പൊളിച്ചിളക്കി. എല്ലാവരെയും അത്ഭുതപ്പെടുത്തിക്കൊണ്ട് ക്ലോസറ്റിനടിയിൽ ഒരാൾക്ക് നിരങ്ങി ഇറങ്ങിപ്പോകാൻ പറ്റുന്ന തരത്തിലുള്ള ഒരു വഴി. അങ്ങനെ ഒരു പടിക്കെട്ട് കണ്ട ഉടനെ തന്നെ വിഷ്ണു എന്ന പൊലീസുകാരനോട് സെപ്റ്റിക് ടാങ്കിന്റെ മൂടി തുറക്കാൻ പറഞ്ഞു. അത് തുറന്ന് കഴിഞ്ഞപ്പോൾ പുറത്തേക്ക് വന്ന വായു അസ്സഹനീയമായിരുന്നു. ആ വായു ശ്വസിച്ച വിഷ്ണു ആ നിമിഷം തന്നെ ഛർദ്ദിച്ചു. തലേ ദിവസം കണ്ടെടുത്ത ശവശരീരത്തേക്കാൾ പതിന്മടങ്ങ് ദുർഗന്ധമാണ് അതിൽനിന്നും വമിച്ചത്.

ഉള്ളിലേക്ക് സൂക്ഷ്മമായി ലൈറ്റ് അടിച്ച് നോക്കിയപ്പോൾ ഒരു ഭാഗത്ത് രക്തം തളംകെട്ടി കിടക്കുന്നതു പോലെ കാണപ്പെട്ടു. അതു കണ്ടപ്പോൾ ഞാൻ ടാങ്ക് ക്ലീൻ ചെയ്യാൻ പറഞ്ഞു. അപ്പോൾ ഛർദ്ദിച്ചവശനായ ആ പൊലീസുകാരൻ ചോദിച്ചു, "അതു വേണമോ സാർ?" അവനെ തല്ലിക്കൊല്ലാനാണ് എനിക്ക് തോന്നിയത്. എങ്കിലും ഞാൻ ക്ഷമിച്ചു; എന്നിട്ട് പറഞ്ഞു.

"എന്തായാലും നനഞ്ഞു, ഇനിയിപ്പോൾ കുളിച്ചിട്ടു കയറാം. പിന്നെ നമ്മൾ പൊലീസുകാർക്ക് മലവും വെള്ളവും ചില ദുർഘട നിമിഷങ്ങളിൽ ഒരുപോലെയാണ്."

മൂർത്തിയെ അരുൺ നന്നായി പെരുമാറിയശേഷം ചോദ്യം ചെയ്തെങ്കിലും ആ ക്ലോസറ്റിന്റെ രഹസ്യമറിയാനായില്ല. അവസാനം മൂർത്തി കാർത്തിയെ കാണാതായതിനുശേഷമാണ് അവിടെ എത്തിയതെന്നും നിരപരാധിയാണെന്നും ബോദ്ധ്യമായപ്പോൾ മൂർത്തിയെ ഞങ്ങളുടെ കൂട്ടത്തിൽ കൂട്ടി.

മൂർത്തിയും മറ്റ് പൊലീസുകാരും ചേർന്ന് ടാങ്ക് വൃത്തിയാക്കിത്തുടങ്ങിയപ്പോൾ വിഷ്ണുവിനെ ക്ലോസറ്റ് ഇരുന്ന ഭാഗത്തെ പടിക്കെട്ടിലൂടെ ഇറക്കി പരിശോധിപ്പിച്ചു. നിരങ്ങി ഇറങ്ങാൻ പെടുന്ന പാടുകണ്ടപ്പോൾ എനിക്ക് ഉള്ളിൽ ദുഃഖം തോന്നിയെങ്കിലും അത് പുറത്ത് കാട്ടിയില്ല. ഇതിനിടയിൽ മൂർത്തി എവിടെനിന്നോ ഒരു ഹെഡ്‌ലൈറ്റ് സംഘടിപ്പിച്ചുകൊണ്ട് വന്നു. പടിക്കെട്ടുകൾ അവസാനിക്കുന്ന സ്ഥലത്ത് അല്പം വിസ്താരം ഉണ്ട്. ഒരാൾക്ക് നിവർന്ന് നില്ക്കാനുള്ള സ്ഥലമുണ്ട്, പക്ഷേ, പുറകിലോട്ടോ മുമ്പിലോട്ടോ പോകാൻ വഴിയില്ല. ഒരു ബലമുള്ള പലക കുത്തിനിർത്തിയിട്ടുണ്ട്. ഇത്രയും കാര്യങ്ങൾ മുകളിലേക്ക് വിളിച്ച് പറഞ്ഞപ്പോൾ ഞാൻ ചോദിച്ചു.

"സെപ്റ്റിക് ടാങ്കിലേക്കുള്ള വഴിയാണ് ഈ വന്നിരിക്കുന്നത്. ടാങ്കിലേക്ക് ഇറങ്ങാൻ തക്ക വഴി വല്ലതും കാണാൻ കഴിയുന്നുണ്ടോ"

"സാർ ഒരു കോൺക്രീറ്റ് അടപ്പ് പോലെയൊന്ന് കാണുന്നുണ്ട് പക്ഷേ, അതു തുറക്കാനുള്ളത് എവിടെയാണെന്ന് അറിയാൻ വയ്യ."

ഞാൻ ഒരു ചുറ്റിക താഴേക്ക് ഇട്ട് കൊടുത്തിട്ട് തല്ലിപൊട്ടിക്കാൻ പറഞ്ഞു. അങ്ങനെ ചെയ്തപ്പോൾ ക്ലോസറ്റിനടിയിലെ വഴി സെപ്റ്റി ടാങ്കിനകത്താണ് ചെന്ന് നില്ക്കുന്നതെന്ന് മനസ്സിലായി.

വിഷ്ണു മുകളിൽ കയറി വന്നപ്പോൾ ഞാൻ എല്ലാവരോടുമായി പറഞ്ഞു. ഞങ്ങൾക്ക് വേണ്ട നിധി ഈ വർഷങ്ങളുടെ പഴക്കമുള്ള മല ത്തിനടിയിലാണ് ഒളിച്ച് കിടക്കുന്നത്. എന്തായാലും കഷ്ടപ്പെട്ടാലേ നിധി ലഭിക്കൂ. വെറുതെ ഇത് മുഴുവൻ കോരിവറ്റിക്കുന്നതിനേക്കാൾ ആരെ ങ്കിലും ഒരാൾ ഇറങ്ങിയാൽ മതിയാകും. ഞാൻ പേരുപറയാതെ സ്വമേ ധയാ ഇതിൽ ഇറങ്ങാൻ ആരെങ്കിലും തയ്യാറുണ്ടോ എന്ന് ചോദിച്ചു. വിഷ്ണുവായിരുന്നു മനസ്സിലെ ലക്ഷ്യം, പക്ഷേ, അവൻ മൗനം ഭാവിച്ച് നിന്നതല്ലാതെ മുഖത്ത് പോലും നോക്കിയില്ല. ഇതിനോടകം എസ് ഐ അരുൺ ഇറങ്ങാൻ തയ്യാറായി കഴിഞ്ഞിരുന്നു.

“സാർ ഞാൻ ഇറങ്ങാം. കയർ ഏതെങ്കിലും മരത്തിൽ കെട്ടിയാൽ മതി”

“ഇത്ര ആവേശം കാട്ടാൻ ഇതിനകത്ത് യഥാർത്ഥ നിധിയൊന്നു മല്ല. പിന്നെ ഈ കാണുന്നത് വർഷങ്ങളുടെ പഴക്കമുള്ള മലമാണ്. എത്ര ആഴമുണ്ടന്നോ മറ്റും നോക്കാതെ ചാടിയാൽ മലത്തിൽ പൊതഞ്ഞ് ചത്തു പോകും. ഞാൻ നിധിയെന്ന് പറഞ്ഞത് കൊലപാതകത്തിന് ഉപയോ ഗിച്ച വസ്തുക്കളാണ്. ഇതിന്റെ അകത്ത് അതിന്റെ അവസ്ഥ എന്തായി രിക്കുമെന്ന് നമ്മൾ ചിന്തിക്കുന്നതിലും അപ്പുറമാണ്. ഇതിനകത്ത് ഇറ ങ്ങുന്നതും കയറുന്നതും ശ്രദ്ധിച്ച് വേണം. അപകടം പതിയിരിക്കുന്ന സ്ഥലമാണ് ഈ ബംഗ്ലാവ് മുഴുവൻ. എന്തായാലും അല്പനേരത്തെ വിശ്രമത്തിന് ശേഷം അന്വേഷണം തുടങ്ങാം”

വിശ്രമവേളയിൽ ഞാൻ എല്ലാവരോടുമായി ചോദിച്ചു “നമുക്ക് ഒരു കളികളിച്ചാലോ?”

അനവസരത്തിലുള്ള ആ ചോദ്യം പലരെയും പലതരത്തിൽ ചിന്തി ക്കാൻ പ്രേരിപ്പിച്ചു. തങ്ങളെ മണ്ടന്മാരാക്കുകയാണോ എന്ന സംശയ ത്തോടെ അരുൺ ചോദിച്ചു. “ഈ നേരത്ത് എന്ത് കളിയാ സാർ?”

“അതൊക്കെപ്പറയാം.”

മൂർത്തിയോടായി ഞാൻ ചോദിച്ചു. “പെന്നും പേപ്പറും ഒരു ചിന്ന ടിന്നും കെടയ്ക്കുമാ?”

“നാൻ ഇങ്കയിരിക്കുമ്പോൾ ഉനക്ക് എന്നവേണേലും കിടയ്ക്കും സാർ?”

മൂർത്തി ഞാൻ പറഞ്ഞ സാധനങ്ങളുമായി വന്നപ്പോൾ “ഇന്ത വിള യാട്ടത്തിൽ മൂർത്തിയെക്കൂടി സേർക്കുകയാണ്. നാങ്ക ഒരുമ താൻ നാങ്ക ശക്തി. അത് നീ തപ്പ് പണ്ണ കൂടാത്.”

പേപ്പർ ആറ് കഷണങ്ങളാക്കി. ഞാനുൾപ്പെട്ട ആറുപേരുടെ പേരു കൾ അരുണിനെക്കൊണ്ട് എഴുതിപ്പിച്ച് ആ ടിന്നിനകത്തിട്ടു. ആ ടിൻ വാങ്ങിയശേഷം മൂർത്തിയോട് അതിൽ നിന്നും ഒരു ചുരുട്ട് എടുക്കാനും

അതോടൊപ്പം ഈ ചുരുട്ടിൽ എഴുതിയിരിക്കുന്ന പേര് ആരുടേതാണോ അയാളാവും നിധി തേടി ഈ കിടങ്ങിൽ ഇറങ്ങേണ്ടിവരുകയെന്നും ഞാൻ പറഞ്ഞു. മനസ്സിൽ വിഷ്ണു വരും എന്നുള്ള അമിത പ്രതീക്ഷ മാത്രമേ ഉണ്ടായിരുന്നുള്ളു.

മൂർത്തി ചുരുട്ട് എടുത്ത് തന്നു. അത് തുറന്നപ്പോൾ എന്ത് പറയണമെന്നറിയാതെ ഒരു നിമിഷം ഞാൻ നിന്നുപോയി. അടുത്ത നിമിഷം ബാക്കി ചുരുട്ടുകൾ അടങ്ങുന്ന ടിൻ ടാങ്കിലേക്ക് ഇട്ട ശേഷം വിഷ്ണുവിനോട് ഞാൻ ചോദിച്ചു, അപ്പോൾ ഊണ് കഴിഞ്ഞിട്ട് ഇറങ്ങിയാൽ പോരെ? അവൻ മതിയെന്ന് പറഞ്ഞപ്പോൾ എല്ലാവരോടും ഭക്ഷണം കഴിച്ച ശേഷം വരാൻ പറഞ്ഞു. കൈ കഴുകിയശേഷം മുറ്റത്തിറങ്ങി ഒരല്പം മാറി നിന്ന് ഒരു സിഗരറ്റ് വലിക്കുന്നതിനിടയിൽ അരുൺ വന്നിട്ട് ചോദിച്ചു. “ചുരുട്ടിൽ സാറിന്റെ പേരായിരുന്നല്ലേ?”

ആ ചോദ്യം എന്നെ ശരിക്കും ഞെട്ടിച്ചു. ഒരു കാരണവശാലും ചുരുട്ടിലെ പേരുകാണാൻ കഴിയാത്ത വിധം എന്റെ മുന്നിലായിരുന്നു എല്ലാവരും നിന്നിരുന്നത്. അതിലുപരി ആ ചുരുട്ടും ആരും കാണാതെ ഞാൻ ടാങ്കിലേക്ക് ഇട്ടിരുന്നു. അതിനാൽ വർദ്ധിച്ച സംശയത്തോടെ ഞാൻ ചോദിച്ചു.

“അത് അരുണിനെങ്ങനെ മനസ്സിലായി?”

“ഫെയ്സ് ഈസ് ദ ഇൻഡക്സ് ഓഫ് ദ മൈന്റ്” എന്ന് പറയാറില്ലേ? ആ ചുരുട്ട് നിവർത്തിയ നിമിഷങ്ങൾക്കുള്ളിലെ നിമിഷത്തിൽ സാറിന്റെ മുഖത്തുണ്ടായ മ്ലാനത എന്റെ മനസ്സിനെ സ്പർശിച്ചു. സാറിന്റെ പേരാണെങ്കിൽ സാർ ബാലൻസുള്ള ആ ചുരുട്ടുകൾ ടാങ്കിലേക്കിടുകയോ നശിപ്പിക്കുകയോ ചെയ്യുമെന്ന് എന്നിലെ കുറ്റകൃത്യങ്ങൾക്ക് കൂട്ടുനില്ക്കുന്ന മനസ്സിന്റെ ഭാഗം അശരീരി മുഴക്കി. അങ്ങനെ സംഭവിക്കുകയും ചെയ്തു.”

“ഒരു വലിയപാഠമാണ് അരുൺ പറഞ്ഞത്. ഒരു കുറ്റാന്വേഷകൻ തന്റെ മുന്നിലുള്ള വസ്തുക്കൾ തെളിവായാലും മറ്റെന്തായാലും വ്യക്തമായി കണ്ടിരിക്കണം. അതുപോലെ ഓരോ മൊഴികളിലെ സത്യവും അസത്യവും വേർതിരിച്ച് മനസ്സിലാക്കാനുള്ള കഴിവുണ്ടാകണം.”

“ഓകെ സാർ”

“വിഷ്ണുവിന്റെ മടി കണ്ട് അവനൊരു പണി കൊടുക്കണമെന്ന് കരുതി. അതിനകത്ത് നമുക്കാവശ്യപ്പെട്ട എന്തെങ്കിലും സംഗതിയുണ്ടോ എന്നറിയണം?”

“ഓകെ സാർ”

സത്യത്തിൽ വിഷ്ണു മലത്തിൽ കുളിച്ചു എന്ന് പറയുന്നതാവും ശരി. ആ കിടങ്ങിനകത്ത് മലമല്ലാതെ യാതൊരു നിധിയും ഇല്ലായിരുന്നു. അത് ഞാനുൾപ്പെടെ എല്ലാവരിലും നിരാശ ഉണ്ടാക്കി. ഒരിക്കലും പ്രതീക്ഷിക്കാത്തതാണ് സംഭവിച്ചത്. സന്ധ്യയായതിനാലും എല്ലാവരുടെ

പ്രതീക്ഷ നഷ്ടപ്പെട്ടതിനാലും അന്നത്തെ പണി അവസാനിപ്പിക്കാൻ തീരുമാനിച്ചു.

നേരം പുലർന്ന് മറ്റുള്ളവർ നിരാശരായി ഇരുന്നപ്പോൾ ക്ലോസറ്റിന്റെ പടിക്കെട്ടിലൂടെ ഞാൻ ഇറങ്ങി. കൈയിൽ ഒരു ചെറിയ കൈക്കോടാലി കരുതിയിരുന്നു. താഴെ ഇറങ്ങി എല്ലാ ഭാഗത്തും കുത്തിയും തോണ്ടിയും നോക്കി. എന്തിനാവും ക്ലോസറ്റിനടിയിൽ സെപ്റ്റിക് ടാങ്കിലേക്ക് ഒരു വഴി നിർമ്മിച്ചിരിക്കുന്നതെന്ന് ഒരു തരത്തിലും മനസ്സിലായില്ല. സാധാരണ സെപ്റ്റിക് ടാങ്കിനേക്കാൾ അല്പം ആഴക്കൂടുതലുണ്ടെന്നതൊഴിച്ചാൽ അതിനകത്ത് ഒന്നും തന്നെ ഇല്ല.

ഞാൻ പുറത്ത് വന്നശേഷം ഒരു കയറിൽ തൂങ്ങി ടാങ്കിനകത്ത് ഇറങ്ങിയശേഷം ഒരു കമ്പികൊണ്ട് പലസ്ഥലത്തും കുത്തിനോക്കി. വൃത്തത്തിൽ കോൺക്രീറ്റ് ഉറകൾ ഇറക്കിയിരിക്കുകയാണ്. ക്ലോസറ്റിൽ നിന്നും പോകുന്ന വഴി അവസാനിക്കുന്നതിന് വിപരീതമായി കുത്തി നോക്കിയപ്പോൾ ഒരു വലിയ ദ്വാരം ഉള്ളതുപോലെ തോന്നി. അവിടെ കണ്ട കോൺക്രീറ്റ് അടപ്പ് ചുറ്റിക ഉപയോഗിച്ച് അടിച്ച് പൊട്ടിച്ചശേഷം അതിനകത്ത് കയറി. ഇഴഞ്ഞ് വേണം അതിനകത്ത് കയറാൻ. അതിനുള്ളിൽ കയറിയപ്പോൾ ഒരാൾക്ക് സഞ്ചരിക്കാൻ തക്ക രീതിയിലുള്ള ഒരു ഗുഹ കണ്ടു. മൂർത്തി കൊണ്ടുതന്ന ഹെഡ്‌ലൈറ്റ് കരുതിയിരുന്നു. പലകയുടെ ഉപയോഗം ഇപ്പോഴാണ് മനസ്സിലായത്. ക്ലോസറ്റിൽ നിന്നും വരുന്ന വഴിയെ ഗുഹയുമായി ബന്ധിപ്പിക്കാനാണ് പലക ഉപയോഗിച്ചിരുന്നത്.

ഗുഹയ്ക്കകത്ത് കയറിയപ്പോൾ അവിടെ കണ്ട ഒരു ബോർഡിൽ ഇങ്ങനെ എഴുതി വച്ചിരുന്നു.

"ദ വേ ടു വാലി ഓഫ് ഡെത്ത്." മുഴുവൻ ടൈൽസ് ഒട്ടിച്ച മാറാല പിടിച്ച അതുവഴി കുനിഞ്ഞ് നടന്ന് ചെന്നപ്പോൾ മുന്നിൽ അഗാധ ഗർത്തത്തിന്റെ മഞ്ഞിൽ പൊതിഞ്ഞ മുകൾപ്പരപ്പ് ഞാൻ കണ്ടു. ഭൂമിക്കടിയിലൂടെ വൈദ്യുതിവരെ അവിടെ കൊണ്ടെത്തിച്ചിട്ടുണ്ട്. ഭിത്തിയിലുണ്ടായിരുന്ന സ്വിച്ചിൽ തൊട്ടപ്പോൾ അവിടെ മുഴുവൻ പ്രകാശമാനമായി. ഗുഹയുടെ അഗ്രത്തിന് ഒരു മുറിയുടെ വിസ്താരം ഉണ്ടായിരുന്നു. അതു പോരാഞ്ഞിട്ട് മുറിയുടെ അഗ്രഭാഗത്ത് കട്ടികൂടിയ രീതിയിൽ കെട്ടിയ ഇരുമ്പ് തട്ടുപോലൊന്ന് തറയ്ക്ക് സമാന്തരമായി ശ്രദ്ധയിൽപ്പെട്ടു. അതിനെ പ്രവർത്തിപ്പിക്കുന്ന യന്ത്രത്തിൽ പിടിച്ച് കറക്കിയപ്പോൾ ആ ഇരുമ്പ് തട്ട് മുമ്പിലേക്ക് നീങ്ങുന്നു. അത് മുഴുവൻ കറക്കി തീർന്നപ്പോൾ തട്ട് ഗുഹയിൽനിന്നും അടർന്നു മാറി ഗുഹയ്ക്കുമുന്നിൽ, ഗർത്തത്തിന് മുകളിൽ, ആ വെൺ മേഘശകലങ്ങൾക്ക് മുകളിൽ അത് നിന്നു. അതുവരെ കുരുക്കെറിഞ്ഞ് കൊന്ന് കയറിൽ കെട്ടിതൂക്കി നിർത്തിയിരുന്നതെന്ന് കരുതിയ കൊലപാതകത്തിൽ ഇതുപോലൊരു ഒളികവചത്തിന്റെ അവശ്യകതയെപ്പറ്റി എനിക്ക് ഒന്നും മനസ്സിലായില്ല.

രണ്ട് ദിവസം ഇടതടവില്ലാതെ അന്വേഷിച്ചെങ്കിലും ശക്തിവേലിന്റെ

സഹായത്തോടെ ശിവദത്തനെയും ബ്രോക്കർ രാമുവിനെയും കണ്ടെത്താൻ കഴിഞ്ഞില്ല. ശക്തിവേൽ ഞങ്ങളെ കബളിപ്പിക്കുകയാണെന്ന് പരിപൂർണ്ണ ബോദ്ധ്യമായി. അയാളിലൂടെ അവരെ കണ്ടെത്താൻ കഴിയില്ല എന്നു മനസ്സിലായപ്പോൾ തുരപ്പൻ ഭാസിയെ ആരുമറിയാതെ കൊടൈക്കനാലിലെത്തിച്ചു. നമ്മുടെ ഡിപ്പാർട്ട്മെന്റിൽ വേഷം മാറി രഹസ്യം ചോർത്താനും കുറ്റവാളിയെ കണ്ടെത്താനും ഭാസി കഴിഞ്ഞേ മറ്റൊരാൾ ഉള്ളു. ഭാസി ഒരു കച്ചവടക്കാരനായി ടൗണിൽ കൂടാമെന്ന് പറഞ്ഞു. അങ്ങനെ ബാരിസ്റ്ററണിനടുത്ത് തന്നെ തുരപ്പൻ ഭാസി കയറിക്കൂടി. ഈ കാര്യം ഞാൻ മറ്റാരെയും അറിയിച്ചില്ല.

രഹസ്യമായി അവന്റെ ഒളിത്താവളം കണ്ടെത്തിയാൽ എന്നെ അറിയിക്കണം. മറിച്ച് ഒറ്റയ്ക്ക് അവന്റെ അരികിലേയ്ക്ക് പോകാൻ പാടില്ലെന്ന് കർശന നിർദ്ദേശം നല്കുകയും ചെയ്തു. കാർത്തിയുടെ കൊലപാതകി ആര് എന്നുള്ളതിനേക്കാൾ കൊലപാതക കാരണം എന്താണെന്നറിയാനാണ് ഞാൻ ആദ്യം ശ്രമിച്ചത്. ഒരുപക്ഷേ, സൂര്യയോ സൂര്യയുടെ അച്ഛനോ ആണ് കുറ്റക്കാരനെങ്കിൽ വ്യക്തമായ തെളിവുകൾ കിട്ടിയില്ലെങ്കിൽ പണത്തിന്റെ ബലത്തിൽ അവർ പുഷ്പംപോലെ രക്ഷപ്പെടും. അതിനാൽ ശിവദത്തനെ തൽക്കാലം ഭാസിയെ ഏല്പിച്ച് ഞാനും എന്റെ സംഘവും ദേവഗിരിയിലേക്ക് മടങ്ങി."

ഭാഗം രണ്ട്

"ഒരു നിമിഷം ഞാൻ നിങ്ങളുടെ ശ്രദ്ധയെ ഈ ഓഡിറ്റോറിയത്തിലേക്ക് ക്ഷണിക്കുന്നു. ഒരു കോളേജ് ഓഡിറ്റോറിയത്തിൽ വളരെ ലളിതമായ രീതിയിൽ വിദ്യാർത്ഥികളുടെ സാന്നിദ്ധ്യത്തിൽ, അപൂർവ്വങ്ങളിൽ അപൂർവ്വമായി മാത്രമേ ഒരു വിവാഹം നടക്കുകയുള്ളൂ. എന്റെയും നിങ്ങളുടെ അദ്ധ്യാപികയുടെയും വിവാഹം ഇവിടെ ഈ രീതിയിൽ നടക്കാൻ കാരണം അവളുടെ ആർഭാടത്തിനും സ്വർണ്ണത്തിനുമെതിരെയുള്ള മനോഭാവമാണ്. ആർഭാടങ്ങളും സ്ത്രീധനവും വെട്ടിച്ചുരുക്കി ഉണ്ടാക്കിയ പണം മുഴുവൻ ദേവഗിരിയിലെ അനാഥാലയത്തിന് നല്കാൻ എന്നെ പ്രേരിപ്പിച്ച നിങ്ങളുടെ അദ്ധ്യാപികയോട്, എന്റെ പ്രതിശ്രുത വധുവിനോട് തീർത്താൽ തീരാത്ത കടപ്പാടുണ്ട്."

നിങ്ങളിൽ ഒരാൾ ഈ മാർഗ്ഗം സ്വീകരിച്ചാൽ ഞങ്ങളുടെ മാതൃക അർത്ഥവത്തായി. നാളെ ഞങ്ങൾ ദേവഗിരിയിലെ അനാഥാലയത്തിലുണ്ടാവും. ഈ കഥ ഇന്നു പൂർത്തിയാക്കാനാവില്ല. അതിനാൽ നിങ്ങൾ എല്ലാവരും നാളെ ദേവഗിരിയിലെ അനാഥാലയത്തിൽ വന്നാൽ കഥ നമുക്കു അവിടെ പൂർത്തിയാക്കാം.

"സാർ ഇന്നു പറയാവുന്നതിന്റെ പരമാവധി പറഞ്ഞുകൂടേ."

"പിന്നെന്താ, ഞാൻ നിങ്ങളെ അധികം മുഷിപ്പിക്കുന്നില്ല. മറ്റു കേസുകളിൽ നിന്ന് വ്യത്യസ്തമായി ഈ കേസിൽ അധികം ബുദ്ധി ഉപയോഗിച്ചല്ല ഞാൻ കൊലപാതകിയെ കണ്ടെത്തിയത്. സംഭാഷണങ്ങളിൽ നിന്ന് സംഭാഷണങ്ങളിലേക്ക് പോയ വഴിയിലാണ് ഒരു റെഡ് കളർ ചുരിദാറുകാരിയെ കണ്ടെത്തുന്നത്. ദേവഗിരിയിൽ മടങ്ങിയെത്തിയപ്പോൾ ഒരിക്കൽ കൂടി സൂര്യയെ തേടി പോകാമെന്ന് എന്റെ സംഘാംഗമായ സി ഐ ഷറഫുദീൻ പറഞ്ഞു."

"തെളിവുകളുടെ അഭാവത്തിലോ, വക്കീലിന്റെ കഴിവിനാലോ ജാമ്യം കിട്ടിയതാണെങ്കിൽ സൂര്യയെ പിടിച്ച് ഒരു മൂന്നാം മുറ നടത്തിയാൽ പോരേ?

"സൂര്യയെ വിശദമായി ചോദ്യം ചെയ്യാം. അതിനു മുൻപ് കാർത്തിയുടെ ജീവിത രഹസ്യങ്ങളെയും ശത്രുക്കളെയും പറ്റി അറിയാവുന്ന ഒരാൾ ഉള്ളപ്പോൾ സൂര്യയെ തേടി വീണ്ടും പോകുന്നത് ശരിയാണോ?"

"സാർ ആരെയാണ് ഉദ്ദേശിക്കുന്നത്?"

"കാർത്തിയുടെ ഭാര്യ പ്രാർത്ഥന. കാർത്തിക്കിനെപ്പറ്റി അവൾക്കറിയാവുന്നിടത്തോളം മറ്റാർക്കും അറിയാൻ സാദ്ധ്യതയില്ല."

"ഓ, അങ്ങനെയാണെങ്കിൽ കാർത്തിക്കിന്റെ ഭാര്യ എവിടെയാണുള്ളത് എന്ന് കണ്ടെത്തണമല്ലേ?"

"അതെ. സി ഐ ഷറഫുദ്ദീന്റെ അന്വേഷണത്തിനൊടുവിൽ കാർത്തിക്കിന്റെ ഭാര്യ പ്രാർത്ഥന അയ്യർ മറ്റ് കുട്ടികളോടൊപ്പം കോളേജ് ഹോസ്റ്റലിൽ ഉണ്ടെന്ന് മനസ്സിലായി. പ്രാർത്ഥന അയ്യർ ഗർഭിണിയായതിനാൽ അന്ന് വൈകുന്നേരത്തോടെ ഞാൻ കോളേജ് ഹോസ്റ്റലിലെത്തി. കരഞ്ഞ് തളർന്നിരിക്കുന്ന അവളുടെ മുഖത്തേക്ക് നോക്കിയപ്പോൾ പേമാരിക്ക് ശേഷം കാർമേഘങ്ങൾ കൊണ്ട് മൂടിക്കെട്ടിയ ആകാശത്തെ പോലെ തോന്നി. എങ്കിലും പരിചയപ്പെടലുകൾക്കവസാനം കാർത്തിയുടെ മരണവാർത്ത അറിയാത്ത അവളോട്, കാർത്തിയെ കണ്ടെത്തി നല്കുമെന്ന എന്റെ വാഗ്ദാനം അവളെ സംസാരിക്കാൻ പ്രേരിപ്പിച്ചു.

"ദേവഗിരിയിലെത്തി രണ്ട് മാസം തികയുന്നതിന് മുൻപ് പ്രാർത്ഥനയുടെ വിവാഹം നടന്നതിനാലാണ് ചോദിക്കുന്നത്. ഇവിടെ വന്ന് കണ്ടുമുട്ടി പരസ്പരം ഇഷ്ടപ്പെട്ടവരാണോ നിങ്ങൾ?"

"ഇവിടെ വരുന്നതിന് മുൻപ് ഞാനും കാർത്തിയും വടക്ക് പാണ്ഡവപുരം സ്കൂളിലെ സഹപാഠികളും പരിചയക്കാരുമായിരുന്നു."

"പരിചയക്കാരെന്ന് പറഞ്ഞാൽ എത്തരത്തിലുള്ള പരിചയമായിരുന്നു? അന്നു മുതലേ നിങ്ങൾ തമ്മിൽ പ്രണയത്തിലായിരുന്നോ?"

"അല്ല, അന്ന് ഞങ്ങൾ പരസ്പരം അധികം സംസാരിച്ചിട്ട് കൂടിയില്ല. കാർത്തിയെ അവസാനമായി പിരിഞ്ഞ നാളുകളിലെ കഥ ഞാൻ പറയാം. പത്താം ക്ലാസ് കഴിഞ്ഞപ്പോൾ ഞാൻ നാട്ടിലെ പഠനം ഉപേക്ഷിച്ച് മുംബൈയ്ക്ക് പോയി. മുംബൈയ്ക്ക് പോകുന്നതിന്റെ തലേ ദിവസം പാണ്ഡവപുരത്തെ ക്ഷേത്രത്തിനരികിലെ ആൽമരച്ചുവട്ടിൽ അവസാന പരീക്ഷ എഴുതിക്കഴിഞ്ഞ് വിശ്രമിക്കുന്ന കാർത്തിയോട് വളരെ വേഗത്തിൽ സൈക്കിളിൽ വന്ന കുട്ടാപ്പി. "കാർത്തീ, നീയറിഞ്ഞില്ലേ പ്രാർത്ഥന ഈ നാട്ടിലെ പഠനം മതിയാക്കി മുംബൈയ്ക്ക് പോകുന്നു. അവളുടെ അച്ഛന് അവിടെ മറ്റൊരു ജോലി ശരിയായി."

കാർത്തിക്ക് അത് വിശ്വസിക്കാനാവുന്ന കാര്യമായിരുന്നില്ല. അല്പനേരത്തിന് ശേഷവും സ്വബോധം വീണ്ടെടുക്കാനാവാതെ മിഴിച്ചിരുന്ന കാർത്തിക്കിനോട് കുട്ടാപ്പി വീണ്ടും ചോദിച്ചു.

"അവസാനം അവളെ നിങ്ങൾ രണ്ടാളുമല്ലാതെ മൂന്നാമതൊരാൾ കൊണ്ടുപോകുമോ?"

"ഇല്ലെടാ, അവൾ എവിടെപ്പോയാലും എവിടെ വളർന്നാലും എനിക്കുള്ളതാണ്. പ്രാർത്ഥനയില്ലെങ്കിൽ കാർത്തിയില്ല. പ്രാർത്ഥനയ്ക്കായി ജനിച്ചവനാണ് കാർത്തിക്ക്."

ഇത് കേട്ടുവന്ന നിധീഷ് പണിക്കർ വളരെ ദേഷ്യത്തോടെ– "അതേടാ അവൾ എവിടെപ്പോയാലും എവിടെ വളർന്നാലും ആര് കൊണ്ടു പോയാലും; അത് നീയാണെങ്കിൽ പോലും അവസാനം അവൾ എനിക്കുള്ളതാണ്. എനിക്ക് മാത്രമുള്ളതാണ് പ്രാർത്ഥന. ജീവിതത്തിൽ അവളെയല്ലാതെ മറ്റാരെയും ഞാൻ സ്നേഹിച്ചിട്ടില്ല; ഇനി സ്നേഹിക്കുകയുമില്ല. അവൾ കാരണം എന്റെ അച്ഛനോട് പോലും എനിക്ക് വെറുപ്പാണ്. അച്ഛനെ സ്നേഹിക്കുന്ന കാരണത്താൽ അവളോടുള്ള സ്നേഹം കുറഞ്ഞ് പോകുമോ എന്നാ എന്റെ പേടി."

ഇതിൽ ക്ഷുഭിതനായ കാർത്തിക്– "നമ്മളിൽ ആരോടാ അവൾക്ക് ഇഷ്ടമെന്ന് അവൾ പോകുന്നതിന് മുൻപ് നമുക്ക് നോക്കാം."

"നോക്കാമെടാ കാർത്തി, അവസാനം അവളെ കിട്ടാഞ്ഞ് നീ ഇതു വഴി കരഞ്ഞ് നടക്കരുത്."

"ആരാ കരയുന്നതെന്ന് നമുക്ക് കാണാം."

കാർത്തിയും കുട്ടാപ്പിയും സ്കൂളിലെത്തിയപ്പോഴേക്കും അദ്ധ്യാപകരോടും കൂട്ടുകാരോടും യാത്ര പറഞ്ഞ് ഞാനും അച്ഛനും കാറിൽക്കയറി യാത്രയായിക്കഴിഞ്ഞിരുന്നു. കരയാറായ കാർത്തിക്കിനോട് കുട്ടാപ്പി.

"അവർ പൊയ്ക്കോട്ടെ നമുക്ക് ഈ ഇടവഴിയിലൂടെ പോകാം. ലെവൽക്രോസിന്റെ അവിടെ കാർ എത്തുന്നതിന് മുൻപ് ഞാൻ നിന്നെയവിടെ എത്തിച്ചിരിക്കും." ഇതും പറഞ്ഞ് ഒരു ഇടവഴിയിലൂടെ കാർത്തിയെയും കൊണ്ട് സുഹൃത്തായ കുട്ടാപ്പി ശരവേഗത്തിൽ സൈക്കിൾ ചവിട്ടിപ്പോയി. സ്കൂളിൽ നിന്ന് വീട്ടിലേക്ക് കാർ കുറച്ച് മുന്നിലേക്ക് ചെന്നപ്പോൾ ഞാൻ അച്ഛനോട് പറഞ്ഞു.

"ഈ സ്കൂളിലെ എന്റെ അവസാനത്തെ ദിവസമല്ലേ? ഞാൻ തിരികെ സ്കൂളിൽ പോയിട്ട് വൈകുന്നേരം കൂട്ടുകാരൊടൊപ്പം വരാം."

എനിക്ക് പാണ്ഡവപുരത്ത് നിന്നും പോകുന്നതിൽ അതിയായ വിഷമം ഉണ്ടായിരുന്നു. എന്റെ മനസ്സ് വായിച്ചെടുക്കാനറിയുന്ന അച്ഛൻ എന്റെ ആഗ്രഹത്തിന് തടസ്സം നിന്നില്ല. തിരികെ സ്കൂളിൽ കൊണ്ട് വിടാമെന്ന് പറഞ്ഞെങ്കിലും നടന്നു പോകാമെന്ന് പറഞ്ഞ് ഞാൻ സ്കൂളിലേക്ക് മടങ്ങി.

ഞാൻ സ്കൂളിലേക്ക് മടങ്ങിയതറിയാതെ കാർത്തിയും കുട്ടാപ്പിയും ഇടവഴിയിലൂടെ റോഡിൽക്കയറിയപ്പോൾ എന്റെ കാർ പോകുന്നത് കണ്ടു. അതിനെ അവർ പിന്തുടർന്നെങ്കിലും നിർഭാഗ്യത്തിന് ലെവൽക്രോസ് കടന്നു പോയി. കാർത്തിയൊക്കെ സൈക്കിൾ ചവിട്ടി

എത്തിയപ്പോൾ ഒരു ഗുഡ്സ് ട്രെയിൻ കടന്ന് പോകുന്നു. ട്രെയിൻ പോയി ക്കഴിഞ്ഞപ്പോൾ കാറിന് പുറകെ പോയി കാർ പോയ എല്ലാസ്ഥലത്തും അന്വേഷിച്ച് എന്നെ കാണാതെ അവശരായി അവസാനം സ്കൂളിലേക്ക് തന്നെ മടങ്ങി. വൈകുന്നേരമായപ്പോൾ ഞാനും കൂട്ടുകാരും തിരികെ വീട്ടിലേക്ക് മടങ്ങാനായി സൈക്കിളിൽ കയറി. ഞാൻ അനുശ്രീയുടെ സൈക്കിളിലാണ് ഇരുന്നത്. ആൺപെൺ വ്യത്യാസമില്ലാതെ പാണ്ഡവ പുരത്ത് മിക്ക കുട്ടികൾക്കും സൈക്കിൾ ഉണ്ട്. നിരത്തിലെ രാജാക്ക ന്മാർ അവിടെ സൈക്കിളുകളാണ്. വെട്ടിയൊതുക്കി പോകുന്ന സൈക്കിൾക്കൂട്ടം പ്രായഭേദമെന്യേ ആരുടെ മനസ്സിനെയും ഹരം കൊള്ളി ക്കുന്ന കാഴ്ചയാണ്.

അരയാൽ ചുവട്ടിലിരുന്ന കാർത്തിക്ക് ആദ്യം എന്നെ കണ്ടപ്പോൾ വിശ്വസിക്കാൻ കഴിഞ്ഞില്ല. അവന് എന്നോട് എന്തൊക്കെയോ പറയ ണമെന്നുണ്ടായിരുന്നു. പക്ഷേ, അനുശ്രീ കാരണം ഒന്നും പറയാനായി ല്ല. അനു ഇന്നും അന്നും എന്റെ ഏറ്റവും അടുത്ത സുഹൃത്താണ്. ഞാൻ കാർത്തിക്കിനോട് യാത്ര പറയാൻ തുടങ്ങിയപ്പോൾ എന്റെ വാക്കുകളെ തടസ്സപ്പെടുത്തി അനുശ്രീ പറഞ്ഞു. "ഇവൾ നാളെ ഇവിടെ നിന്ന് മുംബൈയ്ക്ക് പോകുന്നു."

അതും പറഞ്ഞ് അനുശ്രീ സൈക്കിൾ ചവിട്ടി പോകാൻ തുടങ്ങി. അനുശ്രീക്ക് കാർത്തിയെ ഇഷ്ടമായിരുന്നില്ല. അതിന് പ്രത്യേകിച്ച് കാര ണമൊന്നുമില്ല. അവളെ എതിർത്ത് സംസാരിക്കാനുള്ള ധൈര്യമില്ലാത്ത തിനാൽ എന്റെ മിഴികളിലൂടെ ഞാൻ കാർത്തിയോട് വിടപറഞ്ഞു.

അന്നു സന്ധ്യയായപ്പോൾ കാർത്തിക് തൊട്ടടുത്ത വീട്ടിൽ ആരുമി ല്ലാത്ത സമയം നോക്കി അവിടെക്കയറി എന്റെ വീട്ടിലേക്ക് വിളിച്ചു. കുട്ടാ പ്പിയാണ് നമ്പർ സംഘടിപ്പിച്ചു കൊടുത്തത്. ജീവിതത്തിൽ അതിന് മുൻപും അതിനു ശേഷവും അവൻ ആ സമയത്തെ അത്ര ഭയപ്പെട്ടിട്ടു ണ്ടാവില്ല. ഭാഗ്യത്തിന് ഞാൻ തന്നെയാണ് ഫോൺ എടുത്തത്.

"ഹലോ, പ്രാർത്ഥനയുടെ വീടല്ലേ?"

"അതേല്ലോ, ഇതാരാ?"

"ഇത് ഞാനാ കാർത്തിക്"

"എന്താടാ വിളിച്ചത്?"

"എനിക്ക് പ്രാർത്ഥനയെ ഒന്നുകാണണം. ഒരു കാര്യം ചോദിക്കാ നാണ്?"

ഇത്രയും പറഞ്ഞശേഷം അവൻ പുറത്തേക്ക് തള്ളിയ ദീർഘ നിശ്വാ സത്തിന് ഒരു കൊടുങ്കാറ്റിന്റെ ശക്തി ഇങ്ങേത്തലക്കൽ ഫോണുമായി നിന്ന ഞാൻ അനുഭവിച്ചറിഞ്ഞു.

"എന്തെങ്കിലും ചോദിക്കാനുണ്ടെങ്കിൽ ഫോണിലൂടെ ചോദിച്ചാൽ പോരെ?"

"ഒന്നു കാണണമായിരുന്നു. അത്യാവശ്യമാണ്. ഫോണിലൂടെ പറയാൻ പറ്റില്ല അതാ കാണണമെന്ന് പറഞ്ഞത്?"

"നാളെ ഞാൻ പോവുകയാണ്. പിന്നെ എപ്പോഴാണ് നമ്മൾ തമ്മിൽ കാണുന്നത്?"

"നാളെ എപ്പോഴാണ് പോകുന്നത്?"

"വൈകുന്നേരം"

"എങ്കിൽ നാളെ രാവിലെ ക്ഷേത്രത്തിൽ വരാമോ?"

ഞാൻ മറ്റൊന്നും ആലോചിക്കാതെ വരാമെന്ന് പറഞ്ഞു. നാളെ കാണാമെന്ന് പറഞ്ഞ് കാർത്തിക് ഫോൺ കട്ടാക്കിയ ശേഷം ആരും കാണാതെ വീട്ടിൽ നിന്നിറങ്ങി കുട്ടാപ്പിയുടെ അടുത്തേക്ക് ഓടി. യുദ്ധം ജയിച്ച യോദ്ധാവിന്റെ മനസ്സായിരുന്നു അവനപ്പോൾ. രണ്ടാളും പൂർണ്ണ നിലാവിൽ കുളിച്ച കടൽക്കരയിൽ കിടന്ന് മുകളിലേക്ക് നോക്കി. കാർത്തിക്ക് പൂർണ്ണനിലാവ് പൊഴിക്കുന്ന ചന്ദ്രനെയും, മിന്നിത്തിളങ്ങിയ നക്ഷത്രങ്ങളെയും കണ്ടപ്പോൾ ഒരല്പം അഹങ്കാരം ഉള്ളിലുദിച്ചു. അതിന്റെ ഫലമായി കുട്ടാപ്പിയോട് ഫോൺ സംഭാഷണം പറഞ്ഞ് കേൾപ്പിച്ചു. എല്ലാം കേട്ടശേഷം കുട്ടാപ്പി ചോദിച്ചു.

"അങ്ങനെ പ്രാർത്ഥനയ്ക്കായുള്ള യുദ്ധത്തിൽ നീ നിധീഷിനെ തോല്പിച്ചു അല്ലേ? പാവം നിധീഷ്. അവനും അവളെ ഒരുപാട് സ്നേഹിച്ചിരുന്നു."

"ആരെല്ലാം ഇഷ്ടപ്പെട്ടാലും ആരുടേതാണോ പവിത്രമായ-ആത്മാർത്ഥമായ പ്രണയം അത് ദൈവം തിരിച്ചറിയും. ശാശ്വത വിജയം അതിന് മാത്രം അവകാശപ്പെട്ടതായിരിക്കും." അന്നു രാത്രി കാർത്തിക്ക് കിടക്കയിൽ കിടന്നെങ്കിലും ഉറക്കം വന്നില്ല. അഹങ്കാരവും ഭയവും സന്തോഷവും എന്നുവേണ്ട പല ഭാവങ്ങൾ ഒരേ നിമിഷം അവന്റെ മനസ്സിലൂടെ മിന്നിമറഞ്ഞു.

സൂര്യൻ ഉദിച്ച് ഉയരുന്നതിനൊപ്പം കുളിച്ച് ഉള്ളതിൽ ഏറ്റവും നല്ല വസ്ത്രം ധരിച്ച് സുന്ദരനായി പാണ്ഡവപുരത്തെ ക്ഷേത്രത്തിലെ ആൽമരച്ചുവട്ടിൽ പ്രാർത്ഥനയുടെ വരവും കാത്ത് ഒരു വേഴാമ്പലിനെപ്പോലെ അവൻ നിന്നു. സമയം ഇഴഞ്ഞ് നീങ്ങി. നിഴലിന്റെ ദൈർഘ്യം കുറഞ്ഞ് കുറഞ്ഞ് വന്നു. എന്നിട്ടും പ്രാർത്ഥന വന്നില്ല. അവസാനം ക്ഷേത്രനട അടച്ച് കഴിഞ്ഞപ്പോൾ സൈക്കിളിൽ വന്ന നിധീഷ് പണിക്കർ. "എന്താടാ അവൾ ഇതുവരെയായിട്ടും വന്നില്ലേ? എനിക്കു വേണ്ടി നിന്നെ അവൾ ഇങ്ങനെ പറ്റിക്കുമെന്ന് ഒരിക്കലും ഞാൻ കരുതിയില്ല."

കര ലക്ഷ്യമാക്കി ഉദിച്ചുയരുന്ന രാക്ഷസത്തിരമാലയെ പോലെ മനസ്സിൽ പൊന്തിയ പകയുമായി തൊട്ടടുത്ത ബൂത്തിൽ കയറി കാർത്തിക് എന്നെ വിളിച്ചു. "നീയെന്താ ക്ഷേത്രത്തിൽ വരാതിരുന്നത്? കഴിയില്ലായിരുന്നെങ്കിൽ ഇന്നലെ തന്നെ പറഞ്ഞുകൂടായിരുന്നോ? എന്നെ എന്തിനാണ് നിധീഷുമായി ചേർന്ന് വഞ്ചിച്ചത്?"

“ഞാൻ ആരുടെയും കൂടെ ചേർന്ന് ആരെയും വഞ്ചിച്ചിട്ടില്ല. നിനക്കെന്താ ചോദിക്കാനുള്ളത്? പിന്നെ നിന്നെ കാണാനായി ക്ഷേത്രത്തിൽ വന്നാലത് ശരിയാവില്ല, കാർത്തി.”

“എന്തേ ഇന്നലെ നിനക്കീ തോന്നലുണ്ടാവാഞ്ഞത്?”

ആ ചോദ്യം കേട്ടപ്പോൾ എനിക്കും അല്പം ദേഷ്യം വന്നു.

“നിനക്ക് എന്താ ചോദിക്കാനുള്ളത്?”

“നിനക്ക് വൈകുന്നേരം ക്ഷേത്രത്തിൽ വരാൻ കഴിയുമോ?”

“ഞങ്ങൾ വൈകുന്നേരത്തെ ട്രെയിനിലാണ് പോകുന്നത്. അപ്പോൾ ഞാനെങ്ങനെ വരാനാണ്? നീ കാര്യം പറയ് കാർത്തി.”

“ഏയ് ഒന്നുമില്ല. ഒന്നു കാണണമായിരുന്നു അത്രതന്നെ. നീ ഫോൺ വച്ചോ.”

ഞാൻ പറയുന്നത് കേൾക്കാതെ കാർത്തി ഫോൺ കട്ടാക്കി. എല്ലാം നഷ്ടപ്പെട്ട ഒരാളുടെ അവസ്ഥയിലായിരുന്നു അവൻ. അടുത്ത ദിവസം പോകുന്ന വഴി മുഴുവൻ എന്റെ കണ്ണുകൾ കാർത്തിക്കിനെ തിരയുന്നുണ്ടായിരുന്നു. പക്ഷേ, എങ്ങും കണ്ടെത്താൻ കഴിഞ്ഞില്ല. ഇത്രയും പറഞ്ഞശേഷം പ്രാർത്ഥന മൗനംപൂണ്ട് വിദൂരതയിലേക്ക് നോക്കിനിന്നു.

“കാർത്തി പ്രാർത്ഥനയെ കാത്ത് നില്ക്കുകയാണെന്ന് നിധീഷിന് എങ്ങനെയാണ് മനസ്സിലായത്?”

“അത് അവന്റെ ഊഹമായിരുന്നു. പക്ഷേ, അത് ശരിയുമായിരുന്നു.”

“അന്ന് പിരിഞ്ഞ നിങ്ങൾ ഇവിടെ വന്നതിനുശേഷം മാത്രമാണോ തമ്മിൽ കാണുന്നത്?”

“അതെ"

“മനസ്സിൽ പ്രണയം ഇല്ലാത്തതു കാരണമാണോ കാർത്തിയെ കാണാൻ ക്ഷേത്രത്തിൽ പോകാതിരുന്നത്?”

“മനസ്സിൽ പ്രണയം ഒന്നും ഉണ്ടായിരുന്നില്ല. പിന്നെ ക്ഷേത്രത്തിൽ പോകാനായി അനുശ്രീയെ വിളിച്ചപ്പോൾ അവൾ കാർത്തിയെ കാണാനായി പോകരുതെന്ന് പറഞ്ഞ് ഒരുപാട് ഉപദേശിച്ചു. ആ ഉപദേശത്തിൽ കാര്യമുണ്ടെന്ന് എനിക്ക് തോന്നി. അതിലുപരി പാണ്ഡവപുരത്ത് എന്നോട് പ്രണയമുണ്ടായിരുന്ന മറ്റൊരാളായിരുന്നു നിധീഷ് പണിക്കർ. നാട്ടിലെ ഒരു പ്രമാണിയുടെ മകനായിരുന്നു നിധീഷ്. അവനെ ഭയന്നാണ് ഞാൻ അല്പം പോലും കാർത്തിയെ കാണാൻ ശ്രമിക്കാതിരുന്നത്. കാർത്തിയും നിധീഷും ബദ്ധശത്രുക്കളാണ്. ഞാൻ കാരണമാണ് അവർ ശത്രുക്കളായത്. ആ ശത്രുത ഞാൻ പിരിയുമ്പോൾ അവസാനിക്കണമെന്ന് കരുതി.”

“ജീവിതത്തിൽ പിന്നെ ഒരിക്കലും തമ്മിൽ കണ്ടിട്ടില്ലാത്ത, മനസ്സിൽ പ്രണയമില്ലാതെ പിരിഞ്ഞ പ്രാർത്ഥനയെ എങ്ങനെയാണ് കാർത്തിക് നിധീഷിനെ തോല്പിച്ച് ഭാര്യയാക്കിയത്?”

അല്പനേരത്തെ മൗനത്തിന് ശേഷം പ്രാർത്ഥന വിദൂരതയിൽ

നിന്നും കണ്ണുകൾ പിൻവലിച്ചു. ഹോസ്റ്റലിലെ വരാന്തയിൽ ഇളം കാറ്റ് വീശിക്കൊണ്ടിരുന്നു. വിദൂരതയിൽനിന്നും ഒരു പരുന്ത് വട്ടമിട്ട് താഴേക്ക് പറന്നുവന്നു ഒപ്പം പ്രാർത്ഥനയുടെ ഓർമ്മകളും.

"ദൈവസ്തുതി പാടി പ്രാർത്ഥിച്ചതിന് ശേഷം മാത്രമേ ഇവിടെ ഒരു ദിനം ആരംഭിക്കുകയുള്ളൂ. ദേവഗിരി ഒരു തടവറയാണ്. നല്ലത് ചിന്തിക്കുകയും പ്രവർത്തിക്കുകയും ചെയ്താൽ സ്വർഗ്ഗത്തിന്റെ തടവറയും മറിച്ചാണെങ്കിൽ നരകത്തിന്റെ തടവറയും. ദേവഗിരിയെ ഒരു തടവറയാക്കി മാറ്റുന്നത് പ്രിൻസിപ്പാളാണ്."

"പ്രാർത്ഥനയുടെ അടുക്കൽ വരുന്നതിന് മുൻപ് ഞാൻ ഇവിടത്തെ പ്രിൻസിപ്പാളിനെയും പ്രാർത്ഥനയുടെ അദ്ധ്യാപകൻ ജയദേവനെയും പറ്റി അന്വേഷിച്ചിരുന്നു. രണ്ടുപേരെയും പറ്റി ആരും അത്ര നല്ല അഭിപ്രായമല്ല പറഞ്ഞത്.

പ്രാർത്ഥനയ്ക്ക് അവരെപ്പറ്റി എന്താണഭിപ്രായം?"

"പ്രിൻസിപ്പാൾ കർമ്മചന്ദ്രൻ സാർ പേരുപോലെ തന്നെ എപ്പോഴും കർമ്മനിരതനായിരിക്കുന്ന; കോളേജിൽ ആർക്കും ഇഷ്ടമില്ലാത്ത, വളരെയധികം അച്ചടക്കം പറയുകയും പറയുന്നത് അതുപോലെ പ്രവർത്തിക്കുകയും ചെയ്യുന്ന ആളായിരുന്നു സാർ. അങ്ങനെയൊക്കെ യാണെങ്കിലും എനിക്ക് സാറിനെ വളരെയിഷ്ടമായിരുന്നു."

"പക്ഷികളുടെ കൂട്ടം കൂട്ടമായുള്ള സഞ്ചാരദിശയും അവയുടെ കൂട ണയാനുള്ള ധൃതിയും പകലിന്റെ അന്ത്യത്തെ സൂചിപ്പിച്ചു. വീശുന്ന കാറ്റിന് അനുഭവിച്ചറിയാത്ത അനുഭൂതി നല്കാൻ കഴിഞ്ഞു. അപ്പോൾ ഞാൻ ചോദിച്ചു.

"കോളേജിൽ എത്തിയ ഉടനെ പ്രാർത്ഥന കാർത്തിക്കിനെ കണ്ടുവോ?"

"ഇല്ല, മറ്റ് കോഴ്സുകളിൽ ജൂനിയേഴ്സിന്റെ സഭാകമ്പത്തെ അകറ്റാനും ഉള്ളിലെ കലകളെ പരിപോഷിപ്പിക്കുവാനുമായി 'വെൽക്കം' സീനിയേഴ്സ് നടത്തുമ്പോൾ ഇവിടെ സീനിയേഴ്സിന് പകരം അദ്ധ്യാ പകർ തന്നെ ആ ജോലി ഏറ്റെടുത്ത് സെൽഫ് ഇൻട്രൊഡക്ഷൻ എന്ന പേരിൽ നടത്തുന്നു. സെൽഫ് ഇൻട്രൊഡക്ഷൻ ആരംഭിച്ചത് ഇംഗ്ലീഷ് ഓപ്ഷനിൽ നിന്നായിരുന്നു. ആദ്യം തുടങ്ങിയത് അനുശ്രീയിൽ നിന്നും അന്നത്തെ സെൽഫ് ഇൻട്രൊഡക്ഷൻ അവസാനിച്ചത് എന്നിലുമായി രുന്നു.

"ഞാൻ പ്രാർത്ഥന അയ്യർ. ഞാൻ വളർന്നതും പത്താംക്ലാസ് വരെ പഠിച്ചതും പാണ്ഡവപുരത്തായിരുന്നു. അതിന് ശേഷം പഠിച്ചതെല്ലാം മുംബൈയിലാണ്. കേരളത്തിൽ പഠിക്കണമെന്ന മോഹം തുടങ്ങിയിട്ട് കാലം ഒരുപാടായി. ഒരുപാട് വാശിപിടിച്ച് കരഞ്ഞിട്ടാണ് പോസ്റ്റ് ഗ്രാജ്വേഷനുശേഷം കേരളത്തിൽ പഠിക്കാൻ അച്ഛനും അമ്മയും അനു വാദം തന്നത്. അങ്ങനെ അനുവാദം തരാൻ കാരണം എന്റെ കൂടെ

പത്താംക്ലാസ് വരെ പഠിച്ച അനുശ്രീക്കും ഇതേ കോളേജിൽ തന്നെ അഡ്മിഷനായി എന്നതിനാലാണ്. അമ്മയും അച്ഛനും ഇപ്പോൾ മുംബൈയിലാണ്. എനിക്ക് അവധി ലഭിക്കുമ്പോൾ അവർ പാണ്ഡവപുരത്തെ തറവാട്ടിൽ വരും."

"അതിനുശേഷം അദ്ധ്യാപകരുടെ നിർബ്ബന്ധപ്രകാരം ഞാൻ ഒരു കവിത ചൊല്ലുകയും ചെയ്തു."

പ്രാർത്ഥന ഗർഭിണിയായതിനാലാവും ഇത്രയും പറഞ്ഞ് കഴിഞ്ഞപ്പോൾ വളരെയധികം ക്ഷീണിതയായി കാണപ്പെട്ടു. അതിലുപരി ചുറ്റും ഇരുട്ട് വീണ് തുടങ്ങിയിരുന്നു. നാളെ വരാമെന്ന് പറഞ്ഞ് പ്രാർത്ഥനയെ റൂമിലേയ്ക്ക് അയച്ചശേഷം ഹോസ്റ്റലിൽ നിന്നും ഇറങ്ങി."

പുറത്ത് എന്നെയും കാത്ത് എസ് ഐ അരുണും രണ്ട് പൊലീസുകാരും ഉണ്ടായിരുന്നു.

"സൂര്യയെപ്പറ്റി അന്വേഷിച്ചിട്ട് വല്ല തുമ്പും കിട്ടിയോ?" ഞാൻ ചോദിച്ചു

"ക്രിമിനൽ ബാക്ക്ഗ്രൗണ്ടോ കേസോ ഒന്നും തന്നെയില്ല. ഇട്ട് മൂടാനുള്ളത്ര സ്വത്തുണ്ട്. ഒരു കേസിൽ അകപ്പെട്ടാലും പുഷ്പം പോലെ രക്ഷപ്പെടുത്താനുള്ള ആൾബലവും സമ്പത്തും ഉണ്ട്. പിന്നെ ഇവിടത്തെ കോടതിയും നിയമങ്ങളും മറ്റുമല്ലേ? ബാക്കി സാറിന് ഊഹിക്കാല്ലോ?"
"സാർ, ഇന്നത്തെ അന്വേഷണത്തിനൊടുവിൽ എന്ത് നിഗമനത്തിലാണ് എത്തിയത്? പ്രാർത്ഥനയ്ക്ക് വേണ്ടി സൂര്യ കാർത്തിക്കിനെ വകവരുത്തിയത് തന്നെയാകുമോ?"

"നമുക്ക് കുറ്റവാളി നിധിയാണ്. ഒരു കിടങ്ങിനുള്ളിൽ ഒളിഞ്ഞിരിക്കുന്ന നിധി. ഒരുപാട് പടികൾ ചവിട്ടി ഇറങ്ങിപ്പോകുന്നതിനിടയിൽ ആദ്യമേ തന്നെ എടുത്തുചാട്ടം നല്ലതല്ല. ഇവിടെ ആദ്യപടി സൂര്യയാണ്. നിധി കൺമുന്നിൽ കണ്ടാൽ മുകളിൽനിന്ന് താഴേക്ക് എടുത്തുചാടാം. ചിലപ്പോൾ അങ്ങനെ ചാടി ചെല്ലുമ്പോൾ ഒരു മായക്കാഴ്ചപോലെ അങ്ങകലെയിരുന്ന് നിധികുംഭം നമ്മളെ നോക്കിച്ചിരിക്കും. അപ്പോൾ തളരാതെ യഥാർത്ഥ നിധി തേടി വീണ്ടും യാത്ര തുടരണം. അതാണ് ഒരു യഥാർത്ഥ കുറ്റാന്വേഷകന്റെ സ്വഭാവം.

"ഇവിടെ സൂര്യ കാർത്തിക്കിനെ കൊലപ്പെടുത്തിയെങ്കിൽ അത് പ്രാർത്ഥനയ്ക്കുവേണ്ടിയാവണം. പണത്തിന്റെ ധൂർത്തിൽ വളർന്ന സൂര്യ പ്രാർത്ഥനയെപ്പോലൊരു പെണ്ണിനു വേണ്ടി കാർത്തിയെ അപായപ്പെടുത്തിയെന്ന് സംശയിക്കുന്നതിൽ യാതൊരു തെറ്റുമില്ല. ഗർഭിണിയാണെങ്കിൽ പോലും എന്തൊരു സൗന്ദര്യമാണവൾക്ക്. അതിലുപരി നിഷ്കളങ്കത ഒഴുകുന്ന മുഖം. പലപ്പോഴും ആ മുഖത്ത് നിന്ന് കണ്ണെടുക്കാനേ കഴിയുന്നില്ല."

അടുത്ത ദിവസം രാവിലെ ഹോസ്റ്റലിലെത്തിയപ്പോൾ കാർത്തിയെ കണ്ടെത്തി നല്കാമെന്ന് പറഞ്ഞതിനാലാവും പ്രാർത്ഥന വളരെ ഉൻമേ

ഷവതിയായിരുന്നു. ശനിയാഴ്ച ആയതിനാൽ കോളേജ് അവധിയായിരുന്നു. ശ്രീ പരമേശ്വരനെ നഷ്ടപ്പെട്ട പാർവ്വതീ ദേവിയെപോലെ പ്രാർത്ഥന മുന്നിൽ വന്നു നിന്നു.

"തമ്മിൽ പ്രണയമില്ലാതെ പിരിഞ്ഞ; പിന്നെയൊരിക്കലും ജീവിതത്തിൽ കണ്ടിട്ടില്ലാത്ത പ്രാർത്ഥന എങ്ങനെയാണ് കോളേജിൽ വന്ന് രണ്ട് മാസം തികയുന്നതിനുമുൻപ് കാർത്തിക്കിന്റെ ഭാര്യയായത്?"

കാർത്തിയെപ്പറ്റി പറഞ്ഞു തുടങ്ങിയപ്പോൾ പ്രാർത്ഥന തലേദിവസത്തേക്കാൾ വാചാലയായി. പ്രാർത്ഥന സംസാരിച്ചപ്പോൾ ഒരു കുയിൽ കൂവുന്ന താളമുണ്ടായിരുന്നു.

"ക്ലാസ്സ് തുടങ്ങി സെൽഫ് ഇൻട്രോഡക്ഷൻ അവസാനിക്കുന്ന ദിവസം തോട്ട് ഫോർ ദ ഡെ ആരംഭിക്കണമെന്ന് കർമ്മചന്ദ്രൻ സാർ പറഞ്ഞു. ഒരാൾ വെൽക്കം പറയണം, ഒരാൾ സെമിനാർ എടുക്കണം, മറ്റൊരാൾ ഒരു മെസേജ് പറയണം അവസാനം വോട്ട് ഓഫ് താങ്ക്സ്. ചർച്ചകൾക്കൊടുവിൽ സെമിനാർ ഞാൻ എടുക്കാമെന്ന് സമ്മതിച്ചു.

അടുത്ത ദിവസം ഞങ്ങൾ ഹോസ്റ്റലിൽ നിന്ന് രാവിലെ തന്നെ കോളേജിൽ എത്തി. ടേബിൾ അലങ്കരിക്കാനായി പൂക്കൾ പറിക്കാനായി ഞാൻ ഒരു പേപ്പർ ബാഗുമെടുത്ത് ഗേറ്റിന്റെ അരുകിലെ കാലം തെറ്റി പൂത്ത കൊന്നമരചുവട്ടിലെത്തി.

പാണ്ഡവപുരത്ത് നിന്നും യാത്രയായതോടെ കാർത്തിയും എന്നെന്നേക്കുമായി എന്റെ സ്മൃതി മണ്ഡപത്തിൽ നിന്നും മാഞ്ഞ് പോയിരുന്നു. കൊന്നമരചുവട്ടിൽ നിന്ന് ആറേഴ് തവണ ചാടിപ്പറിക്കാൻ നോക്കിയിട്ടും കമ്പിട്ട് അടിച്ച് പറിക്കാൻ ശ്രമിച്ചിട്ടും മഴപോലെ ഇതളുകൾ ചൊരിഞ്ഞതല്ലാതെ ഒരു കുല പൂ പോലും എനിക്ക് കിട്ടിയില്ല. അവസാനം വളരെ ദുഃഖത്തോടെ ഞാൻ മുകളിലേക്ക് നോക്കി നിന്നു. അങ്ങനെ ഞാൻ നോക്കി നില്ക്കുമ്പോൾ യാതൊരു പരിചയവുമില്ലാത്ത ഒരു ചെറുപ്പക്കാരൻ എന്റെ അരികിൽ വന്നിട്ട് ചോദിച്ചു.

"പൂ പറിച്ച് തരണമോ?" വേണ്ട എന്ന് പിറുപിറുത്തെങ്കിലും വേണമെന്ന രീതിയിൽ തലയാട്ടി.

ആ അപരിചിതൻ ബാഗും മറ്റും താഴെവച്ച് മരത്തിൽ കയറി എനിക്ക് മതിയാവോളം ഒരൊറ്റക്കെട്ട് കൊന്നപ്പൂക്കൾ ഇതളുകൾ കൊഴിയാതെ പറിച്ച് തന്നു. ഞാൻ ഒരു നന്ദിവാക്ക് പറയുന്നതിന് മുൻപ് അവൻ പൊയ്ക്കഴിഞ്ഞിരുന്നു. ആ അപരിചിതൻ പറിച്ച് തന്ന പൂക്കളുമായി നിന്നപ്പോൾ അയാളോട് പ്രണയം മൊട്ടിട്ടോ എന്നെനിക്കറിയില്ല. അവസാനത്തെ അഡ്മിഷനും സെൽഫ് ഇൻട്രോഡക്ഷനും ആ അപരിചിതന്റേതായിരുന്നു.

"ഞാൻ കാർത്തിക് പി ദേവ്. ഞാൻ ജനിച്ച് വളർന്നത് പാണ്ഡവപുരത്തായിരുന്നു. ഇപ്പോൾ വരുന്നത് കോഴിക്കോട്ട് നിന്ന്............"

ഈ വാക്കുകൾ ഒരു മിന്നൽപ്പിണർ പോലെ എന്റെ മനസ്സിലൂടെ കടന്നുപോയി. എന്റെ മാത്രമല്ല അനുവിന്റെയും, കാർത്തിക് തുടർന്നു.

അച്ചൻ എന്റെ ചെറുപ്പത്തിലേ എന്നെയും അമ്മയെയും ഉപേക്ഷിച്ച് മറ്റൊരു വിവാഹം കഴിച്ചു. അച്ഛൻ പോയതിന്റെ വിഷമത്തിൽ അമ്മ ആകെത്തളർന്നു. അച്ഛൻ പോയി മൂന്നുമാസങ്ങൾക്കുശേഷം ഒരു ക്രിസ്മസിന്റെ തലേന്ന് രാത്രി ശബ്ദം കേട്ട് ഞാനുണർന്നപ്പോൾ അമ്മയെ കിടക്കയിൽ കണ്ടില്ല. അന്വേഷിച്ച് നടന്നപ്പോൾ അമ്മ റെയിൽവേ ട്രാക്കിൽ കയറി നടക്കുന്നു. കഴിയുന്നതിന്റെ പരമാവധി അമ്മയെ രക്ഷപ്പെടുത്താൻ ശ്രമിച്ചെങ്കിലും നിർഭാഗ്യത്തിന് എന്നെ മാത്രം ഭൂമിയിലാക്കി അമ്മ ആ ക്രിസ്മസ് തലേന്ന് സ്വർഗ്ഗത്തിലേക്ക് യാത്രയായി. അതിന് ശേഷം കുറച്ച് ദിവസങ്ങൾ പലപല ബന്ധു വീടുകളിലായി നിന്നു. പലർക്കും ഞാനൊരു ബാദ്ധ്യതയായപ്പോൾ പാണ്ഡവപുരത്ത് നിന്നും നാടുവിട്ടു. എന്റെ പഠനം തുടർന്നത് തന്നെയാണ് പലർക്കും ബാദ്ധ്യതയായത്. അവസാനം കോഴിക്കോട് മിഠായിത്തെരുവിൽ അബൂക്കാന്റെ ഹോട്ടലിൽ ചെന്ന ശേഷമാണ് എന്റെ ജീവിതത്തിന് ഒരു അർത്ഥമുണ്ടായത്.

അബൂക്കാനു വേണ്ടി പണിയെടുക്കേണ്ടി വന്നെങ്കിലും എം. എ വരെ പഠിക്കാനായി. ആ ഹോട്ടലിൽ നിന്നിറങ്ങുമ്പോൾ ഒരു ബിരുദാനന്തര ബിരുദവും മുപ്പതിനായിരം രൂപയും ഉണ്ടായിരുന്നു. ഇതു വരെയും പ്രൈവറ്റായിട്ടാണ് പഠിച്ചത്. ആദ്യമായിട്ടാണ് കോളേജിൽ പഠിക്കാനായി വരുന്നത്. എനിക്ക് ബി എഡിനു ആദ്യം അഡ്മിഷനായത് വയനാട്ടിലെ ഒരു അൺഎയിഡഡ് കോളേജിലായിരുന്നു. പേര് സെന്റ്പീറ്റേഴ്സ്. മാനേജ്മെന്റ് കോളേജ് ആയതിനാൽ ഇരുപത്തി ഒൻപതിനായിരം രൂപ എൽ ബി എസിൽ ഫീസടച്ചശേഷം കോളേജിൽ ചെന്നപ്പോൾ അവിടത്തെ ഫാദർ, ഹയർ ഓപ്ഷനു നല്കിയത് കാരണം അവിടെ നിന്നുമാറി ദേവഗിരി ട്രെയിനിംങ്കോളേജ് ആയെന്ന് പറഞ്ഞു.

പുറപ്പെടുന്നതിന് മുൻപ് ഇന്റെർനെറ്റിൽ നോക്കാതെയിരുന്നതിന് ഫാദർ ഒരല്പം ശകാരിക്കുകയും ചെയ്തു. നെഞ്ചിലേക്ക് ഒരു കഠാര കുത്തിയിറക്കിയ അവസ്ഥയിൽ ഞാൻ നിന്നു.

“നാളെയാണ് അഡ്മിഷൻ എടുക്കേണ്ട ലാസ്റ്റ് ഡേറ്റ്. അങ്ങ് തെക്ക് പടിഞ്ഞാറ് എത്തണ്ടേ. അതിനാൽ ഇപ്പോൾ തന്നെ വിട്ടോ. ഇനി നാട്ടിൽ പോകാൻ നില്ക്കണ്ട”. ഇപ്രകാരം പറഞ്ഞുകൊണ്ട് എന്റെ അവസ്ഥ മനസ്സിലാക്കി ഫാദർ ഒരു അഞ്ഞൂറ് രൂപ എന്റെ കൈയ്യിൽ കൊണ്ട് വന്നു വച്ചു. അത് വാങ്ങാതെയിരിക്കാൻ മനസ്സ് ശരീരത്തോട് മന്ത്രിച്ചെങ്കിലും എന്റെ വലത് കരം അതനുസരിച്ചില്ല. ഫാദറിന്റെ അക്കൗണ്ട് നമ്പർ ചോദിച്ചപ്പോൾ.

“താൻ വലിയൊരു നിലയിലെത്തുമ്പോൾ ഒന്നു ഇവിടെ വരെ വരണം. അന്ന് ഞാനിവിടെ ഉണ്ടാകുമോ എന്നറിയില്ല. ഉണ്ടായാലും

ഇല്ലെങ്കിലും ഇവിടത്തെ അനാഥാലയത്തിന് നല്കാൻ കഴിയുന്നത് നല്കണം. അതുവരെ ഇത് ഒരു കടമായി കണ്ടാൽ മതി."

എന്റെ മുന്നിൽ ദൈവം പ്രത്യക്ഷപ്പെട്ടതു പോലെയായിരുന്നു ആ പള്ളിയിലെ അച്ചൻ. സത്യത്തിൽ ദൈവത്തെ മനുഷ്യരൂപത്തിൽ കാണുന്നത് ഞാൻ ഇവിടെ ദേവഗിരി ട്രെയിനിംഗ് കോളേജിലെത്തുമ്പോഴാണ്. മറ്റാരുമല്ല ഇവിടത്തെ പ്രിൻസിപ്പാൾ കർമ്മചന്ദ്രൻ സാർ. എന്റെ രക്ഷാകർത്താവ് എവിടെയെന്ന് ചോദിച്ചപ്പോൾ ഞാൻ അനാഥനാണെന്ന് പറയേണ്ടി വന്നു. അതിന് ശേഷം സാർ എന്നോട് ഒന്നും ചോദിച്ചില്ല. ഗാർഡിയന്റെ സ്ഥലത്ത് സാറിന്റെ പേര് എഴുതാൻ പറഞ്ഞപ്പോൾ സത്യത്തിൽ അമ്മ മരിച്ചതിന് ശേഷം എന്റെ കണ്ണുകൾ നിറഞ്ഞത് ഇന്നാണ്.

മാതൃഭാഷ പഠിച്ചതിനാലാണ് എനിക്ക് ഈ ദേവഗിരി ട്രെയിനിങ്ങ് കോളേജിൽ പഠിക്കാൻ ഭാഗ്യം സിദ്ധിച്ചത്. മാതൃഭാഷ സംസാരിച്ചാൽ പിഴയടക്കേണ്ട ഗതികേടിൽ തലമുറകളെ വളർത്തിയെടുക്കുന്നതിനാലാവും പെറ്റമ്മയെ പടിയടച്ച് വൃദ്ധസദനങ്ങളിൽ തള്ളുന്നത്. ആ ഭാഷയെ പെറ്റമ്മയില്ലാത്ത ഞാൻ എന്റമ്മയെ പോലെ സ്നേഹിച്ചു. ഇതൊരു എയിഡഡ് കോളേജ് ആയതിനാൽ ഞാൻ എൽ ബി എസിൽ അടച്ച ഇരുപത്തി ഒൻപതിനായിരം രൂപ തിരികെ കിട്ടും. അതുകൊണ്ട് സമൃദ്ധമായി എനിക്ക് ഇവിടെ പഠിക്കാൻ കഴിയും. അത് മുകളിലിരിക്കുന്നവന്റെ കാരുണ്യം.

കൊന്നമരച്ചുവട്ടിലെ ഒരു കെട്ട് കണിക്കൊന്നപ്പൂക്കൾ എന്റെയും കാർത്തിയുടെയും ഇടയിൽ പ്രണയം മൊട്ടുകളിടിയിച്ചെങ്കിൽ കുറച്ചു കഴിഞ്ഞ് കേട്ട കാർത്തിയുടെ സെൽഫ് ഇൻട്രോഡക്ഷൻ ആ മൊട്ടുകളെ ഒരു കതിർക്കുലപ്പൂവാക്കി മാറ്റി. ഈ കഥ മുഴുവൻ കേട്ടപ്പോൾ ഞാൻ കരഞ്ഞു പോയി. എനിക്ക് മാത്രമല്ല എല്ലാവർക്കും അവനോട് അനുകമ്പ തോന്നി. അതിനിടയിൽ ജയദേവൻ സർ ചോദിച്ചു. "പാണ്ഡവപുരത്ത് ജനിച്ച് വളർന്ന വേറെയും ചിലരുണ്ടിവിടെ. ഒരു പ്രാർത്ഥനയെയും അനുശ്രീയെയും അറിയുമോ? കാർത്തിക്കിനൊപ്പം പഠിച്ചവരാണെന്നാണ് തോന്നുന്നത്."

ഞങ്ങളെ ചൂണ്ടി സാർ ചോദിച്ചപ്പോൾ അറിയില്ലാന്നും ഒരു പക്ഷേ ഓർമ്മ കിട്ടാത്തതാണെന്നും പറഞ്ഞു. അതിന് ശേഷം ഞങ്ങൾ തോട്ട് ഫോർ ദി ഡേ അവതരിപ്പിച്ചു.

കാർത്തിക്കു ഒരു വീടിന് വേണ്ടി അലയേണ്ടി വന്നില്ല. കർമ്മചന്ദ്രൻ സാർ പറഞ്ഞതനുസരിച്ച് വൈകുന്നേരം കോളേജിന് പുറത്ത് സൂര്യയും അൻവറും കാത്തു നില്പുണ്ടായിരുന്നു.

ആദ്യ ദിവസങ്ങളിൽ ഞാനും കാർത്തിയും പരസ്പരം നോക്കി നടന്നതല്ലാതെ യാതൊന്നും സംസാരിച്ചില്ല. അവൻ എന്നെ തിരിച്ചറിഞ്ഞെന്ന് മനസ്സിലായ ദിവസം അവനെ മാത്രം മനസ്സിൽ സ്വപ്നം കണ്ടു

കിടന്നു. എന്റെ ജീവിതത്തിലെ സ്വപ്നങ്ങളുടെ പറുദീസ തീർത്ത രാത്രിയായിരുന്നു അത്. മരുഭൂമിയിലെ ജീവജാലങ്ങൾ മഴയ്ക്കായി മോഹിക്കുന്നതുപോലെ രാവേറെ ചെല്ലുന്നതുവരെ സൂര്യകിരണങ്ങൾക്കായി ഞാൻ മോഹിച്ചു. താമസിച്ച് എഴുന്നേറ്റ ഞാൻ കോളേജിലേക്ക് ഓടുകയായിരുന്നു. അവനെ കാണാൻ വേണ്ടി മാത്രമായിരുന്നു ആ ഓട്ടം.

കോളേജിൽ എത്തിയപ്പോൾ എന്നെ അറിയില്ലാന്ന് പറഞ്ഞതിനാൽ എനിക്ക് അവനോട് സംസാരിക്കാനുള്ള ധൈര്യം ഉണ്ടായില്ല. അവൻ എന്തായാലും എന്നോട് മിണ്ടില്ലെന്ന് അറിയാമായിരുന്നു. അടുത്ത ദിവസം ഉച്ചഭക്ഷണം കഴിച്ച് അനുവിനെ ഒഴിവാക്കി രണ്ടാമത്തെ നിലയിലെ ഇടനാഴിയിൽ ആരും ഇല്ലാത്ത തക്കം നോക്കി കാർത്തിയുടെ പുറകിൽ ചെന്ന്- "എടാ ഇത് ഞാനാ പ്രാർത്ഥന അയ്യർ. നിനക്ക് എന്നെ ഓർമ്മ വരുന്നില്ലേ? നീ എന്നെ ക്ഷേത്രത്തിൽ വരാൻ പറഞ്ഞതൊക്കെ മറന്നു പോയോ?"

കാർത്തിക് മറുപടിയൊന്നും പറയാതെ ഞാൻ പറഞ്ഞതൊന്നും കേൾക്കാത്ത ഭാവത്തിൽ നടന്നകന്നു. അതിനുശേഷം വൈകുന്നേരങ്ങളിൽ കോളേജിൽനിന്നും ഞങ്ങൾ ഒരുമിച്ചാണ് ഇറങ്ങിപ്പോകുന്നത്. അവൻ വരുന്നതും കാത്ത് ഗേറ്റിനരുകിലെ മരത്തിൽ നിന്നും കൊന്നപ്പൂക്കളും പെറുക്കി ഞാൻ നില്ക്കും. ദേവലോകത്ത് നിന്ന് പുഷ്പവൃഷ്ടി നടത്തുന്നതുപോലെ ഗേറ്റിനരികിലെ കൊന്നമരം ഞങ്ങൾക്കിടയിൽ പുഷ്പവൃഷ്ടി നടത്താറുണ്ടായിരുന്നു. അവൻ എന്നെ നോക്കിയായിരുന്നു പലപ്പോഴും പുറത്തേക്ക് ഇറങ്ങിപ്പോവുക. എന്നോട് ഒന്ന് സംസാരിക്കാൻ ഞാൻ കണ്ണുകൾകൊണ്ട് അവനോട് യാചിച്ചു. അതിന്റെ ഫലമായി ഒരിക്കൽ ലൈബ്രറിക്കകത്ത് തമ്മിൽ കണ്ടുമുട്ടിയപ്പോൾ, ജീവിതത്തിൽ ആദ്യമായി നേർക്കുനേർ നിന്ന് കാർത്തി എന്നോട് സംസാരിച്ചു. "ഇവിടെ നിന്ന് നമുക്ക് അധികം സംസാരിക്കാൻ കഴിയില്ല. ഞാൻ ഇവിടെ കടപ്പുറത്തിനടുത്ത് ഒരു വീട്ടിലാണ് താമസിക്കുന്നത്. നാളെ ശനിയാഴ്ചയല്ലേ? ഹോസ്റ്റലിൽനിന്നും ടൗണിൽ പോകാൻ എന്ന രീതിയിൽ അനുവാദം വാങ്ങി അനുശ്രീയെയും കൂട്ടി വീട്ടിലേക്ക് വരാമോ? എന്ത് സംസാരിക്കാനുണ്ടെങ്കിലും നമുക്ക് അവിടെയിരുന്ന് സംസാരിക്കാം."

"അന്ന് ഫോണിലൂടെ കാർത്തിക് എന്നെ ക്ഷേത്രത്തിലേക്ക് വിളിച്ചത് എന്തിനാണെന്ന് എനിക്കറിയില്ലായിരുന്നു."

"ഇപ്പോൾ അറിയുമോ?"

"ഇപ്പോഴും അറിയില്ല. എങ്കിലും ഞാൻ വരും. എനിക്ക് നിന്നോട് കുറച്ച് കാര്യങ്ങൾ പറയണം. പിന്നെ വീട്ടിൽ വരാൻ കഴിയില്ല. സൂര്യയൊക്കെ ഉള്ളതല്ലേ? ഞാൻ അവിടെ നിന്നെക്കാണാനായി വന്നെന്നറിഞ്ഞാൽ ആകെ പ്രശ്നമാകും. അതിനാൽ ബീച്ചിൽ പോയാലോ?"

"ബീച്ചിൽ വരുവാൻ കഴിയുമെങ്കിൽ അതുമതി. ഞാൻ എങ്ങും

പോകാതെ നിന്നെയും കാത്തിരിക്കും. വരാൻ കഴിയില്ലെങ്കിൽ ഇപ്പോൾ തന്നെ പറയണം."

"ഞാൻ നാളെ വൈകുന്നേരം ഉറപ്പായും വരും" അതും പറഞ്ഞ് ഞാൻ ലൈബ്രറിയിൽനിന്നും പുറത്തേക്ക് ഇറങ്ങിപ്പോയി.

അനുശ്രീ ആദ്യം ഒരുപാട് എതിർത്തെങ്കിലും അവസാനം കൂടെ വരാൻ തയ്യാറായി. അങ്ങനെ അടുത്ത ദിവസം വൈകുന്നേരം വാർഡനോട് ചാർട്ടും മറ്റു സാധനങ്ങളും വാങ്ങാനാണെന്ന് കള്ളം പറഞ്ഞ് പുറത്ത് പോകാനുള്ള പെർമിഷൻ വാങ്ങി.

ബീച്ചിലെത്തിയപ്പോൾ കാർത്തിക് ഞങ്ങളെയും കാത്ത് ഒരു വലിയ പരന്ന പാറയുടെ മുകളിൽ ഇരിക്കുകയായിരുന്നു. അനുശ്രീക്ക് നടക്കാൻ വയ്യെന്ന് പറഞ്ഞ് ആ പാറയുടെ മുകളിൽ ഇരുന്നു. ഞങ്ങൾ രണ്ടാളും ആ ഇളംവെയിലിൽ മണൽ പരപ്പിലൂടെ നടന്നു. കുഞ്ഞിളം തിരകൾ ഞങ്ങളുടെ കാലുകളെ ഉമ്മവച്ച് തലോടിക്കൊണ്ടിരുന്നു. കുറച്ചു നേരത്തെ മൗനത്തിനുശേഷം കാർത്തിക് ചോദിച്ചു.

"എന്താ അന്നു നീ ക്ഷേത്രത്തിൽ വരാതിരുന്നത്?"

"നിധീഷിനെ ഭയന്നാണ്"

"ഏത്, വിശ്വനാഥ പണിക്കരുടെ മകൻ നിധീഷോ?"

"അല്ലാതെ പിന്നെ ഏത് നിധീഷ്? സത്യത്തിൽ അച്ഛനെയും മകനെയും ഭയന്നാണ് ഞങ്ങൾ പാണ്ഡവപുരത്തുനിന്നും നാട് വിട്ടത്. അവിടെയുള്ള കാലം മുഴുവൻ എനിക്ക് അവനെ ഭയമായിരുന്നു. ഒരുപാട് പിറകെ നടന്ന് ശല്യം ചെയ്തിട്ടുണ്ട്. മകനേക്കാൾ ശല്യം അച്ഛനായിരുന്നു. ഒരു ദിവസം നിധീഷിന്റെ അച്ഛൻ അമ്മയെ വീട്ടിൽക്കയറി ഉപദ്രവിക്കാൻ ശ്രമിച്ചു. ദൈവത്തിന്റെ തുണകൊണ്ട് ഭാഗ്യത്തിന് അമ്മ അന്ന് രക്ഷപ്പെട്ടു. ആ ശല്യംചെയ്യൽ തുടർന്നപ്പോൾ പാവം അച്ഛന് ഉള്ളതെല്ലാം വിറ്റ് പെറുക്കി നാടുവിടാനേ നിവർത്തിയുണ്ടായിരുന്നുള്ളു."

മുംബൈയിൽ എത്തിയപ്പോൾ അച്ഛന് സാമാന്യം നല്ല ഒരു ജോലി കിട്ടി. ഒപ്പം ഒരു സത്യസന്ധനായ സുഹൃത്തിനെയും. നാട്ടിൽ വസ്തു വിറ്റ് കിട്ടിയ പണം അവിടെ സുഹൃത്ത് മുഖേന പലിശയ്ക്ക് നല്കാൻ തുടങ്ങി. അച്ഛൻ പടിപടിയായി ഉയരാൻ തുടങ്ങി. ഇപ്പോൾ വേറെ ഒരുപാട് അണ്ടർഗ്രൗണ്ട് ബിസിനസുകൾ ഉണ്ട്. കള്ളക്കടത്തുവരെ ഉണ്ടോന്നാ ഇപ്പോൾ എന്റെ പേടി? പാണ്ഡവപുരത്ത് നിന്നും ആരോരുമില്ലാതെ ഒളിച്ചോടേണ്ടിവന്ന അച്ഛനിപ്പോൾ കാവൽക്കാർ വരെ ഉണ്ട്.

പാണ്ഡവപുരം എനിക്ക് സ്വർഗ്ഗം പ്രദാനം ചെയ്തപ്പോൾ മുംബൈ എനിക്ക് നരകമാണ് കാഴ്ചവെച്ചത്. എന്നെ അച്ഛനുമമ്മയും മാസങ്ങൾക്കിടവേളയിൽ കണ്ടാലുമായി ഇല്ലെങ്കിലുമായി. അമ്മയാണ് അച്ഛനെക്കാൾ മാറിയത്. അമ്മക്ക് ബ്യൂട്ടിപാർലറിൽ ഒരു ദിവസം മേക്കപ്പിടാൻ തന്നെ ആയിരക്കണക്കിന് രൂപ വേണം. ക്ലബ്ബിൽ പൊങ്ങച്ചം കാട്ടാൻ

നശിപ്പിക്കുന്ന പൈസയ്ക്ക് കൈയും കണക്കുമില്ല. ഇന്ന് അമ്മയാണ് അച്ഛനെ ഭരിക്കുന്നത്."

അച്ഛന്റെ മനസ്സിൽ പണമെന്ന ചിന്ത മാത്രമേ ഉള്ളൂ. അച്ഛൻ ഇടക്കാലത്ത് നാട്ടിൽ വന്നപ്പോൾ വിശ്വനാഥപണിക്കരുടെ വീട്ടിൽ പോയി. അത് പിന്നെ പങ്കുകച്ചവടത്തിലാണ് അവസാനിച്ചത്. അമ്മയും യാതൊരു നാണവുമില്ലാതെ അച്ഛനോടൊപ്പം അവിടെപ്പോയി. വിശ്വനാഥപ്പണിക്കരിൽ നിന്നും അച്ഛൻ പഴയ തറവാട് വിലയ്ക്കുവാങ്ങി. ഇന്ന് കാർത്തിയെ പോലെ ഞാനും ഒരു അനാഥയാണ്."

അന്ന് കടൽത്തീരത്തു കൂടി തിരികെ അനുവിന്റെ അരികിലേയ്ക്ക് നടന്നപ്പോൾ കാർത്തി എനിക്കായി മാത്രം ഒരു കവിത ചൊല്ലി.

അനുശ്രീ കാണാതെ ഞാൻ എന്റെ സെൽ നമ്പർ കാർത്തിക്ക് നല്കി. രാത്രി പാചകം ചെയ്തു കൊണ്ടിരുന്ന കാർത്തി എന്റെ കോൾ കണ്ടതും പാചകം ഉപേക്ഷിച്ച് പൂർണ്ണചന്ദ്രികയിൽ കുളിച്ച ടെറസിലേക്ക് ഓടിയ ശേഷം സംസാരിച്ചു. കുറച്ചു നേരത്തെ സംഭാഷണത്തിനുശേഷം ഞാൻ ചോദിച്ചു.

"ജയദേവൻ സാർ ചോദിച്ചപ്പോൾ നീ എന്നെ അറിയില്ല എന്നു പറഞ്ഞത് സത്യമാണോ?"

ദൂരെ നിന്ന് കണ്ടപ്പോൾ മനസ്സിലായില്ല. എങ്കിലും കൊന്നമരചുവട്ടിലെത്തിയപ്പോൾ ആദ്യം എനിക്ക് എന്റെ കണ്ണുകളെ വിശ്വസിക്കാനായില്ല. പിന്നെ ആ പാവാടക്കാരി സാരി ഉടുത്ത് കണ്ടതിനാലാവും ദൂരെ നിന്ന് നോക്കിയപ്പോൾ മനസ്സിലാകാതെ പോയത്. ഞാൻ കാലങ്ങൾ കൊണ്ട് ഭാവനയിൽ വിടർത്തിയെടുത്ത അതേ രൂപം തന്നെയാണ് അവസാനം നിന്നെ കണ്ടപ്പോൾ. ഇപ്പോൾ പഴയ രൂപമോ ഭാവമോ അല്ല നിനക്ക്."

"നീ അന്ന് എന്റെ വിഗ്രഹം കൊത്തിവച്ചതിനുശേഷം അതിന് യാതൊരു ചലനവും ഉണ്ടാകാതെ ഇത്രയും കാലം കാത്തുസൂക്ഷിച്ചു എന്ന് പറയുന്നത് തന്നെ വിശ്വസിക്കാൻ പറ്റുന്നില്ല"

"ഒരിക്കൽ പ്രതിഷ്ഠ നടത്തിയാൽ പിന്നെയതിന് സ്ഥാനചലനം ഉണ്ടാക്കുന്നത് വളരെ ബുദ്ധിമുട്ടുള്ള കാര്യമല്ലേ?"

ഇതിനിടയിൽ അടുപ്പിൽ വച്ചിരുന്ന ചോറും കറിയും കരിഞ്ഞ് നാറ്റം പുറത്തേക്ക് വന്നപ്പോൾ സൂര്യ കാർത്തിയെ തിരക്കിയിറങ്ങി. അവസാനം ടെറസിൽ കണ്ടെത്തിയപ്പോൾ– "ആരോടാ നീയി പാതിരാത്രി സംസാരിക്കുന്നത്?"

"ഇത് കുഞ്ഞമ്മയുടെ മോളാ. നാട്ടിലെ വിശേഷങ്ങൾ പറഞ്ഞിരിക്കുകയായിരുന്നു."

"മാമിയുടെ മോൾ അല്ലാത്തത് ഭാഗ്യം"

"അതെന്താ?"

"അല്ലെങ്കിൽ എന്നും അത്താഴപഷ്ണി ആയേനെ. ഇതിപ്പോൾ ഇന്നു മാത്രം പട്ടിണി കിടന്നാൽ മതിയല്ലോ?"

"അങ്ങനെ ഞങ്ങൾ കാരണം അന്നത്തെ അവരുടെ കഞ്ഞികുടി മുട്ടി. പരസ്പരം ഇഷ്ടമാണോ? എന്ന് ചോദിക്കാതെ ഒന്നായിത്തീരുകയായിരുന്നു ഞാനും കാർത്തിയും.

"ഞാൻ പ്രാർത്ഥനയോട് പോയി പ്രഭാത ഭക്ഷണം കഴിക്കാൻ പറഞ്ഞു. ഉച്ചകഴിഞ്ഞ് വരാമെന്നു പറഞ്ഞു പുറത്തേക്കിറങ്ങാനൊരുങ്ങിയപ്പോൾ– ഒരല്പനേരം നില്ക്കണമേ എന്ന് പറഞ്ഞ് പ്രാർത്ഥന റൂമിലേക്ക് നടന്നു. മടങ്ങി വന്നിട്ട്

"സാർ കാർത്തി എഴുതിയ കവിതയാണ്." അത് വാങ്ങിക്കൊണ്ട് ഞാൻ ചോദിച്ചു.

"നാളെ മടക്കി തന്നാൽ മതിയോ?"

"തരണമെന്നില്ല ഇത് കോപ്പിയാണ്."

വരാന്തയിൽ കാറ്റിനൊപ്പം വന്നു വീണ പൂക്കൾ പെറുക്കി എടുത്ത് കൊണ്ട് പുറത്തേക്കിറങ്ങിയപ്പോൾ ഞാൻ ആ വരികൾ ഒന്ന് ചൊല്ലി നോക്കി.

പ്രണയം പൊഴിയുമീ സന്ധ്യയിൽ,
നീലസാഗരമലതല്ലിക്കയറുമീ -
കുന്നിൻ ചെരുവിലെ ചെമ്പകത്തോടിയിലെ -
കൽമണ്ഡപത്തിൽ,
ഞാനെൻ സുഗന്ധം വാസനിച്ചറിയവേ -
നീ ചന്ദനമോ പനിനീർപ്പൂവോ?
നിൻ തലമുടി ചുരുളിനുള്ളിലെ
തുളസിക്കതിരിനെ മോഹിച്ച
ഞാനെത്ര ഭാഗ്യവാൻ?
വൈതംഗിയൊഴുകി പാലാഴിയാകുമീ -
കടൽക്കരയിലങ്ങേക്കര ഇങ്ങേക്കര -
നോക്കി നോക്കി നില്ക്കുവാനെന്തു രസം?
കർണ്ണികാരങ്ങൾ കാറ്റിൽ
ചാഞ്ചാടി ആടിയുലയുമീയന്തിയിൽ,
മഞ്ഞിളം പൂവിനാൽ പരവതാനി -
യൊരുക്കുമീവഴിത്താരയിൽ,
നിൻ നയനങ്ങളെൻ മിഴികളിൽ പതിയവെ
നിൻ കാർകൂന്തലൊന്ന് തലോടുവാൻ,
നറുതേനൊഴുകും നിൻ ചൊടികളിൽ
എൻ മന്ത്രമോതിര വിരലിനാൽ തഴുകുവാൻ,
ചെത്തിപ്പഴം പോലെ തുടുത്ത കവിളിലൊ
രുമ്മ തരുവാനെനിക്കെന്തിഷ്ടമാണെന്നോ?
എന്തെന്തിഷ്ടമാണെന്നോ?

II

രാവിലെ എസ് ഐ അരുൺ സൂര്യയുടെ ഉറ്റ സുഹൃത്തായ അൻവറുമായി എന്റെ അരികിലെത്തി. അൻവറുമായി പൊലീസ് ജീപ്പിൽ കോളേജിനടുത്തുള്ള കടൽക്കരയിലേക്ക് പോയി. ഇളംവെയിലിൽ ഞങ്ങൾ കടൽക്കരയിലൂടെ നടന്നു. ഞാൻ അൻവറിനോട് പറഞ്ഞു: "നമ്മൾ ഒരിക്കൽ പരിചയപ്പെട്ടവരാണ്. അന്ന് പരിചയപ്പെടുമ്പോൾ അൻവർ ഭയത്തിന് അടിമപ്പെട്ടവനായിരുന്നു. ഭയം ചിലപ്പോൾ സത്യത്തെ അസത്യമാക്കിയും അസത്യത്തെ സത്യമാക്കിയും നമ്മളെക്കൊണ്ട് പറയിപ്പിച്ചെന്നിരിക്കും. അതിന് ഇടനല്കാതിരിക്കാനാണ് വിശാലമായ ഈ കടപ്പുറത്തേക്ക് വന്നത്. ഈ കടൽ പോലെ പ്രക്ഷുബ്ധമാണ് അൻവറിന്റെ മനസ്സ്. അൻവറിന്റെ ഉള്ളിൽ ഒരുപാട് രഹസ്യങ്ങളുണ്ട്. കാർത്തിക്കിന്റെ കൊലപാതകവുമായി ബന്ധപ്പെട്ട് സൂര്യ എന്തെങ്കിലും കുറ്റം ചെയ്തിട്ടുണ്ടെങ്കിൽ അത് നന്നായി അറിയുന്ന ആളായിരിക്കും അൻവർ. ഒരുപക്ഷേ, പണത്തിന്റെ സ്വാധീനവും രാഷ്ട്രീയ ബലവും ഉപയോഗിച്ച് ഇവിടത്തെ നീതിന്യായ വ്യവസ്ഥയെ അവഹേളിച്ച് സൂര്യയ്ക്ക് രക്ഷപ്പെടാം. പക്ഷേ, ഈശ്വരന്റെ കോടതിക്കു മുന്നിൽ ഇന്നല്ലെങ്കിൽ നാളെ സൂര്യ ശിക്ഷിക്കപ്പെടും. അൻവർ എന്ന സുഹൃത്തിന്റെ കടമ കൂട്ടുകാരൻ കുറ്റംചെയ്യാതെ അതിൽനിന്നും പിന്തിരിപ്പിക്കുക എന്നുള്ളതായിരുന്നു. അതിന് കഴിയാതെ വന്ന സ്ഥിതിക്ക് ഇനി കുറ്റവാളിയെ നിയമത്തിനു മുന്നിൽ കൊണ്ടുവരിക എന്നുള്ളതാണ് ഒരു പൗരബോധമുള്ള ചെറുപ്പക്കാരന്റെ കടമ"

"സാർ, എന്റെ അറിവിൽ അവൻ യാതൊരു തെറ്റും ചെയ്തിട്ടില്ല"

"ശരി, ഞാനിത് വിശ്വസിക്കുന്നു. അങ്ങനെയാണെങ്കിൽ അൻവർ എന്നെ ഒരുസുഹൃത്തായി കണ്ട് സംസാരിക്കുക. ഒരു കാര്യം ഓർക്കുക. വൺ ലൈ മേക്ക്സ് മെനി. സൂര്യ പ്രാർത്ഥനയെ അല്ലാതെ മറ്റാരെയെങ്കിലും പ്രണയിച്ചിരുന്നോ?"

"ഇല്ല, സൂര്യ പ്രാർത്ഥനയുടെ പുറകെ നടന്നെങ്കിലും തന്റെ മനസ്സിലെ ഇഷ്ടം തുറന്ന് പറയാൻ അവൾ ഒരവസരം പോലും അവന് നല്കിയില്ല. പ്രാർത്ഥനയുടെ കൂട്ടുകാരി അനുശ്രീയെ സൂര്യയ്ക്ക് ഭയമായിരുന്നു. മനസ്സിലുള്ളത് അപ്പോൾ തന്നെ തുറന്നു പറയുന്ന സ്വഭാവക്കാരിയാണ് അനു."

"കാർത്തിക്ക് കോളേജിൽ സൂര്യ അല്ലാതെ മറ്റ് ശത്രുക്കളാരെങ്കിലും ഉണ്ടായിരുന്നോ?"

"ഉണ്ടായിരുന്നു സാർ."

"ആരായിരുന്നു അത്?"

"കോളേജിൽ ഫസ്റ്റ് സെം കഴിഞ്ഞപ്പോൾ മതിയാക്കി പോയ ഫിസിക്കൽ സയൻസിലെ അതുൽ എസ് വാര്യർ."

"എങ്ങനെയാണ് അവർ ശത്രുക്കളായത്?"

"അലീന ടീച്ചറിന്റെ വരവോടെയാണ് പ്രശ്നങ്ങൾ തുടങ്ങുന്നത്"

"ആരാ അലീന ടീച്ചർ?"

"ഫിസിക്കൽ സയൻസിലെ വേക്കന്റ് ആയിക്കിടന്ന സീറ്റിലേക്ക് പെർമനന്റ് അദ്ധ്യാപികയായി വന്നതായിരുന്നു അലീന ടീച്ചർ"

''ജീൻസും ഷർട്ടും ധരിച്ച് മൊത്തത്തിൽ മോഡേണായിട്ട് പ്രിൻസിപ്പാളിന്റെ അനുവാദം വാങ്ങി റൂമിനകത്ത് കയറിയ അവർ പറഞ്ഞു.

"ഐ ആം അലീന എയ്ഞ്ചൽ, ഫ്രം കാലിക്കറ്റ് ആന്റ് ഫോർ ടീച്ചിങ് ഫിസിക്കൽ സയൻസ്."

അവരെ കണ്ട് കർമ്മചന്ദ്രൻ സാർ അറിയാതെ എഴുന്നേറ്റു പോയി. മാനേജ്മെന്റിന് ലക്ഷങ്ങൾ കൊടുത്ത് കയറിയതാണ്. എങ്കിലും ഇതു പോലൊരു മാരണമായിരിക്കുമെന്ന് ഒരിക്കലും കരുതിയില്ല.

സ്വബോധത്തിൽ എത്തിയ കർമ്മചന്ദ്രൻ സാർ ശരങ്ങൾ തൊടുത്തപോലെ ഒരായിരം ചോദ്യങ്ങൾ ചോദിച്ചു

''ഇതാണോ ഒരദ്ധ്യാപികയുടെ വേഷം? ഇങ്ങനെയാണോ ഒരദ്ധ്യാപിക കുട്ടികളുടെ മുന്നിൽ ചെല്ലേണ്ടത്? ഇങ്ങനെ ചെന്നാൽ നിങ്ങളെ അവർ എത്രമാത്രം ബഹുമാനിക്കും? നിങ്ങൾ പഠിപ്പിക്കാൻ തന്നെയാണോ ഇങ്ങോട്ട് കെട്ടി എഴുന്നള്ളിയത്?"

സാറിന്റെ ചോദ്യങ്ങൾക്ക് എല്ലാം കൂടി ഒരൊറ്റ ഉത്തരമായിരുന്നു.

"ടുഡേ ഐ ആം നോട്ട് റ്റീച്ചിങ്, ഒൺലി ഫോർ ജോയിനിങ്"

"ജോയിനിങ്ങിനായാലും ടീച്ചിങ്ങിനായാലും ഇവിടെ നല്ല രീതിയിൽ സാരി ഉടുത്ത് വന്നേ പറ്റൂ."

ടീച്ചർ ബോർഡിങ്ങിൽനിന്ന് പഠിച്ച ആളായിരുന്നു . പ്രായം ഇരുപത്തിയാറ്. കല്യാണം കഴിഞ്ഞില്ല. ഇതൊന്നും പോരാത്തതിന് പണം ആവശ്യത്തിലേറെ. എന്തായാലും അടുത്ത ദിവസം സ്ലീവ്ലെസ് ബ്ലൗസും സാരിയും ഉടുത്ത് വന്ന അവർ തന്നെയായിരുന്നു കോളേജിനെ ഹരം കൊള്ളിച്ച കാഴ്ച്ച. ടീച്ചറിനെ കണ്ടാൽ ആദ്യമായിട്ടാണ് സാരി ഉടുക്കുന്നതെന്ന് തോന്നും. ടീച്ചർ സൈൻ ചെയ്യാനായി പ്രിൻസിപ്പാളിന്റെ റൂമിൽ കയറിയപ്പോൾ സാർ ഉടനെ തന്നെ സോഷ്യൽ സയൻസിലെ ക്രിസ്റ്റീന ടീച്ചറിനെ വിളിപ്പിച്ചു. അപ്പോൾ ഫയൽ എടുക്കാൻ വന്ന കിട്ടുവേട്ടൻ അതെടുത്തിട്ടും അവിടെ തന്നെ കറങ്ങി നിന്നപ്പോൾ കർമ്മ ചന്ദ്രൻ സാർ

"കിട്ടു ഫയലെടുത്തോ?"

"എടുത്തു സാർ"

"എങ്കിൽ പിന്നെ എന്തിനാ ഇവിടെ നില്ക്കുന്നത്, പൊയ്ക്കൂടെ?"

"പോകാം സാർ"

ക്രിസ്റ്റീന ടീച്ചർ അകത്തേക്ക് കയറിയപ്പോൾ കിട്ടുവേട്ടൻ പുറത്തേ

ക്കിറങ്ങി. കിട്ടുവേട്ടൻ പുറത്തേക്കിറങ്ങിയെങ്കിലും ചെവി അകത്തുതന്നെയായിരുന്നു. കിട്ടുവേട്ടൻ പറഞ്ഞാണ് ഞങ്ങൾ ഈ സംഭവം അറിയുന്നത്. അകത്ത് കയറിയ ക്രിസ്റ്റീന ടീച്ചർ ചോദിച്ചു. "എന്താ സാർ എന്നെ വിളിപ്പിച്ചത്?"

"ഇവർക്ക് നല്ല രീതിയിൽ സാരിയൊന്ന് ഉടുത്ത് കൊടുക്ക്"

അലീന ടീച്ചർ സാരിയുടുത്തിരിക്കുന്നത് നോക്കിയിട്ട് ക്രിസ്റ്റീന ടീച്ചർ ചോദിച്ചു.

"അതിനിപ്പോൾ അലീന ടീച്ചർ ഉടുത്തിരിക്കുന്നതിന് എന്താ കുഴപ്പം?"

"ഒരു വീടിന്റെ മേൽക്കൂരയ്ക്ക് ഓട് പാകുന്നത് പോലെയാണ് വസ്ത്രം ധരിക്കുന്നതും. ഓട് പാകുമ്പോൾ ഒരെണ്ണം അശ്രദ്ധമായി മറയ്ക്കാതിരുന്നാലുള്ള അവസ്ഥ ആലോചിച്ച് നോക്കിയേ? അതും ഉത്തരത്തിലുള്ള ഓട് ആണെങ്കിലുള്ള അവസ്ഥ എന്തായിരിക്കും?"

ക്രിസ്റ്റീന ടീച്ചറിന് അപ്പോഴും ഒന്നും മനസ്സിലായില്ല. അതോ കർമ്മചന്ദ്രൻ സാറിനോടുള്ള വൈരാഗ്യം കാരണം മനസ്സിലായില്ലെന്ന് അഭിനയിച്ചതോ എന്തോ? അവസാനം ഗതികെട്ട് സാർ പറഞ്ഞു.

"എനിക്കും അലീനയുടെ അത്ര പ്രായമില്ലെങ്കിലും രണ്ട് പെൺമക്കൾ തന്നെയാണ്. അവർ അശ്രദ്ധമായി വസ്ത്രം ധരിച്ചാൽ ഞാൻ ഭാര്യയോട് പറഞ്ഞത് നേരെയാക്കിയിടാറുണ്ട്. അതു പോലെ അലീന കരുതിയാൽ മതി. വയറ് മറച്ച് വേണം സാരി ഉടുക്കാൻ. ഞാൻ പ്രൻസിപ്പാൾ ആയിരിക്കും കാലം ഒരു ടീച്ചറിന്റെയും ഫാഷൻ പരേഡ് ഇവിടെ അനുവദിക്കില്ല"

ഇത്രയുമായപ്പോൾ അലീന ടീച്ചറിനും കലി കയറി.

"ഇത് ഇന്ത്യാമഹാരാജ്യമാണ്. ഏത് വസ്ത്രം ധരിക്കാനും സ്വാതന്ത്ര്യമുള്ള രാജ്യം. പോരാത്തതിന് ചുരിദാർ ഇട്ട് പഠിപ്പിക്കാൻ കോടതി പോലും അനുവദിച്ചിട്ടുണ്ട്."

"കോടതി പറഞ്ഞത് ചുരിദാറാണ്. അല്ലാതെ ഇതുപോലെ ശരീരം എടുത്ത് കാണിക്കുന്ന വസ്ത്രമല്ല."

"ചുരിദാറിനേക്കാൾ സാരി സെക്സിയാണെന്ന് സാർ തന്നെ പറഞ്ഞല്ലോ? അപ്പോൾ പിന്നെ ചുരിദാർ ധരിക്കുന്നതല്ലേ നല്ലത്?"

"ഞാൻ ഇവിടെ പ്രിൻസിപ്പാൾ ആയിരിക്കും കാലം ടീച്ചർമാർ സാരി ഉടുത്ത് പഠിപ്പിച്ചേ പറ്റൂ. വസ്ത്രമേതായാലും ധരിക്കേണ്ട രീതിയിൽ ധരിച്ചാൽ ഒന്നും സെക്സിയാവില്ല. പിന്നെ ഇതു പോലെ ഓരോന്ന് നടന്നിട്ടാണ് ദിനംപ്രതി പീഡനക്കേസുകൾ കൂടിക്കൂടി വരുന്നത്. ഇതൊക്കെ കാണുമ്പോൾ പീഡനം നടത്താതെയിരിക്കുന്നതെങ്ങനെയാണ്?"

"സാറിന് എന്നെക്കണ്ടിട്ട് ഇപ്പോൾ പീഡിപ്പിക്കാൻ തോന്നുന്നുണ്ടോ?"

ക്രോധം മൂർദ്ധന്യത്തിലെത്തിയപ്പോൾ നാവിന് പറ്റിയ ഒരു പിഴവ്. കർമ്മചന്ദ്രൻ സാറിന് ജീവിതത്തിൽ ആദ്യമായി ഒരുത്തരം നല്കാൻ കഴിയാതെ നിന്നുപോയ ചോദ്യം അലീനടീച്ചറിന്റേതായിരുന്നു. ഒന്നും

ഉരിയാടാനാവാതെ നിന്ന കർമ്മചന്ദ്രൻ സാറിനോട് ടീച്ചർ തുടർന്ന് പറഞ്ഞു.

"ആണെന്നും പെണ്ണെന്നും വിഭജിച്ച് വളർത്തിയ ഒരു തലമുറയിൽ പെട്ടവരായതു കൊണ്ടാവും നിങ്ങളെപ്പോലെയുള്ളവർക്ക് ഒരല്പം എടുത്ത് കാണിക്കുന്ന വസ്ത്രം ധരിച്ചാൽ, സാരി നേരായ രീതിയില ല്ലെങ്കിൽ കൊതിയോടെ നോക്കി നില്ക്കുന്നതും അതിനു ശേഷം കുറ്റം പറയാൻ തോന്നുന്നതും. അങ്ങനെ ആയിപ്പോയത് വളർന്ന സംസ്കാര ത്തിന്റെ പ്രശ്നമാണ്. ശരീരം പുറത്ത് കാണിച്ച് നടന്ന സ്ത്രീയെ ബലാൽ സംഗം ചെയ്യുമ്പോൾ വസ്ത്രധാരണത്തെ കുറ്റം പറയാം. പക്ഷേ, പുറത്ത് കാണിക്കാൻ ശരീരം ഒന്നുമില്ലാത്ത ഒരു മൂന്നുവയസ്സുകാരിയെ പിച്ചിച്ചീന്തിയ മനുഷ്യനെ അങ്ങയെപ്പോലുള്ളവർ എന്ത് പറഞ്ഞാണ് ന്യായീകരിക്കുന്നത്?"

എൽ കെ ജിയിലും യു കെ ജി യിലും പഠിക്കുന്ന പിഞ്ചുകുഞ്ഞു ങ്ങളെ പീഡിപ്പിക്കുന്നത് ഇന്ന് സ്ഥിരം പത്രവാർത്തയാണ്. ഈ പീഡകന്മാർ എന്ത് കണ്ടിട്ടാണ് ഇത്തരത്തിൽ ചെയ്യുന്നത്? സ്ത്രീ എന്ന് ഒരു കമ്പിൽ എഴുതിവച്ച് നിരാശ്രയയുമായാൽ അവർ അതിനെയും പീഡിപ്പിക്കില്ലേ? അപ്പോൾ സ്ത്രീയുടെ വസ്ത്രധാരണത്തെയാണോ കുറ്റം പറയേണ്ടത്? പുരുഷന്റെ സ്ത്രീയോടുള്ള കാഴ്ചപ്പാടും, കുറ്റം ചെയ്യുന്നവന് തക്കതായ ശിക്ഷ നല്കി സമൂഹത്തിന്റെ അരക്ഷിതാവസ്ഥ യുമല്ലേ നമ്മൾ മാറ്റിയെടുക്കേണ്ടത്?"

ഇത്രയും പറഞ്ഞ് ഇറങ്ങിപ്പോയ ടീച്ചർ അടുത്ത ദിവസം ചുരിദാ റുമിട്ട് വരുന്നതും കാത്തിരുന്ന ഞങ്ങളെല്ലാം മണ്ടന്മാരായി. ടീച്ചറിന് കഴിയുന്നതിന്റെ പരമാവധി നല്ല രീതിയിൽ സാരി ധരിച്ച് കോളേജിൽ വന്നു. അങ്ങനെ കർമ്മചന്ദ്രൻ സാറിനു മുന്നിൽ തോറ്റു കൊടുത്ത് കൊണ്ട് ടീച്ചർ വിജയിക്കുകയായിരുന്നു.

മുന്നിൽ കൊണ്ടു വച്ച ചായ കുടിച്ച് കൊണ്ട് ഞാൻ ചോദിച്ചു. "ആരായിരുന്നു ഈ കിട്ടു?"

"കോളേജിലെ പ്യൂൺ കുട്ടികൃഷ്ണനെ കർമ്മചന്ദ്രൻ സാർ കിട്ടുന്നു മാത്രമേ വിളിക്കൂ. അവിവാഹിതനാണ്. സൂര്യയെയും കിട്ടുവേട്ടനെയും ഒരു നുകത്തിൽ നമുക്ക് കെട്ടാം. സൂര്യ പ്രാർത്ഥനയുടെ പിന്നാലെ യായിരുന്നെങ്കിൽ കിട്ടുവേട്ടൻ അലീന ടീച്ചറിന്റെ പിന്നാലെ ആയിരുന്നു. രണ്ടുപേരും ഒരുപോലെ പ്രയത്നിച്ചെങ്കിലും രണ്ടും ഫലം കണ്ടില്ല.

ഒരിക്കൽ അനുശ്രീ കോളേജ് ജങ്ഷനിലെ ഒരു കടയിൽനിന്നും മൊബൈൽ റീചാർജ് ചെയ്യാനായി കാർഡ് ചോദിച്ചപ്പോൾ കാർഡ് ലഭി ച്ചില്ല പകരം ഈസി ചെയ്തു. ആ സമയം അവിടെ കറങ്ങി നിന്നിരുന്ന കിട്ടുവേട്ടൻ അനുശ്രീ നമ്പർ പറഞ്ഞപ്പോൾ തന്നെ അത് മനസ്സിൽ കുറി ച്ചിട്ടു.

ആദ്യം മിസ്സ്ഡ് കോൾ, പിന്നെ മെസ്സേജ്. അതിന് ശേഷം റോങ്

നമ്പർ എന്ന വ്യാജേനയുള്ള വിളി. ഒന്നിലും അനുശ്രീ പ്രതികരിക്കാതെ വന്നിട്ടും കിട്ടുവേട്ടൻ പിന്മാറാൻ തയ്യാറായില്ല. കിട്ടുവേട്ടനാണ് വിളിക്കുന്നതെന്നുപോലും മനസ്സിലായത് അവസാനമാണ്. അനുശ്രീ സിം കട്ടാക്കി പുതിയ സിം എടുക്കുമെന്ന അവസ്ഥയിലെത്തിയപ്പോൾ കിട്ടുവേട്ടനെ കോളേജിലെ ഏതോ പെൺകുട്ടി ഏറ്റെടുത്തു. അനുശ്രീ തന്നെയാണോ അതെന്ന് ഞങ്ങൾക്കറിയില്ല. അവൾക്കല്ലാതെ മറ്റൊരാൾക്ക് അങ്ങനെ ചെയ്യാനുള്ള ധൈര്യമില്ല.

കോളേജ് ഹോസ്റ്റലിൽനിന്നും സ്ഥിരമായി കിട്ടുവേട്ടന് പ്രണയത്തിൽ ചാലിച്ച വിളികൾ ചെന്നപ്പോൾ തന്നെ വിളിക്കുന്ന കക്ഷിയാണെന്ന് കരുതി പല പെൺകുട്ടികളുടെയും അടുത്ത് ചെന്നത് വൻ വിഷയമായി. എന്തായാലും ആരോ ഒരാൾ കിട്ടുവേട്ടനെ വിളിച്ച് ശരിക്കും കബളിപ്പിച്ചു. അവസാനം ആ അദൃശ്യ കാമുകിയെ കിട്ടുവേട്ടൻ കണ്ടെത്തിയോ എന്നെനിക്കറിയില്ല."

സൂര്യൻ ഉരുകാൻ തുടങ്ങി. കടൽക്കരയിൽ പ്രഭാതത്തിൽ ഉണ്ടായിരുന്ന കുളിർമ്മ നഷ്ടപ്പെട്ടു. കര ചൂടായിത്തുടങ്ങി. റെസ്റ്റോറന്റിലെ ഇരുപ്പിന് അന്തരീക്ഷം ദുസ്സഹമായി. അതിനാൽ ഞങ്ങൾ പേൾ പാലസിൽ താൽക്കാലികമായി എടുത്ത എ സി റൂമിലേക്ക് നടന്നു. റൂമിലെത്തിയപ്പോൾ ഞാൻ ചോദിച്ചു

"അതുൽ കാർത്തിയുമായി പിണങ്ങിയതിന് എന്തിനാണ് അലീന ടീച്ചറിനെയും കിട്ടുവേട്ടനെയും പറ്റി പറയുന്നത്?" അൻവർ പഴയ താളത്തിൽ തുടർന്നു പറഞ്ഞു.

"ഒരു ദിവസം രാവിലെ ജനറൽ ക്ലാസ് കഴിഞ്ഞ് ഓപ്ഷണൽ ക്ലാസുകൾക്കായി കുട്ടികൾ മുഴുവൻ പോയിക്കഴിഞ്ഞ നേരം. ഒന്നാമത്തെ നിലയിൽ നിന്ന് കയറി ചെന്ന അലീന ടീച്ചറിനെ അതുൽ ഒരു ഭിത്തിയുടെ മറവിൽ നിന്ന് ചാടി വീഴുകയും ഒപ്പം കയറിപ്പിടിക്കുകയും ചെയ്തു. ഒന്ന് നിലവിളിക്കാനോ ശബ്ദിക്കാനോ പോലും അവർക്കായില്ല. അടുത്ത നിമിഷം കവിളത്ത് ഉമ്മ വയ്ക്കാൻ ശ്രമിച്ചെങ്കിലും ഭാഗ്യത്തിന് അവിടേക്ക് കയറി വന്ന കാർത്തി അതുലിന്റെ മുഖത്തേക്ക് ആഞ്ഞിടിച്ചു. ഹോട്ടലിലെ പൊറോട്ട അടിക്കാരന്റെ ശക്തി മുഴുവൻ അതിലുണ്ടായിരുന്നു. ഒരൊറ്റ ഇടിയിൽ മൂക്കിന്റെ പാലം തകർന്നു. എല്ലാം നിമിഷങ്ങൾക്കകം കഴിഞ്ഞു. ഇടികൊണ്ട അതുൽ താഴേക്ക് ഇറങ്ങിയോടി. അതിന് ശേഷമാണ് ടീച്ചറിന് പരിസര ബോധമുണ്ടായതും കരയാൻ തുടങ്ങിയതും. കരച്ചിൽ തുടങ്ങിയപ്പോൾ കാർത്തിക്കിന് അത് തടഞ്ഞ് നിർത്താനായില്ല."

ഒരു കുഞ്ഞരുവി പോലെ കണ്ണുനീർത്തുള്ളികൾ ധാരധാരയായി ഒഴുകിക്കൊണ്ടിരുന്നു. അങ്ങനെ കാർത്തിക് അവിടെ നിന്നിറങ്ങിയോടി. അനുശ്രീയെ ക്ലാസിൽനിന്നും വിളിച്ചിറക്കിക്കൊണ്ട് പോയി ടീച്ചറിനെ ആശ്വസിപ്പിച്ചു. അവൾ ഒരുപാട് ടീച്ചറിനെ ആശ്വസിപ്പിച്ചെങ്കിലും

ഫലമുണ്ടായില്ല. അതിന് കാരണം ആശ്വസിപ്പിക്കലല്ല ശകാരമായിരുന്നു അനുശ്രീ നല്കിയത്.

"ഞങ്ങൾക്ക് മാതൃകയാവേണ്ട ടീച്ചർ അന്നങ്ങനെ വസ്ത്രം ധരിച്ച് ഇവിടെ വന്നത് ശരിയാണോ? അതല്ലേ അവന് ടീച്ചറിനെ ഈ രീതിയിൽ കാണാൻ തോന്നിയതും ഇങ്ങനെ സംഭവിച്ചതും. ടീനേജിലെ കുട്ടികളെ പഠിപ്പിക്കേണ്ടവരാണ് ഞങ്ങൾ. അങ്ങനെയുള്ള ഞങ്ങൾക്ക് മാതൃകയാവേണ്ട ടീച്ചർ വന്നതു പോലെ ഞങ്ങൾ പോയാൽ കുട്ടികൾ ഞങ്ങളുടെ ശരീരഭാഗങ്ങളിൽ നോക്കിയിരിക്കുന്നതല്ലാതെ വല്ലതും പഠിക്കുമോ? എന്തായാലും ഇതിനി പരാതിപ്പെടാനൊന്നും പോകണ്ട. മറ്റാരങ്കിലും അറിഞ്ഞാൽ ടീച്ചറിന് തന്നെയാണ് മാനക്കേട്."

വീണ് മൂക്ക് പൊട്ടിയതാണെന്ന് അതുൽ മറ്റുള്ളവർ ചോദിച്ചപ്പോൾ പറഞ്ഞു. ആ സമയത്ത് അവിടെ വന്നുപെട്ടതുകൊണ്ടാണ് ഞാനിത് അറിഞ്ഞത്. ഇന്നുവരെ മറ്റാരും, പ്രാർത്ഥന പോലും ഈ സംഭവത്തെപ്പറ്റി അറിഞ്ഞിട്ടില്ല. അതിന് ശേഷം ഒരിക്കലും അതുൽ കാർത്തിക്കിനോട് മിണ്ടിയിട്ടില്ല. ഇലക്ഷന്റെ സമയത്ത് സൂര്യയെ മുൻനിർത്തി അതുൽ ചെറിയ രീതിയിൽ പ്രതികാരം വീട്ടാൻ ശ്രമിച്ചെങ്കിലും നടന്നില്ല.

"എങ്ങനെയാടോ സ്വന്തം അധ്യാപികയെ ഒരു ശിഷ്യന് കാമപരവേശത്താൽ കയറിപ്പിടിക്കാനാവുന്നത്? അതും അദ്ധ്യാപകനാവാൻ യോഗ്യത നേടാൻ വന്നവൻ? നാളെ ഇവനെപ്പോലെയുള്ളവർ അദ്ധ്യാപകനായാലുള്ള സമൂഹത്തിന്റെ അവസ്ഥ എന്തായിരിയ്ക്കും?"

എന്റെ ആ ചോദ്യത്തിന് ഉത്തരം നല്കിയത് സി. ഐ ഷറഫുദ്ദീനായിരുന്നു. "സാറിന് ഈ കാലഘട്ടത്തിനെപ്പറ്റി അറിയാത്തത് കൊണ്ടാണ് ഇത്തരത്തിലുള്ള അർത്ഥശൂന്യമായ ചോദ്യങ്ങൾ ചോദിക്കുന്നത്? ഇന്ന് പല കോളേജുകളിലെയും ഗസ്റ്റ് ലക്ചേഴ്സിന്റെ ബോയ്ഫ്രണ്ട് സ്വന്തം ശിഷ്യൻ തന്നെയായിരിക്കും. ഗുരു ദൈവമായിരുന്ന കാലമൊക്ക പോയ് മറഞ്ഞു സാറേ."

"ഗുരുവും ശിഷ്യനുമൊക്കെ അവിടെ നില്ക്കട്ടെ ഇലക്ഷന് എന്താ സംഭവിച്ചത്?" ഞാൻ അൻവറിനോട് ചോദിച്ചു.

കോളേജിൽ ഇലക്ഷൻ നടത്താതെ എല്ലാവർക്കും സമ്മതനായ, കാര്യങ്ങൾ ഗൗരവത്തോടെ കാണുന്ന ഒരാളെ വേണം ചെയർമാനായി തിരഞ്ഞെടുക്കാനെന്ന് കർമ്മചന്ദ്രൻ സാർ പറഞ്ഞു. അപ്രകാരം കാർത്തിയെ ചെയർമാനാക്കുന്ന കാര്യം പറയാതെ പറയുകയാണ് അദ്ദേഹം ചെയ്തത്. പക്ഷേ, സൂര്യയ്ക്ക് ചെയർമാൻ ആകണമെന്ന് അതിയായ മോഹം ഉണ്ടായിരുന്നു. അതുൽ അതിന് ശക്തമായ പിൻതുണയും നല്കി. പക്ഷേ സൂര്യയെ അനുകൂലിക്കാൻ വിരലിലെണ്ണാവുന്ന ആൾക്കാരെ ഉണ്ടായിരുന്നുള്ളൂ. സൂര്യ നോമിനേഷനുമായി പ്രിൻസിപ്പാളിന്റെ മുന്നിൽ ചെന്നെങ്കിലും സാർ അവനിൽ നിന്ന് അത് വാങ്ങാൻ കൂട്ടാക്കിയില്ല.

അങ്ങനെ ദേവഗിരി കോളേജിന്റെ ചരിത്രത്തിലാദ്യമായി പ്രിൻസിപ്പാളിന്റെ അനാവശ്യ അച്ചടക്കത്തിനും രാഷ്ട്രീയ സ്വാതന്ത്ര്യത്തിനുമായി സമരം ചെയ്യാൻ സൂര്യ തീരുമാനിച്ചു. എല്ലാറ്റിനും പിന്നിൽ അതുലായിരുന്നു. ഇംഗ്ലീഷ് ഓപ്ഷനിലെ പ്രാർത്ഥനയും അനുവും ഉൾപ്പെടെ സൂര്യയുടെ ക്ലാസിലെ കുട്ടികൾ മനസ്സ് കൊണ്ട് കാർത്തിയെ പിൻതുണച്ചപ്പോഴും സൂര്യയുടെ നിർബ്ബന്ധം കാരണം പ്രിൻസിപ്പാളിനെതിരെ സമരം ചെയ്യാൻ തയ്യാറായി.

സൂര്യ പ്രിൻസിപ്പാൾ വരാറായപ്പോൾ പണ്ടാരോ പാടിക്കേട്ട മുദ്രാവാക്യം ഒരു സമരനേതാവിന്റെ വീര്യം ഉൾക്കൊണ്ട് ഉറക്കെ വിളിച്ചു.

"കൗരവ പാണ്ഡവ യുദ്ധത്തിൽ
കൃഷ്ണൻ തേര് തെളിച്ചെങ്കിൽ
അർജ്ജുനനമ്പ് കുലച്ചെങ്കിൽ
ഇലക്ഷൻ വേണം ഇലക്ഷൻ വേണം
ദേവഗിരിയിൽ ഇലക്ഷൻ വേണം "

കർമ്മചന്ദ്രൻ സാറിനോടുള്ള വിരോധം കാരണം മിക്ക ടീച്ചേഴ്സും ഓഫീസിലെ സ്റ്റാഫുകളും സൂര്യയെ പിൻതാങ്ങാനായി ഉണ്ടായിരുന്നു. സമരം വളരെ ശക്തമായിരുന്നു. പക്ഷേ, സാറിന്റെ കാർ ഗേറ്റിന്റെ മുന്നിലെത്തിയപ്പോൾ ടീച്ചേഴ്സും സ്റ്റാഫുകളും എല്ലാം തങ്ങളുടെ ഇരിപ്പിടത്തിലേക്ക് പോയി. സാർ കാർ പാർക്ക് ചെയ്യാനായി വെയിറ്റിങ്ങ് ഷെഡ്ഡിലേക്ക് കയറ്റുന്നതിനനുസരച്ച് സൂര്യ വിളിച്ചു.

"എതിർക്കാമെങ്കിൽ എതിർത്തോളൂ
തല്ലാമെങ്കിൽ തല്ലിക്കോ-
പ്രതികരിക്കും ഞങ്ങൾ പ്രതികരിക്കും
ഇന്റേണൽ കുറയ്ക്കാമെങ്കിൽ കുറച്ചോളൂ
ഇലക്ഷൻ വേണം ഇലക്ഷൻ വേണം
ദേവഗിരിയിൽ ഇലക്ഷൻ വേണം"

അവസാന വാചകങ്ങൾ ഏറ്റ് വിളിക്കാൻ സൂര്യയ്ക്ക് പിന്നിൽ അധികമാരും ഉണ്ടായിരുന്നില്ല. കിട്ടുവേട്ടന്റെ പൊടി പോലും അവിടെങ്ങുമില്ല. ഞാൻ കൃത്യസമയത്ത് എത്തിക്കൊള്ളാമെന്ന് ഏറ്റിരുന്നെങ്കിലും ഞാനും അവനെ ചതിച്ചു. രാവിലെ പറഞ്ഞ സമയത്ത് തന്നെ വന്നു. പക്ഷേ, കർമ്മചന്ദ്രൻ സാറിനെ പേടിച്ച് തെക്ക് വശത്തെ മതിലിന്റെ പുറകിൽ ഇരുന്നു. അകത്ത് കാലെടുത്ത് വയ്ക്കാനുള്ള ധൈര്യം ഉണ്ടായില്ല. ഇന്റേണൽ കൂടിയാലും കുറഞ്ഞാലും എനിക്ക് പ്രശ്നമില്ല. പക്ഷേ, സാറിന്റെ മുന്നിൽ പോലും ചെല്ലാനുള്ള ധൈര്യം അന്നും ഇന്നും എനിക്കില്ല.

സാർ കാറിൽ നിന്നിറങ്ങിയപ്പോൾ അനുശ്രീയും പ്രാർത്ഥനയും അതുലുമാണ് സൂര്യയ്ക്ക് പിന്നിലുണ്ടായിരുന്നത്. സാർ രൂക്ഷമായി നോക്കിയപ്പോൾ പ്രാർത്ഥനയും പോയി. അവൾ അനുശ്രീയെ ക്ലാസി

ലേക്ക് നിർബ്ബന്ധിച്ച് വിളിച്ചെങ്കിലും അനു ചെന്നില്ല. ഞാൻ താമസിച്ചു പോയ രീതിയിൽ ഓടിയലച്ച് അവന്റെ അടുക്കൽ ചെന്നപ്പോൾ സൂര്യ പറഞ്ഞു. "സമരം പൊളിഞ്ഞു മോനേ; മാമ്പൂ കണ്ടും പെണ്ണിനെ കണ്ടും ഒന്നും മോഹിക്കരുതെന്ന് പണ്ടുള്ളവർ പറഞ്ഞത് സത്യമാണെന്ന് മനസ്സിലായി. കോളേജ് വളയാൻ പോയിട്ട് എന്നെ വളഞ്ഞ് നില്ക്കാൻ പോലും ആരുമില്ലാതെയായിപ്പോയി."

പ്രിൻസിപ്പാൾ സൂര്യയോട് ഒന്നും ചോദിക്കാതെ ഓഫീസിലേക്ക് പോയി. അപ്പോൾ അനുശ്രീയോട് സൂര്യ ചോദിച്ചു. "എന്തേ നീ മാത്രം പോകാത്തത്?"

അനുശ്രീ ദേഷ്യത്തോടെ "ഞാൻ ഇന്നലെ തലയിൽ കൈവച്ച് ഒരായിരം തവണ പറഞ്ഞതല്ലേ സമരം ചെയ്യരുതെന്ന്. അത് നീ കേൾക്കാത്തത് കൊണ്ടല്ലേ ഇന്നിങ്ങനെ മുഴുവൻ കാളയെപോലെ നില്ക്കേണ്ടിവന്നത്. പിന്നെ ആർക്കെങ്കിലും ഒരാപത്ത് വരുമ്പോൾ അവരെ ഉപേക്ഷിച്ച് ഞാൻ പോകാറില്ല. അത് പ്രാർത്ഥനയായാലും അതല്ല അൻവറായാലും ഞാൻ ഒപ്പം ഉണ്ടാവും. പക്ഷേ നീയിതിപ്പോൾ പ്രേമമാണെന്ന് കരുതിയാൽ നിന്നെ കൊന്നിട്ട് ഞാനും ചാവും. ആദ്യമായി ഒരു സുഹൃത്തിനെ തിരഞ്ഞെടുക്കുന്നതിൽ എനിക്കൊരബദ്ധം പറ്റി. നിന്നെപ്പോലെ ഒരു വകതിരിവില്ലാത്തവനെയാണല്ലോ ഭഗവാനെ എനിക്ക് സുഹൃത്തായി കിട്ടിയത്. കർമ്മചന്ദ്രൻ സാർ ഒരു മാതൃകാ അദ്ധ്യാപകനാണ്. അതിനാൽ എന്നെ ഒരു ധിക്കാരിയായി അദ്ദേഹം കരുതില്ലായിരിക്കും?"

അനു ഇപ്രകാരം പറഞ്ഞുകൊണ്ട് ക്ലാസിലേക്ക് പോയി. അനു പറഞ്ഞതുപോലെ കർമ്മചന്ദ്രൻ സാർ ആ സമരത്തെപ്പറ്റി കിട്ടുവേട്ടനോടല്ലാതെ വേറെ ആരോടും ഒന്നും ചോദിച്ചില്ല. അങ്ങനെ കാർത്തിക് ചെയർമാനായി.

ഞങ്ങൾ ഉച്ചഭക്ഷണം കഴിക്കാനായി തൊട്ട് താഴെയുള്ള ഹോട്ടലിൽ പോയി. ഉച്ചഭക്ഷണം കഴിച്ച് മുറിയിൽ തിരികെയെത്തിയപ്പോൾ ഞാൻ അൻവറിനോട് ചോദിച്ചു. ഈ പറഞ്ഞതിൽ കാർത്തിയോട് അതുൽ പ്രതികാരം ചെയ്തതായി ഒന്നും തന്നെയില്ലല്ലോ?

പ്രതികാരം ചെയ്യുന്നത് ഇലക്ഷൻ കഴിഞ്ഞ് കുറച്ച് ദിവസങ്ങൾക്ക് ശേഷമാണ്. ഒരു ദിവസം എല്ലാവരും ഉച്ചഭക്ഷണത്തിനായി പോയപ്പോൾ ഫിസിക്കൽ സയൻസിലെ അലീന ടീച്ചർ ലാബ് വൃത്തിയാക്കാനായി കാർത്തിക്കിനെയും എന്നെയും വിളിച്ചു. ഫിസിക്കൽ സയൻസിൽ അതുൽ മാത്രമേ ആൺകുട്ടിയായുള്ളൂ അതിനാലാണ് ഞങ്ങളെക്കൂടി ടീച്ചർ വിളിപ്പിച്ചത്. സത്യത്തിൽ ഒറ്റയ്ക്ക് അതുലിനൊപ്പം ലാബിൽക്കയറി നില്ക്കാൻ ടീച്ചറിന് ധൈര്യമുണ്ടായിരുന്നില്ല. ടീച്ചറിന് കൂട്ടായി നിരഞ്ജനയെക്കൂടി വിളിച്ചിരുന്നു. നിരഞ്ജന പ്രാർത്ഥനയുടെയും അനുവിന്റെയും റൂംമേറ്റാണ്.

ടെസ്റ്റ്യൂബും മറ്റ് ഉപകരണങ്ങളുമെല്ലാം പൊടി പിടിച്ചിരിക്കുകയായിരുന്നു. സോഡിയം സൂക്ഷിച്ചിരുന്ന ബോട്ടിൽ തുറന്നപ്പോൾ ഒരൊറ്റ വലിയ കട്ടയായാണ് കിടന്നത്. അതിനെ ചെറിയ ചെറിയ കഷണങ്ങളാക്കിയാലേ സ്റ്റുഡന്റ്സിനു മുന്നിൽ എക്സ്പിരിമെന്റ് നടത്താൻ കഴിയൂ. അപ്പോഴേക്കും ടെസ്റ്റ്യൂബും മറ്റും കഴുകുവാനായി ഒരു ബീക്കറിൽ വെള്ളവുമെടുത്ത് നിരഞ്ജന വന്നു. അതുൽ ടീച്ചറിനോട് അപമര്യാദയായി പെരുമാറിയെങ്കിലും അതിന് ശേഷം മാപ്പ് പറയുകയും മറ്റും ഉണ്ടായതിനാൽ ടീച്ചർ പഴയതുപോലെ അല്ലെങ്കിലും സംസാരിക്കാറുണ്ടായിരുന്നു.

അതുൽ സോഡിയം അടങ്ങുന്ന ആ വലിയ ബോട്ടിലുമായി മേശയ്ക്കരികിൽ വന്നു. അതിനുശേഷം ആ വലിയ കഷണത്തെ ചെറിയ കഷണങ്ങളാക്കുവാൻ പുറത്തെടുത്ത വഴിയിൽ ആ ഒരൊറ്റ ഉണ്ട സോഡിയം നേരെ വെള്ളമിരിക്കുന്ന ബീക്കറിലേക്ക് വീണു. സോഡിയത്തിന്റെ കഷണം വെള്ളത്തിൽ വീണശേഷം ഒന്നും പറയാനോ ചിന്തിക്കാനോ പുറത്തെടുക്കാനോ കഴിഞ്ഞില്ല. നിരഞ്ജനയുടെ അയ്യോ എന്നുള്ള നിലവിളി കേട്ട് തിരിഞ്ഞ കാർത്തിക് നിരഞ്ജനയെ പിടിച്ച് ടേബിളിന്റെ അടിയിലേക്ക് ഇട്ടു. ഒപ്പം അതുലും കാർത്തിയും താഴുകയും ചെയ്തു. ഗ്ലാസിൽ നിർമ്മിതമായ ആ ബീക്കർ വെള്ളത്തോടൊപ്പം പൊട്ടിച്ചിതറി. നൂറ്റിയൊന്ന് കതിന ഒരുമിച്ചു പൊട്ടുമ്പോഴുണ്ടാവുന്ന അല്ലെങ്കിൽ ഒരിടിനാദത്തിന്റെ ഭീകരതയിൽ ആ സോഡിയം പൊട്ടി. അതിന്റെ ഫലമായി കോളേജ് മുഴുവൻ നടുങ്ങി. പൊട്ടിയ ബീക്കറിന്റെ കണ്ണാടിച്ചില്ലുകൾ ഭിത്തിയിൽ പോലും തുളച്ചുകയറി. ചില കണ്ണാടിച്ചില്ലുകൾ കെമിക്കലുകൾ ഉൾക്കൊള്ളുന്ന കുപ്പികളിൽ ചെന്ന് തട്ടി. പൊട്ടിത്തെറി ഒന്നിൽ നിന്ന് മറ്റൊന്നിലേക്കെന്ന രീതിയിൽ വ്യാപിച്ചു.

നിമിഷങ്ങൾക്കുള്ളിൽ ലാബ് പുക കൊണ്ട് മൂടി. ഞാനും ടീച്ചറും ലാബിനകത്ത് ഡൈല്യൂട്ട് ചെയ്യാത്ത കെമിക്കലുകൾ ഇരിക്കുന്ന ഒരു ചെറിയ മുറിയിലായിരുന്നു. ശ്വാസം കിട്ടാതെ ഞങ്ങൾ അതിനകത്ത് നിന്നും പുറത്തേക്ക് ചാടി. തലനാരിഴയ്ക്കാണ് നാലുപേരും രക്ഷപെട്ടത്. അതുൽ അറിയാതെ സോഡിയം ബീക്കറിലേക്ക് വീണതാണെന്ന് പറഞ്ഞപ്പോൾ നിരഞ്ജനയും കർമ്മചന്ദ്രൻ സാർ ഉൾപ്പെടെ എല്ലാവരും അതു വിശ്വസിച്ചു. പക്ഷേ, ടീച്ചറും ഞാനും അത് വിശ്വസിക്കാൻ തയ്യാറായില്ല. ഞാനും ടീച്ചറും സാറിനുമുന്നിൽ പരാതിപ്പെടാൻ ഒരുപാട് നിർബന്ധിച്ചെങ്കിലും കാർത്തിക് സമ്മതിച്ചില്ല.

അപകടകാരികളായ കെമിക്കലുകൾ അലമാരിയിലാണ് സൂക്ഷിച്ചിരുന്നത്. അവിടെയിരുന്ന സൾഫ്യൂരിക്കാസിഡ് കാർത്തിയുടെ മുന്നിൽ വന്നുവീഴുന്നതും അവൻ കണ്ടിരുന്നു. പക്ഷേ, ഡൈല്യൂട്ട് ആയതിനാൽ അതിൽനിന്നും അവൻ രക്ഷപെട്ടു.

ഭക്ഷണത്തിനു ശേഷം കസേരയിലെ ഒരു ചെറിയ മയക്കത്തിനു

ശേഷം വൈകുന്നേരത്തോടെ പ്രാർത്ഥനയെ കാണാനായി ഹോസ്റ്റലിലേക്കു പോയി. ഇത്തവണ എനിക്കൊപ്പം അൻവറും ഉണ്ടായിരുന്നു. രാവിലെ കണ്ടതിനേക്കാൾ വളരെ സന്തോഷത്തോടെ അവൾ സംസാരിച്ചു തുടങ്ങി. എന്നിൽ എന്തുമാത്രം വിശ്വാസമാണ് അവൾ അർപ്പിച്ചിരിക്കുന്നതെന്ന് അപ്പോഴാണ് എനിക്ക് മനസ്സിലായത്.

"അത്താഴപ്പഷ്ണിയിലല്ലേ നമ്മൾ നിർത്തിയത്? അതിന് ശേഷം എന്തായി?"

"പിന്നീടൊരിക്കലും സൂര്യയൊന്നും അത്താഴപ്പട്ടിണി കിടക്കേണ്ടി വന്നിട്ടില്ല. എങ്കിലും ഫോൺ വിളി യഥേഷ്ടം തുടർന്നു. വല്ലപ്പോഴും സൂര്യയൊക്കെ കണ്ടാലും അത് ചെറിയമ്മയുടെ മകളാണെന്ന് അവരെ വിശ്വസിപ്പിച്ചു. പല കള്ളങ്ങൾ പറഞ്ഞ് ഞാൻ ഹോസ്റ്റലിൽനിന്നും ഇറങ്ങി കാർത്തിയോടൊപ്പം പലസ്ഥലത്തും പോയി. ഒരിക്കൽ അപ്രതീക്ഷിതമായി കടൽക്കരയിൽ വന്നുപെട്ട സൂര്യയും അൻവറും ഞങ്ങളെ കണ്ടു.

ഇത്രയും പറഞ്ഞു കഴിഞ്ഞതും പ്രാർത്ഥന തലകറങ്ങി വീഴാൻ പോയതും ഒരുമിച്ചായിരുന്നു. ഞാൻ ഓടിച്ചെന്ന് പിടിച്ചതിനാൽ താഴെ വീണില്ല. ഒരു വിടർന്നു നിന്ന കണിക്കൊന്നപ്പൂ വാടിയതുപോലെ പ്രാർത്ഥനയെ ഒരു ബെഡ്ഡിൽ കിടത്തി.

"ഒരു ഗർഭിണിപ്പെണ്ണിനെ ഇങ്ങനെയിട്ട് ചോദ്യം ചെയ്യാമോ സാറെ, നിങ്ങളും ഒരു മനുഷ്യനല്ലേ?"

വാർഡൻ എന്തെല്ലാമോ പുലമ്പിക്കൊണ്ടിരുന്നു. ഞാൻ ഡോക്ടറെ ഉടനെ വരുത്തി പരിശോധിപ്പിച്ചു. ലോ പ്രഷർ കൊണ്ടുണ്ടായതാണെന്നും റെസ്റ്റ് എടുത്താൽ മാറുമെന്നും ഡോക്ടർ പറഞ്ഞു. അങ്ങനെ ഒരു ഉറപ്പ് കിട്ടിയതിനാൽ ഞാനും അൻവറും ഹോസ്റ്റലിൽനിന്നും ഇറങ്ങി.

ഹോസ്റ്റലിൽനിന്നും ഇറങ്ങാൻ നേരം ഞാൻ അൻവറിനോട് ചോദിച്ചു. "പിന്നെ എന്താണുണ്ടായത്?"

ഞാനാണ് അവരെ ആദ്യം കണ്ടത്. ദൂരെ നിന്നും അവരെ കണ്ടപ്പോൾ, ഞാൻ പറഞ്ഞു.

"എടാ സൂര്യേ നോക്ക്, അത് കാർത്തിയും പ്രാർത്ഥനയും അല്ലേ ആ വരുന്നത്? അവസാനം മണ്ണും ചാരിയിരുന്നവൻ പെണ്ണുംകൊണ്ട് പോയല്ലോ? കണ്ട് പഠിക്ക് ആൺകുട്ടികളെ. അവന്റെ ശിഷ്യനാവാൻ എന്താ ഒരു മാർഗ്ഗം? ഇവൻ കാരണമാണല്ലേ നിനക്ക് പ്രാർത്ഥനയെ പ്രണയിക്കാനാകാതെ പോയത്"

ഉള്ളിലെ ദുഃഖം അടക്കി സൂര്യ അവരോട് സംസാരിച്ചു. പ്രാർത്ഥനയും കാർത്തിയും ഞങ്ങളെ കണ്ടപ്പോൾ ഇടിവെട്ടേറ്റതു പോലെ നിന്നു. സൂര്യക്ക് അത് ഉൾക്കൊള്ളാനാവുന്ന കാര്യമായിരുന്നില്ല. എങ്കിലും വർദ്ധിതമായ ദുഃഖത്തോടെ അവനത് ഉൾക്കൊണ്ടു.

"താൻ പ്രണയിച്ച പെണ്ണിനെ മറ്റൊരുവൻ കൊണ്ടുപോയപ്പോൾ

സൂര്യക്ക് കാർത്തിക്കിനോട് തീർത്താൽ തീരാത്ത പകയായി അല്ലേ?"

"അതെനിക്കറിയില്ല സാറേ."

എങ്കിൽ ഇനിയെങ്കിലും നീ അതറിയണം. അന്നു സൂര്യയുടെ മനസ്സിൽ തോന്നിയ പകയോടൊപ്പം താൻ പ്രണയിച്ച പെണ്ണിനോടുള്ള അടങ്ങാത്ത ആഗ്രഹമാണ് കാർത്തിക്കിന്റെ കൊലപാതകത്തിനു പിന്നിൽ. കാർത്തിയില്ലാതായാൽ പ്രാർത്ഥനയെ സൂര്യക്ക് തന്നെ ലഭിക്കുമെന്ന് അവൻ വ്യാമോഹിച്ചു. കാർത്തിക്കിന്റെ കൊലപാതകത്തിൽ നിനക്കുള്ള പങ്കാണ് ഇനി എനിക്കറിയേണ്ടത്?"

"സാർ അവൻ തെറ്റൊന്നും ചെയ്തിട്ടില്ല എന്നാണ് എന്റെ വിശ്വാസം."

"ശരി. എങ്കിൽ നീ ഇപ്പോൾ പൊയ്ക്കോ. പോകുന്നതിന് മുൻപ് ഒരു കാര്യം ഓർത്തോ. ഗർഭം, സത്യം, പാകമായ വിത്ത് ഇതൊക്കെ എത്രകാലം മൂടിവച്ചാലും പുറത്ത് വരേണ്ട സമയത്ത് എല്ലാ തടസ്സങ്ങളെയും തട്ടിമാറ്റി പുറത്ത് വരും. അതിനാൽ അങ്ങനെ പുറത്ത് വരുന്ന സത്യത്തിനായി കാത്തിരിക്കുകയാണ് ഞാൻ."

ഒരു ചുവന്നു തുടുത്ത ഫലം കടലിൽ താഴാൻ തുടങ്ങി. അതിനനുസരിച്ച് ഇരുൾ ചുറ്റും മൂടപ്പെടാൻ തുടങ്ങി. അൻവറിനെ വീട്ടിലേക്ക് അയക്കാൻ അരുണിനെ ചുമതലപ്പെടുത്തി. അരുൺ പോയി മടങ്ങി വന്നപ്പോൾ രാത്രി നന്നേയിരുട്ടിയിരുന്നു."

കടൽക്കരയിലെ തണുത്ത കാറ്റിന്റെ സ്പർശമുള്ള മുറിയിൽ മദ്യം ഗ്ലാസിലേക്ക് പകരുമ്പോൾ ഷറഫുദ്ദീൻ ചോദിച്ചു. "ഏഴ് ദിവസം സമയം പാഴാക്കി നടന്നതല്ലാതെ കാർത്തിയെപ്പറ്റി വല്ല തുമ്പും സാറിനു കിട്ടിയോ? സൂര്യയെയോ അതുലിനെയോ എടുത്തിട്ട് ഒരു മൂന്നാംമുറ പ്രയോഗിച്ചാൽ എന്തെങ്കിലും കിട്ടും. ഇതിങ്ങനെ വെറുതെ സമയം പാഴാക്കാമെന്നല്ലാതെ വല്ല മെച്ചോം ഉണ്ടോ സാറേ?"

"നമ്മൾ ഈ കേസ് ഏറ്റെടുക്കുമ്പോൾ മുന്നിലെ നിധികുംഭം ഒളിഞ്ഞിരിക്കുന്ന കിടങ്ങിലേക്കിറങ്ങാൻ സൂര്യയെന്ന ആദ്യ ചവിട്ടു പടി മാത്രമാണുണ്ടായിരുന്നത്. ഇന്ന് നിതീഷ് പണിക്കരെന്ന രണ്ടാം ചവിട്ട് പടിയും കടന്ന് മൂന്നാമനായ അതുൽ എസ് വാര്യരിലാണ് വന്ന് നില്ക്കുന്നത്. ഇതിൽ അതുൽ എസ് വാര്യർ പ്രശ്നക്കാരനാണ്. നാളെ തന്നെ ഷറഫുദ്ദീൻ പാണ്ഡവപുരത്ത് പോയി നിധീഷിനെപ്പറ്റി സകലകാര്യങ്ങളും അന്വേഷിച്ച് കണ്ടെത്തിയശേഷം അതുലിനെ ത്തേടിയും പോകണം."

അവിവാഹിതയായ സുന്ദരിയെന്ന് പറഞ്ഞ് കേട്ടതിനാലാവും അലീന ടീച്ചറിനെക്കാണാൻ എന്റെ മനസ്സ് കൊതിച്ചു. അതിനാൽ മറ്റുള്ളവരെ ഒഴിവാക്കി അടുത്ത ദിവസം കോളേജിൽ പോയി. പറഞ്ഞ് കേട്ടതിലും, സങ്കല്പത്തിൽ കണ്ടതിൽനിന്നും വിഭിന്നയായ സുന്ദരിയായിരുന്നു അലീന എയ്ഞ്ചൽ. എന്റെ മുന്നിൽ വന്നു നിന്ന അലീനയുടെ

കണ്ണുകളിലേക്ക് നോക്കിയപ്പോൾ എന്തു ചോദിക്കണമെന്നറിയാതെ കേസിന്റെ കാര്യം മറന്നു ഞാൻ നിന്നു. അല്പ സമയത്തിനുശേഷം സ്വബോധത്തിലെത്തിയ ഞാൻ ചോദിച്ചത് ഇതാണ്, വീട്ടിൽ ആരൊക്കെയുണ്ട്?

"അമ്മ മാത്രം"

"അച്ഛൻ?"

"പപ്പ എയർഫോഴ്സ് ഉദ്യോഗസ്ഥനായിരുന്നു. ഒരു ഹെലിക്കോപ്റ്റർ ക്രാഷിൽ ഞാനും അമ്മയും അനാഥരായി. മമ്മ കോളേജ് അദ്ധ്യാപികയായിരുന്നു. ഇപ്പോൾ റിട്ടേർഡ് ആയി."

"റിലേറ്റീവ്സ്"

"ആരുമില്ല, പപ്പയും മമ്മയും പ്രണയിച്ച് വിവാഹിതരായവരായിരുന്നു. രണ്ട് റിലീജിയണിൽ പെട്ട അവരെ രണ്ട് കുടുംബങ്ങളും കൈയൊഴിഞ്ഞു."

മനസ്സിൽ ആഹ്ലാദപ്പെരുമഴ പെയ്ത നിമിഷങ്ങളായിരുന്നു അത്. ശല്യം ചെയ്യാൻ ആരുമില്ലാത്ത ഇവൾ എനിക്ക് മാത്രമുള്ളതാണെന്ന് ഞാനപ്പോൾ മനസ്സിലുറപ്പിച്ചു.

"ഈ കേസിൽ കുറ്റവാളിയെ കണ്ടെത്തിയാൽ ഞാൻ ഒരിക്കൽ കൂടി അലീന എയ്ഞ്ചലിനെ കാണാൻ വരും"

"കുറ്റവാളിയെ കണ്ടെത്തിയാൽ പിന്നെയെന്തിനാ എന്നെ കാണാൻ വരുന്നത്?"

"അത് അപ്പോൾ പറയാം"

അവിടെ നിന്നിറങ്ങുമ്പോൾ കർത്താവിനോട് ഒരു പ്രാർത്ഥന മാത്രമേ ഉണ്ടായിരുന്നുള്ളൂ. ഇവൾ മറ്റാരെയും ഇഷ്ടപ്പെടരുതേ! എനിക്കുള്ളതാവണേ! എനിക്കുമാത്രം.

അപ്രകാരം പ്രാർത്ഥിച്ചുകൊണ്ട് പ്രാർത്ഥനയെ കാണാനായി കോളേജ് ഹോസ്റ്റലിലേക്ക് പോയി. പ്രാർത്ഥനയുടെ മുഖത്ത് നല്ലരീതിയിൽ ക്ഷീണം ദർശിക്കാം. അതു കണ്ടപ്പോൾ അധികം സംസാരിക്കണമെന്ന് തോന്നിയില്ല. അതിനാൽ ഒരു മുഖവുരയും ഇല്ലാതെ ഞാൻ പ്രാർത്ഥനയോട് ചോദിച്ചു.

"സൂര്യ പ്രാർത്ഥനയുടെ പിന്നാലെ പ്രണയവുമായി നടന്നതല്ലേ? മോശമായ രീതിയിൽ പ്രാർത്ഥനയോട് അവൻ പെരുമാറിയിട്ടുണ്ടോ?"

"ഇല്ല"

"വെറുതെ ചോദിച്ചതാണ്. നമുക്കാരെയും വിശ്വസിക്കാൻ കഴിയില്ല. മുന്നിൽക്കാണുന്ന എല്ലാറ്റിനെയും സംശയിക്കണം. പാണ്ഡവപുരത്ത് നിന്നും പോയശേഷം നിധീഷ് പണിക്കരെ പ്രാർത്ഥന പിന്നെ എപ്പോഴെങ്കിലും കണ്ടിരുന്നോ?"

"ഇല്ല, പിന്നെ ഒരിക്കലും ഞാൻ കണ്ടിട്ടില്ല."

കണ്ണുകൾ നിറയാറായ ആ മുഖത്തേക്ക് പിന്നെ നോക്കാനോ

ചോദ്യം ചോദിക്കാനോ തോന്നിയില്ല. അതിനാൽ ഞാൻ അവിടെ നിന്നിറങ്ങി.

IV

കുറ്റവാളിയായ സൂര്യയെ രക്ഷിക്കാൻ വേണ്ടിയാവും അൻവർ ഇന്നൊരു ദിനം കോളേജിൽ പോകാതെ കടൽക്കരയിലെ പേൾപാലസിലെ അറയിൽ എനിക്കു വേണ്ടി കാത്തിരിക്കുകയായിരുന്നു. ഞാൻ അൻവറിനെ കണ്ടപ്പോൾ പറഞ്ഞു. "എസ് ഐ അരുണിനെ സൂര്യയെപ്പറ്റി അന്വേഷിക്കാനായി പലസ്ഥലത്തും പറഞ്ഞു വിട്ടിരുന്നു. അയാൾ നിങ്ങളുടെ അദ്ധ്യാപകൻ ജയദേവന്റെ അടുക്കലും പോയി. വളരെ മോശമായ രീതിയിലാണ് നിങ്ങളെപ്പറ്റി പറഞ്ഞത്. ജയദേവൻ സാറും മോശക്കാരനല്ല. അതിനാൽ സാർ പറഞ്ഞതൊന്നും ഞാൻ കാര്യമാക്കുന്നില്ല. എങ്കിലും ഒന്നുമില്ലാതെ ഒരദ്ധ്യാപകൻ അങ്ങനെയൊക്കെ പറയുമോ? നോ സ്മോക്ക് വിത്തൗട്ട് ഫയർ എന്നല്ലേ പ്രമാണം?"

"ജയദേവൻ സാർ എന്താണ് ഞങ്ങളെപ്പറ്റി പറഞ്ഞത്?"

"എന്തു പറഞ്ഞു എന്നതല്ല എന്റെ ചോദ്യം. എന്തുകൊണ്ട് പറഞ്ഞു?"

ഒരു സുഹൃത്തിൽനിന്നും പോലീസ് ഓഫീസറിലേക്കുള്ള മാറ്റം വളരെ പെട്ടെന്ന് അൻവറിന് ഉൾക്കൊള്ളാൻ കഴിഞ്ഞില്ല. അതിനാലാവും ഭയത്താൽ പിന്നീട് ഒന്നും ചോദിക്കാതെ അവൻ സംസാരിക്കാൻ തുടങ്ങി. "സാറിന് ഞങ്ങളോട് ദേഷ്യം തോന്നാൻ പ്രധാന കാരണം ഞങ്ങളുടെ ക്രിട്ടിസിസം ക്ലാസാണ്..."

"നിങ്ങളോട് ജയദേവൻ സാറിന് ദേഷ്യം തോന്നിയോ ഇല്ലയോ എന്നതല്ല എനിക്കറിയേണ്ടത്? കടപ്പുറത്തെ കുടിലിൽ കയറി ഒരു സ്ത്രീയെ ഉപദ്രവിക്കാൻ ശ്രമിച്ച സൂര്യയെ വീട്ടുകാർ പിടികൂടി തല്ലിയത് സത്യമാണോ?"

"സാർ, ജയദേവൻ സാർ ഞങ്ങളോട് പ്രതികാരം തീർക്കുകയാണ്. കല്ലുവെച്ച നുണയനാണയാൾ. സ്ത്രീമാത്രമല്ല ഒരു കുടുംബം മൊത്തമായിട്ടാണ് ഇറങ്ങി തല്ലിയത്. സാർ ആ ബോധവല്ക്കരണത്തെപ്പറ്റി മുഴുവൻ പറഞ്ഞാലേ സാറിന് സത്യം മനസ്സിലാവൂ. കുഴിയാന ചത്തതിന് കൊമ്പൻ ചരിഞ്ഞൂന്ന് പറയുന്ന വർഗ്ഗത്തിൽപെട്ട ആളാണ് ജയദേവൻ സാർ"

"ഇത്ര ദേഷ്യം വേണമോ? ഒന്നുമില്ലെങ്കിലും സ്വന്തം അദ്ധ്യാപകനല്ലേ?"

"സാറേ ഇന്റേണൽ മനഃപൂർവ്വം കുറച്ചതിനൊന്നും ഇന്നുവരെ ഞങ്ങൾ ആരോടും പരാതിപ്പെടാനൊന്നും പോയിട്ടില്ല. പക്ഷേ, ഇതുപോലെ നട്ടാൽ കുരുക്കാത്ത നുണ പറയാൻ പാടുണ്ടോ?"

“എന്തായാലും അടികിട്ടിയെന്ന് അൻവറും പറയുകയല്ലേ? എങ്ങനെയാണ് കിട്ടാനിടയായത്?"

“കമ്യൂണിറ്റി ലിവിങ് പ്രോഗ്രാമിന് ആദ്യദിവസം സെമിനാർ എടുക്കാൻ വന്നത് മനഃശാസ്ത്രജ്ഞനായ മഠത്തിൽ രാമസ്വാമി നമ്പൂതിരിയായിരുന്നു. ഇംഗ്ലീഷിലാണ് സെമിനാർ തുടങ്ങിയത്. പ്രൊജക്റ്ററൊക്കെ ഉപയോഗിച്ചുള്ള സെമിനാർ തകർത്ത് മുന്നേറിയെങ്കിലും ഭൂരിഭാഗം പേർക്കും ഒന്നും മനസ്സിലായില്ല. എട്ടോളം വ്യത്യസ്ത വിഷയങ്ങളിൽ ബി എഡ് ഉള്ള കോളേജാണ്. സോഷ്യൽ സയൻസിലെയും കണക്കിലെയും കുട്ടികൾ നിർഗുണപരബ്രഹ്മങ്ങളായിരിക്കുകയാണ്. ‘അദ്ധ്യാപകൻ ആധുനിക യുഗത്തിൽ?’ എന്നതാണ് വിഷയമെങ്കിലും സാർ ആദ്യം കുട്ടികളുടെ മനഃശാസ്ത്രത്തെപ്പറ്റി സംസാരിക്കാനാണ് ഭാവിച്ചത്. അതിനു മുമ്പ് ഗുരു എന്ന വാക്കിന്റെ അർത്ഥവ്യാപ്തിയെ പറ്റി സംസാരിക്കാനായി പ്രൊജക്റ്ററിൽ T,E,A,C,H,E,R എന്നിങ്ങനെ അക്ഷരങ്ങൾ പ്രദർശിപ്പിച്ചശേഷം മറ്റേതോ ലോകത്ത് സ്വപ്നങ്ങൾക്കൊപ്പം വിഹരിച്ച് കൊണ്ടിരുന്ന സൂര്യയോടായി സാർ ചോദിച്ചു.”

എ ഫൊർ ആറ്റിറ്റ്യൂട്, ബി ഫൊർ ബിഹേവിയർ, സി ഫോർ ക്യാരക്ടർ സിമിലർലി ക്യാൻ യു സെ സംതിങ് എബോട്ട് അദർ ലെറ്റേഴ്സ് ഇൻ ദ വേഡ് ടീച്ചർ? ടീച്ചർ എന്ന വാക്കിലെ അക്ഷരങ്ങൾ എന്തിനെ സൂചിപ്പിക്കുന്നു എന്നതിനെപ്പറ്റി പറയാൻ വേണ്ടിയായിരുന്നു ആ ചോദ്യം. ഒരു നിമിഷത്തെ ഞെട്ടലിൽ സ്വപ്നങ്ങൾക്ക് വിടപറഞ്ഞ് ഭൂമിയിലേക്ക് ഇറങ്ങിവന്ന് കസേരയിൽ നിന്ന് എഴുന്നേല്ക്കുന്നതിന് മുൻപ് ചോദ്യം കേൾക്കാത്ത അവൻ എന്നോട് ചോദിച്ചു.

“എന്താടാ സാർ ചോദിച്ചത്?”

“സാറിന്റെ ഭാഷ മനസ്സിലാകാത്ത ഞാൻ പറഞ്ഞു.

“എ, ബി, സി, ഡി താളത്തിൽ പറയാനാകും.......”

“കുട്ടികളെ പറ്റിയായിരുന്നു സാർ പറഞ്ഞു വന്നത്. പോരാത്തതിന് എ,ബി,സി,ഡി ഒരുപാടുതവണ ആവർത്തിക്കുകയും ചെയ്തു. സത്യത്തിൽ സാർ പറഞ്ഞതൊന്നും എനിക്കും മനസ്സിലായില്ല. കുട്ടികളെ പറ്റി പഠിപ്പിക്കുന്നതിനാൽ വളരെ രസകരമായി പഠിപ്പിക്കാനാവും സാറിന്റെ ഉദ്ദ്യേശ്യമെന്ന് കരുതിയാണ് വളരെ വേഗം അങ്ങനെയൊരു മണ്ടൻ നിഗമനത്തിലെത്തിയത്. സൂര്യ താളം മാത്രമല്ല സംഗീത സംവിധാനം കൂടി ചെയ്ത് വളരെ ഗമയോടെ എ ബി സി ഡി ചൊല്ലിക്കൊണ്ടിരുന്നു. കെ യിലൊക്കെ എത്തിയപ്പോൾ സാറിന് കാര്യം പിടികിട്ടി. സാറും സൂര്യക്കൊപ്പം താളമൊപ്പിച്ച് ചൊല്ലിക്കൊണ്ടിരുന്നു. ആർക്കും ഒന്നും മനസ്സിലായില്ല കാരണം തെറി മുഴുവൻ ഇംഗ്ലീഷിലായിരുന്നു. അന്നെങ്ങാനും സൂര്യയുടെ കൈയിൽ എന്നെ കിട്ടിയിരുന്നെങ്കിൽ കൊന്ന് തിന്നുമായിരുന്നു. എന്റെ അറിവില്ലായ്മ അവനോട് പറഞ്ഞാൽ ബോദ്ധ്യപ്പെടണ്ടേ? എന്തായാലും അതിന് ശേഷം എല്ലാവർക്കും മനസ്സിലാകുന്ന തരത്തിൽ അദ്ദേഹം ആദ്യം മുതൽ മലയാളത്തിൽ ആവർത്തിച്ചു.”

“മഠത്തിൽ സാറിന്റെ സെമിനാറിന് ശേഷമാണ് കടപ്പുറത്തേക്ക് ബോധവല്ക്കരണത്തിനായി ഞങ്ങൾ പോയത്. ഒരു കോളനിയുടെ തുടക്കത്തിലേക്കാണ് ഞങ്ങൾ പോകുന്നത്. മൊബൈലിന്റെ ദൂഷ്യവശങ്ങളെപ്പറ്റി കടപ്പുറത്തുള്ളവരെ മനസ്സിലാക്കാനായിരുന്നു ബോധവല്ക്കരണം.

ആദ്യം കണ്ട വീട്ടിൽ ആൾക്കാർ വളരെ മ്ലാനതയോടെയിരുന്നപ്പോൾ ഞാൻ സൂര്യയോട് അവിടെക്കയറുന്നത് പന്തിയല്ലെന്ന് പറഞ്ഞു. പക്ഷേ ആര് കേൾക്കാൻ. വെച്ച കാല് വലതുകാലാണെങ്കിൽ പിന്നോട്ടില്ലെന്നും പറഞ്ഞ് വളരെ ഗൗരവത്തോടെ ബോധവല്ക്കരണത്തലവനായി സൂര്യ ആ മുറ്റത്ത് കയറിചെന്ന് നിന്ന് ഇപ്രകാരം പറഞ്ഞു, “ഞങ്ങൾ കോളേജിൽ നിന്നും ബോധവല്ക്കരണത്തിനായി വന്നവരാണ്. നിങ്ങളിൽ എത്ര പേർക്ക് മൊബൈൽ ഉണ്ട്? മൊബൈൽ ഉപയോഗിക്കാത്തവരായി ആരെങ്കിലും ഉണ്ടോ? ഇവിടെ ഗർഭിണികളോ കുട്ടികളോ മൊബൈൽ ഉപയോഗിക്കുന്നുണ്ടോ?”

സൂര്യ ഇത്രയും ചോദിച്ചതു മാത്രം അറിയാം. മൂന്നേ മൂന്നു തൊടിയുള്ള കഴുത്തിനൊപ്പം വെള്ളമുള്ള കിണറ്റിൽ ചാടിയതുകൊണ്ട് മാത്രമാണ് എനിക്കന്ന് സൂര്യക്ക് കിട്ടിയതുപോലെ അടി കിട്ടാതെയിരുന്നത്. ഞങ്ങളുടെ കൂട്ടത്തിൽ ഉണ്ടായിരുന്ന അനുവും ഹരിശങ്കറും ഞങ്ങൾക്ക് ഒരു പാട് പിന്നിലായിരുന്നു. അതിനാൽ അവർ തിരിഞ്ഞോടി രക്ഷപെട്ടു. സൂര്യ ആ മുറ്റത്ത് എലിപ്പെട്ടിയിലകപ്പെട്ട എലിയെപ്പോലെ പെട്ടു. ഒരു സ്ത്രീയാണ് തല്ലാൻ നേതൃത്വം നല്കിയത്. കിണറ്റിന് പുറത്ത് സൂര്യ.

“ഉമ്മാ, മൊബൈൽ ഇവിടെ തെറിയായി ഉപയോഗിക്കുന്ന വാക്കാണെന്ന് ദൈവത്തിനാണെ എനിക്ക് അറിഞ്ഞുകൂടായിരുന്നേ! ഇനി എന്നെ തല്ലല്ലേ!”

സൂര്യയുടെ വിളിയും കരച്ചിലും കേട്ടപ്പോൾ ഞാൻ അറിയാതെ കിണറ്റിൽ കിടന്ന് മുള്ളി. മൊത്തത്തിൽ ഒരു ബഹളമയം. കിണറ്റിന് പുറത്ത് എന്താണ് നടക്കുന്നതെന്ന് എനിക്ക് മനസ്സിലാക്കാനായില്ല. സൂര്യയെ അവർ ചൂല് കൊണ്ടുവരെ തല്ലി. അതിന് പ്രധാന കാരണം അവരുടെ മകൾ മൊബൈൽ ഫോൺ കാരണം വഴിപിഴച്ച് പോയി. ആ വീട്ടിലുണ്ടായിരുന്ന ഏക പെൺതരി, രണ്ട് ആങ്ങളമാരുള്ള, രണ്ട് മൂന്ന് അമ്മാവന്മാർ കൊഞ്ചിച്ച് കുഴയിച്ച് വളർത്തിയ പെൺകൊടി, മിസ്കോളിലൂടെ പരിചയപ്പെട്ട് ക്വട്ടേഷൻ ടീമിലെ ഒരുത്തനോടൊപ്പം ഒളിച്ചോടി. അത്രയും ആളുകൾ ഉണ്ടായിട്ടും അവനിൽ നിന്ന് പെണ്ണിനെ രക്ഷപെടുത്താനുള്ള ത്രാണി ആർക്കും ഉണ്ടായിരുന്നില്ല. ദേവഗിരി കടപ്പുറത്തിന് ഒരു ശാപമുണ്ട്. പൊലീസ് വെറും നിഷ്ക്രിയരാണ്. കാശിനും രാഷ്ട്രീയ സ്വാധീനത്തിനും കീഴ്പ്പെട്ടവർ മാത്രമേ അവിടെ നിയമപാലകരായി വാഴ്ത്തപ്പെടാറുള്ളൂ.

കട്ടവനെ കിട്ടിയില്ലെങ്കിൽ കിട്ടുന്നവനെ തല്ലുന്ന പരിപാടിയാണ് അവർ ഞങ്ങളോട് കാട്ടിയത്. ഗുണ്ടയിൽ നിന്ന് പെണ്ണിനെ രക്ഷിക്കാനാവാത്ത ദേഷ്യം ഞങ്ങളോടാണ് അവർ തീർത്തത്. സ്ത്രീകൾക്കു പോലും വിവരമില്ലാത്ത രീതി ദേവഗിരി കടപ്പുറത്ത് മാത്രമേ ഞങ്ങൾ കണ്ടിട്ടുള്ളൂ. ഒരു ഭീകര സത്വത്തിന്റെ ഭാവമുള്ള സ്ത്രീ മുടിയൊക്കെ പിരിത്തിട്ട് "അടിക്കടാ അവന്റെയൊരു മൊബൈൽ പ്രേമം ഇന്ന് തീർക്കണം" എന്ന് പറഞ്ഞ് ചാടിയിറങ്ങി ചൂലു കൊണ്ട് അടിയും തുടങ്ങി. സൂര്യ എന്താണ് പറഞ്ഞതെന്നോ അവരെന്താണ് കേട്ടതെന്നോ എനിക്കറിയില്ല. കിണറ്റിൽ നിന്ന് കയറ്റി അവർ എന്നെയും തല്ലി. പൊലീസിൽ പരാതി നല്കിയപ്പോൾ ആ വീട്ടിലെ സ്ത്രീയെ സൂര്യ കയറി പിടിച്ചതിനാലാണ് തല്ലിയതെന്ന് അവർ ഒന്നടങ്കം പൊലീസിനോട് പരാതി നല്കുകയും ചെയ്തു. അവസാനം മാനം രക്ഷിക്കാൻ ഞങ്ങൾക്ക് പരാതി പിൻവലിക്കേണ്ടി വന്നു.

കർമ്മചന്ദ്രൻ സാർ സംഭവം അറിഞ്ഞപ്പോൾ സൂര്യയെ സംശയിച്ചതാണ്. അപ്പോൾ സൂര്യ "കന്നുകാലി തേവരാണേ, മുടിപ്പുര അമ്മച്ചിയാണേ ഞാനൊരു തെറ്റും ചെയ്തിട്ടില്ല. മൊബൈൽ ആർക്കെങ്കിലും ഉണ്ടോന്ന് ചോദിച്ചതല്ലാതെ മൊബൈൽ പുറത്തു പോലും ഞാനെടുത്തിട്ടില്ല."

"മരിച്ച വീട്ടിൽ പോയി ബോധവല്ക്കരണം നടത്താഞ്ഞത് ഭാഗ്യം. നിനക്കൊക്കെയായിരുന്നു ആദ്യം ഏത് വീട്ടിൽ പോകണമെന്നുള്ളതിന് ബോധവല്ക്കരണം തരേണ്ടിയിരുന്നത്."

അൻവറിന്റെ ഈ സംഭാഷണത്തിന്റെ അവസാനം എന്നിലെ കുറ്റാന്വേഷകൻ ഉണർന്നു. സംശയം തട്ടിയ ഞാൻ ചോദിച്ചു. "അന്ന് നിങ്ങൾക്ക് രണ്ട് പേർക്ക് മാത്രമേ തല്ല് കിട്ടിയുള്ളോ?"

"അതെ സാർ"

"കൂടെയുണ്ടായിരുന്ന പെൺകുട്ടികളെ അവർ തല്ലിയോ?"

"ഇല്ല."

"ഹരിശങ്കറിനെ തല്ലിയോ?"

"ഇല്ല. കാരണം അവൻ ഓടിക്കളഞ്ഞു എങ്കിലും കല്ല് പെറുക്കി എറിഞ്ഞു. ചിലതു കൊള്ളുകയും ചെയ്തു."

"തല്ലിയത് സ്ത്രീകൾ പക്ഷേ, അവർ നിങ്ങളുടെ കൂട്ടത്തിലെ പെൺകുട്ടികളെ തല്ലിയില്ല അല്ലേ?"

"ഇല്ല സാർ, എന്താ സാർ അങ്ങനെ ചോദിച്ചത്?"

"അൻവർ ആദ്യം പറഞ്ഞ ഒരു കാര്യം ഓർമ്മയുണ്ടോ? കള്ളം പറയില്ലെന്ന് പറഞ്ഞ അൻവർ വാഗ്ദാന ലംഘനമല്ലേ ഇപ്പോൾ നടത്തിയത്? എന്നിലെ സുഹൃത്തിനെ നീ തന്നെ കൊലപ്പെടുത്തുകയാണോ?"

"സാർ എന്ത് കള്ളമാണ് ഞാൻ പറഞ്ഞത്?"

"അത് നിനക്ക് അറിയാമല്ലോ?"

"സാർ.........."

താൻ പിടിക്കപ്പെട്ടതിലെ പരിഭവം അവന്റെ മുഖത്ത് എനിക്ക് വായിച്ചെടുക്കാൻ കഴിഞ്ഞു.

“കടപ്പുറത്ത് ഉള്ളവർക്ക് വിദ്യാഭ്യാസമില്ലായിരിക്കാം. പക്ഷേ, അവർക്ക് കാര്യങ്ങൾ തരംതിരിച്ച് കാണാനുള്ള വകതിരിവുണ്ട്. കഷ്ടപ്പാടിലും പരസ്പര വിശ്വാസത്തോടെ കഴിയുന്ന അവരുടെ അടുക്കൽ എത്രയൊക്കെ ദുഃഖമുണ്ടെങ്കിലും ഈ വീട്ടിൽ ആരെങ്കിലും ഫോൺ ഉപയോഗിക്കുന്നുണ്ടോ എന്ന് ചോദിച്ചാൽ ഉടനെ സ്ത്രീകൾ ഉൾപ്പെടുന്ന സംഘം, സംഘമായി ഇറങ്ങി തല്ലാൻ മാത്രം അവരെന്താ കാട്ടുവാസികളാണോ? താൻ പറയുന്നത് അപ്പാടെ വിഴുങ്ങുന്ന ഒരു മണ്ടനാണ് ഞാനെന്ന് കരുതിയോ? ജയദേവൻ സാർ പറഞ്ഞതിൽ കാര്യമില്ലാതെയില്ല. ഇനി പറയ് എന്താ ആ സ്ത്രീകൾ നിങ്ങളെ തല്ലാൻ കാരണം? മണ്ടൻ ന്യായീകരണങ്ങൾ പറഞ്ഞ് രക്ഷപെടാൻ നോക്കരുത്.”

“സാർ ഞാൻ പറയാം. ഗിരിശൃംഗങ്ങളിൽ നിന്നുത്ഭവിക്കുന്ന ചന്ദ്രഗിരിപ്പുഴ കായലിന് സമാന്തരമായി ഒഴുകി കായലിൽ തന്നെ സംഗമിക്കുന്ന ശാന്തസുന്ദരമായ സ്ഥലത്തായിരുന്നു ഞങ്ങളുടെ താമസം. കടപ്പുറത്തെ ബഹളങ്ങളിൽനിന്നും ഞങ്ങളെ അകറ്റുന്നത് ആ പുഴയായിരുന്നു. പുഴയിലെ എക്കൽ വന്നടിഞ്ഞ് കായലിൽ ഒരു തുരുത്ത് നൂറ്റാണ്ടുകൾക്ക് മുമ്പ് ഉണ്ടായി. ഇന്നും വർഷങ്ങളുടെ ഇടവേളയിൽ തുരുത്തിന്റെ വിസ്തീർണ്ണം കൂടിക്കൊണ്ടേയിരിക്കുന്നു.

ആ തുരുത്തിൽ ഒരു കുഞ്ഞ് ദേവീക്ഷേത്രമുണ്ട്. എല്ലാ അവധി ദിവസങ്ങളിലും സൂര്യയും ഹരിശങ്കറും ക്ഷേത്രത്തിൽ പ്രാർത്ഥനയ്ക്കായിപോകും. ഒപ്പം ഞാനും. അന്യമതസ്ഥനായതിനാൽ തുരുത്തിൽ ചുറ്റിക്കറങ്ങുന്നതല്ലാതെ ഞാൻ ക്ഷേത്രത്തിനകത്ത് കയറില്ല.

ക്ഷേത്രത്തിലെ ദേവിയെ കാണാനല്ല പകരം ക്ഷേത്രത്തിൽ വരുന്ന ദേവിമാരെ കാണാനായിരുന്നു അവരുടെ ആ തീർത്ഥയാത്ര. ഞാൻ ചെല്ലുന്നില്ലെന്ന് പറഞ്ഞാലും അവർ നിർബ്ബന്ധിച്ച് കൊണ്ടുപോകും.

ആറേഴ് ഞായറുകൾ പിന്നിട്ടപ്പോൾ ക്ഷേത്രത്തിൽ എത്തുന്ന പത്തിരുപത് വയസ്സുള്ള കാണാൻ തരക്കേടില്ലാത്ത ഒരു പെൺകുട്ടി സൂര്യയെ ശ്രദ്ധിക്കുന്നെന്ന് പറഞ്ഞെങ്കിലും ആദ്യം ഞങ്ങളത് കാര്യമാക്കിയില്ല. വള്ളത്തിൽ തുരുത്തിലേക്കുള്ള യാത്രയിൽ പിന്നെ ഞങ്ങൾക്കും ആ നോട്ടത്തിൽ എന്തോ പ്രശ്നമുള്ളതുപോലെ തോന്നി. ആദ്യമാദ്യം അവൾ അവന്റെ കണ്ണുകളിലേക്ക് നോക്കി, പിന്നെ പിന്നെ പുഞ്ചിരിച്ചു. പല പല ഞായറുകൾ കടന്നപ്പോൾ അവനെക്കാണാനായി അവളുടെ വരവെന്ന് തോന്നി.

സൂര്യയല്ലേ കക്ഷി. നാളുകൾക്ക് ശേഷമുള്ള ഒരു ഞായറാഴ്ച അവളുടെ പേരും സ്ഥലവും ചോദിച്ച് പരിചയപ്പെട്ടു. പേര് ആരതി. ഞങ്ങളുടെ വീട് കഴിഞ്ഞ് ഒരഞ്ച് വീടുകൾക്കപ്പുറത്ത്, ഒരു കുഞ്ഞുപാലം കടന്ന് കായൽക്കരയിലാണ് അവളുടെ വീട്. കായലെന്ന് തീർത്ത് പറയാൻ കഴിയില്ല കാരണം ഒരു വശം കടലാണ്. തുരുത്തിനെതിരായി

കടലും കായലും ചേരുന്ന മുനമ്പിലാണ് അവളുടെ വീട്. തൊട്ടടുത്ത് ഇത്രയും നല്ലൊരു മാണിക്യമുണ്ടായിട്ട് കണ്ടെത്താൻ വൈകിയതിൽ സൂര്യ വ്യസനിച്ചു. ക്ഷേത്രത്തിലെ കണ്ടുമുട്ടലുകൾക്ക് ശേഷം ചിലപ്പോഴൊക്കെ ഞങ്ങളുടെ വാടക വീടിന് മുന്നിലൂടെയാണ് അവളുടെ സഞ്ചാരം. ആരതിയെ കണ്ട് കുറച്ചു മാസങ്ങൾക്കുശേഷം ഞങ്ങളുടെ റൂം മേറ്റായ ഹരിശങ്കർ സൂര്യയെ വെറിപിടിപ്പിച്ചു. "നീ അവളെ ശരിക്കും പ്രണയിക്കുന്നുണ്ടോ?"

"നിനക്കെന്താ വട്ടുണ്ടോ?"

"അപ്പോൾ നീ അഭിനയിക്കുകയാണോ?"

"പിന്നല്ലാതെ, കണ്ട കുടിലിൽ തെണ്ടിപ്പറക്കി നടക്കുന്നതിനെ വിളിച്ച് കൊണ്ട് നാട്ടിൽ ചെന്നാൽ എങ്ങനെ ജീവിക്കും? പിന്നെയിതൊക്കെ ഒരു നേരംപോക്ക്. ആരതിയില്ലെങ്കിൽ പിന്നെയെങ്ങനെയാടാ ഞായറ് തള്ളിവിടുന്നതെന്റെ ഹരീ."

"അവസാനംവരെ പിറകെ ഇങ്ങനെ കുടിച്ചിറക്കി നടക്കുന്നതല്ലാതെ ഒന്നും നടക്കത്തില്ലല്ലേ?"

"അതു പിന്നെങ്ങനെയാടാ? അതിന്റെ പുറകെ നടക്കുകയാണെന്ന് കടപ്പുറം അറിഞ്ഞാൽ, തിരപോലെയാവും മീൻപിടിക്കാൻ പോകുന്നവരെല്ലാം കൂടിയിങ്ങ് വരുന്നത്. അവസാനം ദഹിപ്പിക്കാൻ ശരീരമോ കടലിലൊഴുക്കാൻ അസ്ഥിയോ കേസെടുക്കാൻ പൊലീസോ പോലും കാണില്ല."

"ആരറിയാനാ? നമ്മള് വേണമെന്ന് വച്ചാൽ മതി. ഒരടിയും കിട്ടില്ല. ജീവിതത്തിൽ ഒരിക്കലും മറക്കാനാവാത്ത ഒരനുഭവവും കിട്ടും."

"അത് നേരാ ഒരിക്കലും മറക്കാൻ പറ്റാത്ത രീതിയിലാവും തല്ല് കൊള്ളുക"

"നിനക്ക് വേണ്ടെങ്കിൽ വേണ്ട എനിക്കിപ്പം എന്താ? ഇതാ പറയണത് ദൈവം എറിയാനറിയാവുന്നവന്റെ കൈയിൽ കൊണി കൊടുക്കത്തില്ലന്ന്."

"കെണിയോ കൊണിയോ എനിക്കുറങ്ങണം. നീ കെണിയുമായി പുറത്ത് പോയിക്കിടക്ക്. അപ്പോ വല്ല കൊണിയും പെടും." ഇതും പറഞ്ഞ് കിടന്നുറങ്ങിയ സൂര്യ പാതിരാത്രി ഹരിയെ വിളിച്ചുണർത്തി ചോദിച്ചു. "ദൈവം തന്ന കൊണി വെച്ച് ഇപ്പോൾ എങ്ങനെയാടാ ഒന്ന് എറിഞ്ഞ് കൊള്ളിക്കുന്നത്?"

"വരുന്ന ഞായറാഴ്ച നീ ക്ഷേത്രത്തിൽ ചെല്ലുമ്പോൾ അവളുടെ ഫോൺ നമ്പർ ഒന്ന് ചോദിക്ക്. കിട്ടിയാൽ കിട്ടി."

അടുത്ത ഞായറാഴ്ച ക്ഷേത്രത്തിൽ ചെന്നപ്പോൾ സൂര്യ ആരതിയുടെ മൊബൈൽ നമ്പർ ചോദിച്ചു. അവൾ സൂര്യ ചോദിക്കാനിരുന്നവണ്ണം അത് നല്കുകയും ചെയ്തു. ദേവഗിരിയിലെ ഒരു പാരലൽ കോളേജിൽ ഡിഗ്രി ഫൈനലിയറിന് പഠിക്കുന്ന ഒരല്പം സാമ്പത്തിക ബുദ്ധിമുട്ടുള്ള ഒരു പെൺകുട്ടിയായിരുന്നു ആരതി. അങ്ങനെയുള്ള ആ പെൺകൊടിയെ പ്രണയിച്ച് വശത്താക്കാൻ സൂര്യയ്ക്ക് അധികനാൾ

വേണ്ടി വന്നില്ല. അങ്ങനെ ഫസ്റ്റ് സെമസ്റ്റർ പരീക്ഷയുടെ അന്ത്യത്തോട് അടുത്തപ്പോഴേക്കും സീതയ്ക്ക് രാമനെന്നോണം, പാർവ്വതിക്ക് പരമേശ്വരനെന്നോണം ആരതിക്ക് സൂര്യ പ്രിയപ്പെട്ടതായിത്തീർന്നു. ആ അവസ്ഥയിൽ ഹരി സൂര്യയുടെ മനസ്സിലേക്ക് വിഷബീജങ്ങൾ നിരന്തരമായി നിറച്ചു കൊണ്ടിരുന്നു.

"അവളുടെ നമ്പർ കിട്ടിയ സ്ഥിതിക്ക് നീ നൈറ്റ് ഓഫർ എടുത്ത് ഒന്നുകൂടി നന്നായി ഒന്ന് മുട്ടിനോക്ക്. ഒത്താ ഒത്ത്. പോയാൽ പോയി. പിന്നെ കഷ്ടപ്പെട്ടില്ലാന്നുള്ള ദുഃഖം തോന്നരുതല്ലോ?"

"അതിന് ഞാനിപ്പം എന്താ പറയുക."

"ഇന്നത്തെ കാലത്തെ പെണ്ണല്ലേ? കല്യാണത്തിന് മുൻപ് ഒരനുഭവമൊക്കെ ഈ പ്രായത്തിൽ ആരാ മോഹിക്കാത്തത്? നീ രണ്ടും കല്പിച്ച് ഒന്ന് വീട്ടിൽ വിളിച്ചു നോക്ക്."

അങ്ങനെ ഹരിയുടെ നിർബ്ബന്ധപ്രകാരം സൂര്യ അവളോട് ചോദിച്ചു.

"നീ ഒരു ദിവസം നമ്മുടെ വീട് വരെ വരുമോ?"

"എന്തിനാണ് ഞാൻ അവിടേക്ക് വരുന്നത്?"

"അതൊക്കെ വന്നിട്ട് പറയാം"

"എന്തിനാണെന്ന് പറയാതെ ഞാൻ വരില്ല."

"നീ ഇട്ട് തരുന്ന ഒരു കപ്പ് കാപ്പി കുടിക്കാൻ വല്ലാത്ത മോഹം"

"അവിടെ വന്നാൽ ആളുകൾ കാണില്ലേ?"

"പകല് വന്നാലല്ലേ ആളുകൾ കാണൂ. നീ രാത്രി വന്നാൽ മതി. അപ്പോൾ പിന്നെ പേടിക്കണ്ടല്ലോ? പോരാത്തതിന് നാളെ കറുത്ത വാവാണ്."

"നാളെയോ?"

"എന്താ നാളെ വരാൻ കഴിയില്ലേ?"

"വരാനൊക്കെ കഴിയും പക്ഷേ?"

"എന്താ ഒരു പക്ഷേ?"

"ആരും കാണാതെ വന്നാൽ എനിക്കെന്തു തരും?"

ആ ചോദ്യത്തിൽ ഒരു വശപ്പിശക് ദർശിച്ച് ഹരി പറഞ്ഞ തരത്തിലുള്ള ഒരു പെണ്ണാണെന്ന് കരുതി സൂര്യ പറഞ്ഞു.

"നിനക്കെന്ത് വേണമെങ്കിലും തരാം."

"എന്തും തരുമോ?"

"എന്തും തരാം."

"എങ്കിൽ എനിക്ക് ഒരു പതിനയ്യായിരം രൂപ തരുമോ?"

"പതിനഞ്ചല്ല ഇരുപതിനായിരം രൂപ തരാം. എന്താ മതിയോ?"

"അത്രയും കാശൊക്കെ തരാനുണ്ടാവുമോ?"

"കാശ് എത്ര വേണമെങ്കിലും തരാം. പിന്നെ എന്റെ രണ്ട് കൂട്ടുകാർ ഇവിടെ ഉള്ളതുകൊണ്ട് വല്ല പ്രശ്നവും ഉണ്ടോ?"

"കാശ് കിട്ടുമെങ്കിൽ ആരുണ്ടെങ്കിലും എനിക്ക് യാതൊരു പ്രശ്നവും ഇല്ല."

ഞങ്ങളോടൊക്കെ ഒരു വാക്ക് ചോദിക്കാതെ അടുത്ത രാത്രി ആരതി വീട്ടിൽ വരുന്നതിന് ഇരുപതിനായിരം രൂപ നല്കാമെന്ന് സൂര്യ വാക്കു നൽകി. പക്ഷേ, ഞങ്ങളോട് കൂടിയാലോചിച്ചപ്പോഴാണ് സാമ്പത്തിക മാന്ദ്യത്തെപ്പറ്റി സൂര്യക്ക് ബോധമുണ്ടായത്. കഴുത്തിൽ കിടന്ന ചെയിനും, മോതിരവും പണയത്തിലാണ്. അതിലുപരി കോളേജിൽ ഒട്ടുമിക്ക പേർക്കും കടം കൊടുക്കാനുണ്ട്.

ഒരു പകൽകൊണ്ട് ഇരുപതിനായിരം രൂപ- ചിന്തിക്കുന്നതിലും അപ്പുറത്തെ സംഖ്യയായിരുന്നു. അവസാനം സൂര്യയുടെ മൊബൈൽ വില്ക്കാൻ തീരുമാനിച്ചു ഒപ്പം ഹരിയുടെയും. ഹൗസ് ഓണർ അറിയാതെ റൂമുകളിലും അടുക്കളയിലും ഉണ്ടായിരുന്ന മൂന്നു ഫാനും പഴയ ഒരു ടിവിയും വിറ്റു. എന്തിനേറെ പറയുന്നു ചട്ടിയും കലവും ഉൾപ്പെടെ മുറ്റത്ത് കിടന്ന വിറക് സഹിതം കൊടുത്തു. കടം മേടിച്ചും മറിച്ചും വിറ്റും വൈകുന്നേരം പതിനയ്യായിരം രൂപയും സമാഹരിച്ച് ആരതിയുടെ വരവും കാത്ത് പൂമുഖ വാതിലിൽ ഞങ്ങൾ കാത്തിരുന്നു.

ഹരിയുടെയും സൂര്യയുടെയും നിർബ്ബന്ധപ്രകാരമാണ് ഭയത്തോടെ യാണെങ്കിലും ഞാൻ ആ പങ്കു കച്ചവടത്തിൽ ചേരാൻ ഇടയായത്. അതിന് കാരണം ആരതിയെന്ന കുഞ്ഞുസുന്ദരിയുടെ മാദകത്വം ഞാനെന്ന വിശ്വാമിത്രന്റെയും മനസ്സിനെ വല്ലാതെ സ്പർശിച്ചിരുന്നു.

ആ കറുത്ത വാവിൽ ഇളം കറുപ്പ് നിറമുള്ള ആ കന്നുകുട്ടി കറുപ്പിൽ മഞ്ഞപ്പുള്ളികളുള്ള ദാവണി ധരിച്ച്, അതിനുമുകളിലൂടെ കറുത്ത സാരി ചുറ്റി, കരിംകൂവളത്തിന്റെയും കൊന്നത്തെങ്ങിന്റെയും മറ പറ്റി കാലൻ കോഴിയുടെ കൂവലിനൊപ്പം ഞങ്ങളുടെ വാതിലിനുമുന്നിൽ പ്രത്യക്ഷപ്പെട്ടു. നട്ടപ്പാതിര കഴിഞ്ഞിട്ടും കുളിച്ചിട്ടും കുളിച്ചിട്ടും മതിവരാതെ ഹരിശങ്കർ കുളിമുറിയിൽ തന്നെയുണ്ടായിരുന്നു. അകത്തു കയറിയ ആരതി പുറമെ ധരിച്ചിരുന്ന സാരി അഴിച്ചിട്ടശേഷം അവൾ ആവശ്യപ്പെട്ട കാശ് എണ്ണിത്തിട്ടപ്പെടുത്തി ബോദ്ധ്യമായപ്പോൾ കാശിൽ വന്ന കുറവ് അവളിൽ പുച്ഛരസമുണർത്തിച്ചു. നല്കാനുള്ള അയ്യായിരം അടുത്ത പകൽ സൂര്യനസ്തമിക്കുന്നതിനകത്ത് നല്കുമെന്ന സൂര്യയുടെ ഉറപ്പിനാൽ അവൾ സൂര്യക്കൊപ്പം മുറിയിൽ കയറി കതകടച്ചു. ഞാൻ വാതിലിന് പുറത്ത് അക്ഷമനായി നിന്നു. കുറച്ച് നിമിഷങ്ങൾക്ക് ശേഷം കുളിമുറിയിൽനിന്നും ഹരി ഇറങ്ങി. അതോടൊപ്പം ആരതിയും സൂര്യയുടെ മുറിയിൽ നിന്നും ഇറങ്ങി.

“സൂര്യക്ക് ഒരു ചെറിയ തലകറക്കം. അടുത്തത് ആരായാലും പോന്നോളൂ” എന്ന് പറഞ്ഞ് അവൾ അടുത്ത മുറിയിലേക്ക് പോയി ഒപ്പം ഹരിയും.

സൂര്യയുടെ മുറിയിൽക്കയറിയപ്പോൾ പരസ്പര ബന്ധമില്ലാതെ എന്തൊക്കെയോ പുലമ്പുന്നു. അല്പം കഴിഞ്ഞപ്പോൾ ഉറക്കവും ആയി. കാണാൻ പാടില്ലാത്ത കാര്യങ്ങൾ കണ്ടതിനാലാവും ഇവനീ ഗതി വന്നതെന്നോർത്തപ്പോൾ മനസ്സിൽ സംഭ്രമമേറി. അപ്പോൾ ഹരിയുടെ

വാക്കുകൾ മനസ്സിൽത്തെളിഞ്ഞു. "മലിനമായ ശരീരം ചന്ദ്രിക സോപ്പിട്ട് ശുദ്ധി വരുത്തി പരിമളം ചൊരിഞ്ഞു കൊണ്ട് വേണം ഒരു പെൺകിടാവിന്റെ അടുത്ത് ചെല്ലാൻ. എന്നാൽ മാത്രമേ അവൾക്ക് ആവാഹനശക്തി കിട്ടൂ."

അങ്ങനെ ആ നട്ടപ്പാതിരയ്ക്ക് മരം കോച്ചുന്ന തണുപ്പിൽ കുളിമുറിയിൽ കയറി ഞാൻ ദേഹശുദ്ധി വരുത്തിക്കൊണ്ടിരുന്നു. ഇതിനിടയിൽ ആരോ മുറി തുറന്ന് പോകുന്നതുപോലെ തോന്നിയെങ്കിലും ചന്ദ്രികയുടെ പരിമളത്തിൽ വരാൻ പോകുന്ന സൗഭാഗ്യത്തെയോർത്ത് ഞാൻ എല്ലാം മറന്ന് കുളിച്ചു.

ചന്ദ്രികയുടെ പരിമളവുമായി പുറത്തേക്കിറങ്ങിയപ്പോൾ ഹരിയുടെ മുറിയും വീടിന്റെ വാതിലും തുറന്ന് കിടക്കുന്നു. വീട് മുഴുവൻ ആരതിയെ തെരഞ്ഞെങ്കിലും കണ്ടില്ല. രണ്ട് മുറിയിലായി സൂര്യയും ഹരിയും കിടക്കുന്നു. ഹരിക്ക് ഉടുതുണി പോലുമില്ല. രണ്ട് മൂന്നുതവണയായി നാലഞ്ച് ബക്കറ്റ് വെള്ളം ആ ശരീരങ്ങളിലേക്ക് പകർന്നെങ്കിലും അല്പം അനക്കം തട്ടിയതല്ലാതെ രണ്ടും ഉണർന്നില്ല. ചത്തില്ലെന്നു മനസ്സിലായപ്പോൾ സമാധാനമായി. കാരണം അത്രയും നേരം അവിടെയുണ്ടായിരുന്നവൾ വല്ല ദുരാത്മാവും ആണോ എന്നുള്ള ഭയപ്പാടിലായിരുന്നു ഞാൻ. ആരെയെങ്കിലും വിളിക്കാമെന്ന് കരുതി എന്റെ മൊബൈൽ വീടു മുഴുവൻ അരിച്ച് പെറുക്കിയെങ്കിലും കണ്ടില്ല. കാശ് തികയാതെ വന്നപ്പോൾ സൂര്യ എത്ര നിർബ്ബന്ധിച്ചിട്ടും മൊബൈൽ വില്ക്കാൻ ഞാൻ സമ്മതിച്ചില്ലായിരുന്നു.

നേരം പുലരുന്നതു വരെ ആ പാതി ചത്ത രണ്ട് വാഴപ്പിണ്ടികൾക്ക് ഞാൻ കാവലിരുന്നു. ഉറക്കം എപ്പോഴാണ് കണ്ണുകളെ തഴുകിയതെന്നറിയില്ല. ഉണർന്നപ്പോൾ സൂര്യൻ വീടിന്റെ മുകളിലെത്തിക്കഴിഞ്ഞിരിക്കുന്നു. വിശപ്പ് അതിന്റെ മൂർദ്ധന്യതയും കഴിഞ്ഞ് യാത്ര അവസാനിപ്പിച്ചു. അല്പാല്പം സംസാരിച്ച് തുടങ്ങിയ സൂര്യ സംഭവിച്ചതെന്താണന്ന് പറഞ്ഞു.

"കതകടച്ചശേഷം കട്ടിലിൽ മുഖത്തോട് മുഖം നോക്കിയിരുന്നപ്പോൾ അവളുടെ ബാഗിൽനിന്നും ലിപ്സ്റ്റിക്ക് എടുത്ത് എനിക്ക് തേൻ നുകരാനുള്ള അധരങ്ങളിൽ തൊട്ട് തലോടിയശേഷം ബാഗിൽനിന്നും ഒരു പൊതിയെടുത്ത് തുറന്നു. അതിൽ നിന്നും ഒരു ലഡു എടുത്ത് എന്നോട് മൊഴിഞ്ഞു.

"നല്ല കാര്യങ്ങൾക്ക് മുൻപ് ഒരല്പം മധുരം നല്ലതാണ്."

ഈന്തപ്പഴത്തിന്റെ സമ്പുഷ്ടിയിൽ നിർമ്മിച്ച ലഡുവിന്റെ രുചിയിൽ ഞാൻ അവൾക്ക് ഒരല്പം പോലും നല്കാതെ മുഴുവനും കഴിച്ചു. അല്പനേരത്തെ സംസാരത്തിനുശേഷം അവളെ നെഞ്ചോട് ചേർത്ത് പുണർന്നെങ്കിലും എന്റെ കൈയുടെ കരുത്ത് കുറഞ്ഞ് കുറഞ്ഞ് വന്നു. പിന്നെയെനിക്ക് ഒന്നും ഓർമ്മയില്ല. അവൾ അതിനകത്ത് വിഷം ചേർക്കാഞ്ഞത് ഭാഗ്യമായി.

അടുത്തമുറിയിൽ ഒരു കഷണം ചേല പോലുമില്ലാതെ കിടക്കുന്ന ഹരി കണ്ണുകൾ തുറന്നു. വിഭ്രാന്തിയോടെ തിരികെ കിട്ടിയ ജീവന്റെ വിലയോർത്ത് അവനും ഇടവിട്ട് ഇടവിട്ട് സംസാരിച്ചു.

കതകടച്ച് കുറ്റിയിട്ട് തിരിയുന്നതിന് മുന്നേ ഞാൻ അവളെ പുറകിൽ നിന്നും കയറിപ്പിടിച്ചു. കുതറിമാറിക്കൊണ്ട് അവൾ എന്നോടു പറഞ്ഞു. "ഇരുപതിനായിരം രൂപയ്ക്ക് വേണ്ടി ഞാൻ എന്റെ ശരീരത്തെ പണയപ്പെടുത്തിയത് നിവൃത്തികേട് കൊണ്ടാണ്. ഇനിയൊരിക്കൽ നിങ്ങൾ ഈ കടപ്പുറത്ത് വരുമ്പോൾ ഇവിടത്തെ ഏറ്റവും വലിയ വേശ്യ എന്ന പദവിയാവും എനിക്ക് ലഭിക്കുക. അതിന് കാരണക്കാരായവർ നിങ്ങളായിരിക്കും."

അവളുടെ സംസാരത്തിൽനിന്നും ഒരു തരി കുറ്റബോധമോ വ്യതിചലനമോ എന്റെ മനസ്സിനുണ്ടായില്ല. ഞാൻ പൂർവ്വാധികം ശക്തിയോടെ അവളെ പുണർന്നപ്പോൾ കാമപരവേശത്താൽ അവൾ എന്നോട് ആദ്യം വിവസ്ത്രനാവണമെന്നും അപ്രകാരം ചെയ്താൽ എനിക്ക് ഇഷ്ടമുള്ളതെന്തും ചെയ്യാനുള്ള അനുവാദം തരാമെന്നും പറഞ്ഞു. അവളുടെ മുഖത്ത് കുറ്റബോധം കളിയാടിയപ്പോൾ ഒരു ധീരയോദ്ധാവിനെപ്പോലെ ഞാൻ വിവസ്ത്രനായി. മുഖം പൊത്തി പിന്നിലേക്ക് മാറിയ അവളുടെ അരികിലേക്ക് ഒരു കാട്ടുകുതിരയെ പോലെയടുത്തതും എന്റെ മുഖത്തേക്ക് എന്തോ സ്പ്രേ ചെയ്തതും മാത്രമേ എനിക്ക് ഓർമ്മയുള്ളൂ."

അവന്റെ ആ ദുരനുഭവം കേട്ടപ്പോൾ - "ഉടുതുണിപോലുമില്ലാതെ ഒരു ധീരയോദ്ധാവ് കിടക്കുന്ന കിടത്ത കണ്ടില്ലേ? കൺമുന്നിൽ നിന്നും എഴുന്നേറ്റ് പോടാ. നിന്റെ കോലാടിനെ പോലത്തെ മോന്തയിൽ അവൾ മൂത്രമൊഴിക്കാഞ്ഞത് ഭാഗ്യമായി."

"ശവത്തിൽ കുത്തല്ലേടാ. നീ രക്ഷപ്പെട്ടത് നിന്റെ ഭാഗ്യം കൊണ്ടാണ്."

മുടങ്ങാതെ അഞ്ച് നേരം നമസ്കരിക്കുന്നത് കൊണ്ടാവാം അർദ്ധരാത്രി കുളിക്കാൻ ഹരി നിർബ്ബന്ധിച്ചത്. അത്തരത്തിൽ കുളിക്കാൻ തോന്നിയതിന് ഞാൻ ദൈവത്തോട് നന്ദി പറഞ്ഞു. കഴിക്കാൻ എന്തെങ്കിലും പാചകം ചെയ്യാനായി അടുക്കളയിൽ ചെന്നപ്പോൾ അരി പോയിട്ട് കലം പോലും ഇല്ല. ഹോട്ടലിൽ പറ്റ് ബുക്കിന്റെ പേജ് തീർന്നതിനാൽ അവിടെ പോകാനും നിവൃത്തിയില്ല. വിശപ്പിന്റെ കാഠിന്യംമൂലം ഞങ്ങൾ തമ്മിൽ കലഹമായി.

മുറ്റത്തെ തെങ്ങിൽനിന്ന് കരിക്കിട്ട് കുടിച്ചപ്പോഴേക്കും ഞങ്ങൾ വിറ്റ ഫാനും ടി വിയുമെടുക്കാൻ ആളു വന്നു. പക്ഷേ, ഒപ്പം ഹൗസ് ഓണറും ഉണ്ടായിരുന്നു. അന്ന് തന്നെ ഞങ്ങളെ അവിടെനിന്നും ഇറക്കി. ഹൗസ് ഓണർ കേസുകൊടുക്കാതിരിക്കാൻ കാരണം മൂന്നു ആൺകുട്ടികൾ ഒരുപോലെ നിന്ന് കരയുന്നതു കണ്ടാൽ ആരുടെ മനസ്സും അലിഞ്ഞ് പോകുമായിരുന്നു. വീട് മുഴുവൻ തെരഞ്ഞിട്ടും മൊബൈൽ കാണാതെ വന്നപ്പോൾ ഞാൻ സൂര്യയോട് എന്റെ മൊബൈൽ എവിടെയാണെന്ന്

ചോദിച്ചു. അവൻ പറഞ്ഞ മറുപടി ആദ്യമായി അവനിൽ വെറുപ്പുളവാക്കാൻ കാരണമായി.

"നല്ല നല്ല രംഗങ്ങൾ ചിത്രീകരിക്കാൻ വേണ്ടി ഞാൻ മൊബൈൽ ഫോനിൽ വച്ച് കെട്ടിയിരുന്നു." ഞാൻ ഓടി റൂമിൽ ചെന്ന് നോക്കിയപ്പോൾ മൊബൈൽ ഇല്ല. സ്വന്തം ജീവനെപോലെ കരുതിയ മൊബൈൽ അവൻ കാരണം നഷ്ടപ്പെട്ടെന്നറിഞ്ഞപ്പോൾ മനസ്സിൽ ദേഷ്യം അഗ്നിയായി മാറുകയായിരുന്നു. കാശും മൊബൈലും എല്ലാം ആരതിയെന്ന രക്തരക്ഷസ്സ് കൊണ്ടു പോയെന്നറിഞ്ഞപ്പോൾ ഞങ്ങൾ ആകെത്തളർന്നു പോയി.

അൻവറിന്റെ സംഭാഷണത്തിനവസാനം എന്റെ അരിശം അണപ്പൊട്ടി.

"പ്ഫ, നായേ കള്ളം പറയുന്നോ? ഇടിച്ച് ഞാൻ നിന്റെ എല്ല് ഇങ്ങ് ഊരിയെടുക്കും."

"എന്ത് കള്ളമാ സാറേ ഞാൻ പറഞ്ഞത്?"

നട്ടപ്പാതിരയ്ക്ക് ഒരു പാവം പെൺകുട്ടിയെ താമസസ്ഥലത്ത് കൊണ്ട് വന്ന് പീഡിപ്പിക്കാൻ ശ്രമിച്ചത് എതിർത്ത കാർത്തിയെ നീയൊക്കെ ചേർന്ന് കൊന്ന് കുഴിച്ചുമൂടി. നീയൊക്കെ ചേർന്ന് നടത്തിയ ആഭാസത്തരം അവന്റെ വായിൽ നിന്ന് പുറംലോകമറിയുമെന്ന് കണ്ടപ്പോൾ വളരെ തന്ത്രപരമായി മറ്റാർക്കും സംശയം ഉണ്ടാവാതെ കൊല നടത്തി. ഇതാണ് സത്യം. ഇതല്ലേ സത്യം?"

പടച്ചോനാണേ സാറീ പറഞ്ഞതൊക്കെ കള്ളമാണ്. ഞാൻ പറഞ്ഞതാ സത്യം."

"നിന്റെ ലഡുവിന്റെ കഥയൊക്കെ ഞാനങ്ങ് തൊണ്ട തൊടാതെ വിഴുങ്ങുമെന്ന് കരുതിയല്ലേ? നിന്റെ കാര്യത്തിൽ ഒരു തീരുമാനമാക്കി തരാം"

"സാർ, ഞാൻ സത്യമാണ് പറയുന്നത്. കിടപ്പാടം നഷ്ടപ്പെടുകയും വിശപ്പ് സഹിക്കാനാവാതെ വരികയും ചെയ്തപ്പോൾ കടപ്പുറത്ത് ആരതിയെത്തേടി ഞങ്ങൾ ഇറങ്ങി. കടപ്പുറത്ത് വള്ളങ്ങൾക്കരികിൽ, ശക്തന്മാരായ പുരുഷന്മാർക്കരികിൽ താലോലിക്കപ്പെട്ട് നർമ്മസംഭാഷണത്തിലേർപ്പെട്ടിരിക്കുന്ന അവളുടെ അടുത്തേക്ക് പോകാനോ ആ മുഖത്തേക്ക് നോക്കാനോ സൂര്യയുൾപ്പെടെ ഞങ്ങൾ മൂന്നാൾക്കും കഴിഞ്ഞില്ല. അല്പനേരം അവിടെ മീൻ വാങ്ങാനെന്ന രീതിയിൽ കറങ്ങി നടന്നപ്പോൾ ആരതി ഒരല്പം ഒഴിഞ്ഞ സ്ഥലത്തേക്ക് മാറി നിന്നിട്ട് ഞങ്ങളെ കൈ കാട്ടി വിളിച്ചു."

യജമാനൻ ഭക്ഷണം തരാൻ കൈ കാട്ടി വിളിക്കുമ്പോൾ ചെല്ലുന്ന മൂന്നു പട്ടിക്കുഞ്ഞുങ്ങളെപ്പോലെ ഞങ്ങൾ വാലാട്ടുന്നതിന് പകരം കുനിഞ്ഞ മുഖവുമായി അവളുടെ അരുകിൽ ചെന്നു. അപ്പോൾ അവൾ സൂര്യയുടെ മുഖത്ത് നോക്കി പറഞ്ഞു.

"വരത്തനാണെന്നറിഞ്ഞിട്ടും, നിന്റെ മനസ്സിൽ ആത്മാർത്ഥമായ

സ്നേഹം ഉണ്ടാവുമെന്ന് കരുതി ഇഷ്ടപ്പെട്ടുപോയതാണ് എനിക്ക് പറ്റിയ അബദ്ധം. എന്നെയല്ല എന്റെ ശരീരത്തെയാണ്, എന്റെ ശരീരത്തെ പകർത്തിയെടുക്കാനാണ് നീ മോഹിക്കുന്നതെന്നറിഞ്ഞപ്പോൾ കൊല്ലാനാണ് തോന്നിയത്. ഇനി ഒരിക്കൽ കൂടി നിന്നെയീ കടപ്പുറത്ത് കണ്ടാൽ ആരതി ആരാണെന്ന് നീയും കൂട്ടുകാരും അറിയും. കടപ്പുറവാസികൾക്ക് പണത്തിന്റെ കുറവുണ്ടായിരിക്കാം പക്ഷേ, മലയിറങ്ങിവരുന്ന നിന്നെയൊക്കെക്കാൾ ആയിരം മടങ്ങ് ആത്മാഭിമാനം ഉണ്ട്. ഒരു പെണ്ണ് പിഴച്ചാൽ കടപ്പുറം നശിച്ചെന്ന് കരുതുന്നവരുടെ പിൻതലമുറയിൽപെട്ട ഞാൻ ഇരുപതിനായിരം വെള്ളിത്തുട്ടുകൾക്ക് വേണ്ടി എന്നെ പണയപ്പെടുത്തുമെന്ന് കരുതിയ നീയാണ് യഥാർത്ഥ വിഡ്ഢി. അതുകൊണ്ട് തന്നെ നീ തന്ന എച്ചില് കാശും മൊബൈലും ആ കൊന്നമരച്ചുവട്ടിനും കരിംകുവളത്തിനുമിടയിൽ കുഴിച്ചിട്ടിട്ടുണ്ട്."

"ഞാൻ ആരാണെന്നോ എനിക്ക് ഈ കടപ്പുറത്തുള്ള സ്വാധീനം എന്താണെന്നോ നിനക്കൊന്നും അറിയില്ല. ഇവിടെ വിദ്യ നേടുന്നവൾ ദേവതയ്ക്ക് സമമാണ്. നീ ഇപ്പോൾ അതുമാത്രം മനസ്സിലാക്കിയാൽ മതി. എന്തിന്റെ പേരിലായാലും ഒരിക്കൽകൂടി ഈ കടപ്പുറത്ത് നിങ്ങൾ കാല് കുത്തരുത്. വെറുതെ തല്ല് കൊള്ളാതെ ഇനിയുള്ള നാലഞ്ച് മാസം പഠിച്ച് രക്ഷപ്പെട്ട് പോകാൻ നോക്ക് " അതും പറഞ്ഞ് അവൾ മടങ്ങി.

കടൽക്കരയിലൂടെ ശക്തമായ കടൽത്തിരകളെ നോക്കിക്കൊണ്ട് ഞങ്ങൾ മടങ്ങുമ്പോൾ സൂര്യ പറഞ്ഞു. "പ്രണയിക്കുന്നെങ്കിൽ ഇവളെയായിരുന്നു പ്രണയിക്കേണ്ടിയിരുന്നത്. ഇതാണ് പെണ്ണ്."

ജീവൻ അപകടത്തിൽപെട്ടിരിക്കുന്ന അവസ്ഥയിൽ അവന്റെ ആ വർത്തമാനം കേട്ടപ്പോൾ കടലിൽ പിടിച്ച് തള്ളാനാണ് തോന്നിയത്. ആ മടക്കയാത്രയിൽ ആരതിയെ, ദേവഗിരിയിലെ ദേവിയെ പ്രണയിക്കാൻ ഒരു അവസരം കൂടി തരണമേ എന്ന് ഉള്ളുരുകി പ്രാർത്ഥിക്കുകയായിരുന്നു ഞങ്ങൾ മൂന്നുപേരും. ആദ്യത്തെ ദിവസം ആരതിയാണ് ഞങ്ങളെ തല്ലിച്ചതെന്ന് ഞങ്ങൾക്കറിയില്ലായിരുന്നു. അത് അറിഞ്ഞിരുന്നെങ്കിൽ അടുത്ത ദിവസം ഞങ്ങൾ കടപ്പുറത്തേക്ക് വീണ്ടും ചെല്ലില്ലായിരുന്നു."

"അടുത്തദിവസവും നിങ്ങളെ അവൾ ആളിനെക്കൊണ്ട് തല്ലിച്ചോ?"

"ബോധവല്ക്കരണത്തിനു ശേഷമാണ് യഥാർത്ഥത്തിൽ തല്ലുകൊള്ളുന്നത്. പക്ഷേ ആരതിയാണ് അതിന് പിന്നിലെന്ന് തെളിയിക്കാൻ ഞങ്ങൾക്ക് കഴിഞ്ഞില്ല."

"എന്താണ് രണ്ടാമത്തെ ദിവസം ഉണ്ടായത്?"

ഉറക്കമില്ലാത്ത രാത്രി സമ്മാനിച്ചാണ് കമ്മ്യൂണിറ്റി ലിവിങ്ങിന്റെ ആദ്യ രാത്രി കടന്നു പോയത്. അടുത്ത സന്ധ്യയോട് കൂടി കടപ്പുറത്ത് കുളിക്കാനായി പോയി. അവിടെ ചെന്നപ്പോൾ സൂര്യയും ഹരിയും ചേർന്ന് എന്നെ കടലിലേക്കെടുത്തിട്ടു. എന്നെ എടുത്തുകൊണ്ട് പോകുന്ന വഴിയിൽ ആവുന്നത്ര ശക്തിയിൽ വിളിച്ച് പറഞ്ഞു. "എനിക്ക് നീന്തലറിയില്ലാ...... എന്നെ വെള്ളത്തിലേക്കെറിയരുത്. പോക്കറ്റിൽ മൊബൈൽ

കിടക്കുകയാണ് പടച്ചോനാണേ സത്യമായിട്ടും മൊബൈൽ ഉള്ളതുകൊണ്ടാണേ പറയുന്നത്"

വെട്ടാൻ വരുന്ന പോത്തിനോട് വേദമോതിയിട്ട് വല്ല കാര്യവും ഉണ്ടോ? അവർ രണ്ടുപേരും ചേർന്ന് ശക്തിയോടെ എന്നെ കടലിലേക്കെറിഞ്ഞു. കടലിലെ വെള്ളവും കുടിച്ച് കണ്ണും കലങ്ങി വെള്ളത്തിൽ വീണ കോഴിയെ പോലെ കരയിൽ കയറിയപ്പോൾ മൊബൈൽ കരിഞ്ഞ മണം പോക്കറ്റിൽ നിന്നും പുകയോടൊപ്പം പുറത്തേക്ക് വന്നു. ആ കരിഞ്ഞ മണത്തോടൊപ്പം എന്റെ ഹൃദയം കരിഞ്ഞ മണം പുറത്തേക്ക് വന്നതോ എന്റെ കണ്ണുകൾ നിറഞ്ഞതോ ആരും കണ്ടില്ല. അതിൽ മനംനൊന്ത ഞാൻ സൂര്യയെ കൂട്ടുപിടിച്ച് ഹരിയെ കടലിലേക്കെറിഞ്ഞു. അങ്ങനെ എന്നിൽ നിന്നാരംഭിച്ചു ഓരോരുത്തരിലേക്ക് അത് നീണ്ടുപോയി."

അപൂർവ്വം ചിലരൊഴിച്ച് മിക്കവാറും ഗേൾസും ടീച്ചേഴ്സും കടലിലേക്ക് എടുത്തെറിയപ്പെട്ടു. മറ്റുള്ളവരുടെ ശല്യത്തിൽനിന്നും ഒഴിഞ്ഞു മാറാനായി ബീച്ചിൽ പോകാതെ കോളേജിനടുത്തു തന്നെ അധികം ആഴമില്ലാത്ത കടൽക്കരയിലാണ് കുളിക്കാനായി ഇറങ്ങിയത്. സ്കൂളിൽ ടീച്ചിങ് പ്രാക്ടീസിനു പോയപ്പോൾ കിട്ടിയ കുഞ്ഞുകുഞ്ഞു പരീക്ഷണ വസ്തുക്കളായ, ഞങ്ങൾ പഠിപ്പിച്ച കുട്ടികളും അല്പം ഉടുതുണി ചുറ്റി ഞങ്ങളുടെ സന്തോഷത്തിൽ പങ്കെടുത്തു. ഒരു ഭാഗത്ത് ഗേൾസും അതിനിടയിൽ കുട്ടികളും മറുഭാഗത്ത് ബോയ്സും.

ദേവഗിരി കടപ്പുറത്ത് ഭൂരിഭാഗവും നല്ല ആൾക്കാരാണ്. പക്ഷേ, അവരെ ശബ്ദിക്കാൻ വിടാതെ പൊലീസിനെ നിഷ്പ്രഭരാക്കി കടപ്പുറം തങ്ങളുടെ കൈവെള്ളയിലിട്ട് അമ്മാനമാടുന്ന ചില ഗുണ്ടാസംഘങ്ങൾ ദേവഗിരിയുടെ കാലങ്ങളായുള്ള ശാപമാണ്. അവിടെയുള്ള ഒരു ഗുണ്ടാസംഘം യാത്രാ മദ്ധ്യേ പെൺകുട്ടികളടങ്ങുന്ന ഞങ്ങളുടെ സംഘത്തിന്റെ കുളി കാണാനിടയായി. കുളികണ്ട് ആസ്വദിക്കാനായി അവർ കടൽക്കരയിൽ വന്നു നിന്നു. ആൺകുട്ടികൾ ആരും അവരെ ഗൗനിച്ചില്ല. എങ്കിലും പെൺകുട്ടികൾ ഒരുവശം ചേർന്ന് വസ്ത്രത്തിൽ ശ്രദ്ധിച്ച് കരയിലേക്ക് കയറാനെന്ന രീതിയിൽ നിന്നു. ആ അവസരം മുതലെടുത്ത് ആ തെമ്മാടികൾ കടലിലേക്കെടുത്ത് ചാടി. അവർ പതിനഞ്ചോളം പേരുണ്ടായിരുന്നു. അവരുടെ ചാട്ടം കണ്ട് പെൺകുട്ടികൾ മുഴുവൻ ഭയന്നു. എല്ലാവരും കരയിലേക്ക് ഓടിക്കയറി. അതുകണ്ട് ദേഷ്യം വന്ന കർമ്മചന്ദ്രൻ സാർ ആ സംഘത്തിലെ നേതാവിനോട്.

"നിങ്ങൾക്ക് ഇത്രയും വിശാലമായ കടപ്പുറം ഉണ്ടായിട്ട് ഇവിടെ മാത്രമേ കുളിക്കാൻ ഇടം കിട്ടിയുള്ളോ? ഞങ്ങളെ ശല്യം ചെയ്യാതെ കുറച്ച് അപ്പുറത്തേക്ക് പോകുന്നതാണ് നിങ്ങൾക്ക് നല്ലത്?"

"അപ്പുറത്തേക്ക് പോയില്ലെങ്കിൽ താൻ എന്തു ചെയ്യും? ഈ കടപ്പുറം തനിക്കാരും പതിച്ച് തന്നിട്ടില്ലല്ലോ?"

രംഗം പന്തിയല്ലെന്ന് കണ്ട് പെൺകുട്ടികളോട് കോളേജിലേക്ക്

മടങ്ങാൻ സാർ പറഞ്ഞു. നിമിഷങ്ങൾക്കകം കടപ്പുറം ഒഴിയുന്ന രീതിയിൽ കുട്ടികൾ കോളേജ് ലക്ഷ്യമാക്കി ഉൾവലിഞ്ഞു. ഇതിനിടയിൽ കർമ്മചന്ദ്രൻ സാർ ജയദേവൻ സാറിനോട് പൊലീസിന് ഫോൺ ചെയ്യാൻ പറഞ്ഞു. അപ്പോൾ ആ ഗുണ്ടാ നേതാവ്.

"നീ പോയി പൊലീസിനെ കൊണ്ടു വാടാ പരട്ട് കെളവാ. അറുപ താംപക്കത്ത് കിളന്ത് പെൺകൊച്ചുങ്ങളെയും കൊണ്ടു വന്ന് കുളിപ്പി ക്കാൻ നാണമില്ലേടോ?"

പെൺകുട്ടികൾ മുഴുവൻ കയറിപ്പോയെങ്കിലും അവിടെ പോകാതെ നിന്ന അലീന ടീച്ചർ.

"വിവരവും വിദ്യാഭ്യാസവുമില്ലാത്ത ഇതുപോലത്തെ നാറിയ കുറെ ജന്മങ്ങളാണ് ഈ കടപ്പുറത്തിന്റെ ശാപം. പൊലീസിനെക്കൊണ്ട് വേണം ഇവനെയൊക്കെ ബഹുമാനം എന്താണെന്ന് പഠിപ്പിക്കാൻ."

അതിര് കവിഞ്ഞ ദേഷ്യത്തിൽ ടീച്ചർ പറഞ്ഞത് അല്പം ഉച്ചത്തിലാ യിപ്പോയി. അപ്പോൾ ആ മൊട്ടയടിച്ച ആജാനബാഹു പറഞ്ഞു.

"എടാ ഇടിവെട്ട് വാസൂ ആ വിവരവും വിദ്യാഭ്യാസവും ഉള്ള അവളെയിങ്ങ് പിടിച്ചേ"

കൺമുന്നിൽ ടീച്ചറിനെ കരയിലേക്ക് കയറാൻ സമ്മതിക്കാതെ അവർ ചുറ്റും കൂടിയപ്പോൾ, ടീച്ചർ വാവിട്ട് നിലവിളിച്ചപ്പോൾ ഞങ്ങൾ ആൺകുട്ടികൾ ഒന്നായിത്തീരുകയായിരുന്നു. തുല്യ ശക്തികളല്ല ഏറ്റുമുട്ടിയതെങ്കിലും ഞങ്ങളുടെ ഒരുമ ഞങ്ങളുടെ ദൗർബല്യത്തെ ഇല്ലാതാക്കി അവർക്കു മേൽ പോരാട്ട വീര്യം തെളിയിച്ചു. ടീച്ചറിനെ രക്ഷപെടുത്തി. കർമ്മചന്ദ്രൻ സാറിന്റെ രക്ഷയ്ക്കു നിന്ന കിട്ടുവേട്ടനെ സാർ വഴക്കു പറഞ്ഞു.

"പോയി ആ പയ്യന്മാരെ രക്ഷിക്കാൻ നോക്കാതെ നീ ഇവിടെ ആരെ കാക്കാനാണ് നില്ക്കുന്നത്?"

കൈയിൽ പൂഴിമണലുമായിട്ടാണ് വന്നതെങ്കിലും കിട്ടുവേട്ടന് ഒന്നും ചെയ്യാൻ സമയം കിട്ടിയില്ല. ഒറ്റപ്പെട്ടു പോയ കിട്ടുവേട്ടനെ നാലഞ്ച് പേർ വളഞ്ഞ് മണ്ണിൽ പുതച്ചുവെച്ചു. അതിലൊരുത്തൻ കർമ്മചന്ദ്രൻ സാറിനെ തല്ലുകയും ചെയ്തു. അത് കണ്ട കാർത്തി അവനെ തല്ലാനായി ഓടിയടുത്തു. കാർത്തിയുടെ നഷ്ടപ്പെടൽ ആട്ടിടയനെ നഷ്ടപ്പെടുന്ന ആട്ടിൻക്കൂട്ടത്തെ പോലെയാണ് ഞങ്ങൾക്ക് അനുഭവപ്പെട്ടത്. ഞങ്ങൾ പല ദിക്കിലായി. ഞങ്ങളുടെ ഒരുമ നഷ്ടപ്പെട്ടു.

ഞങ്ങളുടെ ശക്തി ചോർന്നു പൊയ്ക്കൊണ്ടിരുന്നു. തലക്കേറ്റ അടിയിൽ ഞാൻ മണൽത്തിട്ടയിലേക്ക് വീഴുമ്പോൾ സൂര്യയും കാർത്തിയും മാത്രം രണ്ടു ദിക്കുകളിൽ കാർത്തി വീരാർജ്ജുനനെ പ്പോലെ പൊരുതുന്നു. അല്പ നിമിഷങ്ങൾക്കകം സൂര്യ ചോരതുപ്പി താഴേക്ക് പതിച്ചു. എനിക്ക് ബോധം നഷ്ടപ്പെട്ടിട്ടില്ല. പക്ഷേ, വീണിടത്ത് നിന്ന് ഒന്നനങ്ങാൻ പോലും കഴിയുന്നില്ല.

ഓടി രക്ഷപ്പെടാൻ ശ്രമിച്ച അലീന ടീച്ചറിനെ ആ മൊട്ടത്തലയൻ.

"നീയെവിടെപ്പോകുന്നു. നമുക്ക് നല്ലപോലെ കുളിച്ചിട്ടൊക്കെ പോയാൽ പോരെ?" എന്നു ചോദിച്ചു കൊണ്ട് കയറിപ്പിടിച്ചു. ഒരുവശത്ത് ടീച്ചറിനെ കൊല്ലാക്കൊല ചെയ്യുന്ന രംഗം. മറുവശത്ത് കാർത്തിയെ കൊല്ലാനായി തല്ലുന്നു. ഒന്നനങ്ങാൻ പോലുമാവാത്ത അവനെ കഴുത്തിന് ചവിട്ടി ഓരോ തിര വരുമ്പോഴും ശ്വാസം മുട്ടിക്കുന്നു. അവനെ കൊല്ലുക മാത്രമാണ് അവരുടെ ലക്ഷ്യമെന്ന് തോന്നി. അവനേക്കാൾ കഷ്ടം ടീച്ചറിന്റെ അവസ്ഥയായതിനാൽ എവിടെ നിന്നോ കിട്ടിയ ശക്തിയിൽ ഞാൻ എഴുന്നേറ്റു. വീണ്ടും തലക്കേറ്റ അടിയിൽ താഴേക്ക് വീഴുന്നതിനിടയിൽ കണ്ണുകൾ അടയുന്നതിന് മുമ്പ് ഞാനൊരു കാഴ്ച കണ്ടു.

ഒരു നാലോ അഞ്ചോ വയസ്സ് മാത്രം പ്രായം വരുന്ന ഒരു ആൺകുട്ടി അവനാലാവുന്ന വേഗത്തിൽ "കടപ്പുറം വാരെ ചേട്ടന്റെ സ്കൂളിലെ ടീച്ചർമാരെ തല്ലിക്കൊല്ലുന്നേ, അപ്പാ, അമ്മാ ഓടി വാ" എന്നു കരഞ്ഞ് വിളിച്ചു കൊണ്ട് ഓടുന്നു, ഒപ്പം മറ്റു കുട്ടികളും. കുട്ടികളുടെ വിളിയും കരച്ചിലും കേട്ട് എല്ലാ കുടിലുകളിൽ നിന്നും ആൾക്കാർ ഇറങ്ങി. നിമിഷങ്ങൾ കഴിഞ്ഞപ്പോൾ കടൽക്കരയിലൂടെ തിരമാലകൾ വരുന്നതു പോലെ അരയന്മാരും മുക്കുവന്മാരും ചൂലും വടിയും കൈയിൽ കിട്ടിയ ആയുധങ്ങളുമായി ഓടിയടുത്തു. കടലിലേക്ക് നോക്കിയപ്പോൾ വള്ള ങ്ങൾ എല്ലാം തിരികെ വരുന്നു. തൊട്ടടുത്ത പള്ളിയിൽക്കയറി ആരോ ഒരുവൻ കൂട്ടമണിയടിച്ചതിന്റെ ഫലമാണത്.

ഇടിവെട്ട് വാസുവിന്റെ യജമാനനും കൂട്ടാളികൾക്കും ഒന്നോടാൻ പോലും കഴിഞ്ഞില്ല. സ്ത്രീകളാണ് മുന്നിട്ട് നിന്ന് തല്ലിയത്. ചാവുമെന്ന് കണ്ടപ്പോൾ മീൻ പിടിക്കുന്ന വലക്കകത്താക്കി കെട്ടി വരിഞ്ഞ് ഒരു പന്ത് പോലെയാക്കി. അവർ വന്ന വണ്ടിയും കത്തിച്ചു. പൊലീസ് വന്നപ്പോൾ കടപ്പുറം ശാന്തമായിക്കഴിഞ്ഞിരുന്നു. ഞങ്ങളുടെ കൂട്ടത്തിൽ ഏറ്റവും കൂടുതൽ ക്ഷതമേറ്റത് കാർത്തിക്കായിരുന്നു. കൈക്ക് ഒടിവും ശരീരത്തിന് നല്ല ക്ഷതവും ഉണ്ടായിരുന്നു. എങ്കിലും അവൻ ആശുപത്രി യിൽ തങ്ങാൻ കൂട്ടാക്കിയില്ല."

അൻവർ സംസാരിക്കാൻ തുടങ്ങിയപ്പോഴേക്കും ഹോസ്റ്റലിൽ നിന്നും ഒരു ഫോൺ കോൾ വന്നു. പ്രാർത്ഥന വീണ്ടും തല കറങ്ങി വീണതിന്റെ ഫലമായി ഹോസ്പിറ്റലിൽ കൊണ്ടു പോയി. ഞാൻ അൻവറിനോട് റൂമിലിരിക്കാൻ പറഞ്ഞിട്ട് ഹോസ്പിറ്റലിലെത്തി.

V

കിടക്കയിൽ ഇരുന്ന് വർത്തമാനം പറയുന്ന പ്രാർത്ഥനയെ കണ്ടപ്പോൾ മനസ്സിന് ആശ്വാസമായി. സംസാരിക്കുന്നതിന് ബുദ്ധിമുട്ടു ണ്ടെങ്കിൽ ഒന്നും മിണ്ടേണ്ടെന്ന് ഞാൻ പറഞ്ഞെങ്കിലും പ്രാർത്ഥന ഒരു ജ്യേഷ്ഠസഹോദരനോടെന്ന പോലെ എന്നോട് സംസാരിച്ചു.'

കാർത്തി വഴി തെറ്റി ആ കാട്ടിലെവിടെയെങ്കിലും ഉണ്ടാകും. സാറിന് അവനെ കണ്ടെത്താനും കഴിയും. പിന്നെ അവനെ അന്വേഷിച്ച് ഇവിടെയിങ്ങനെ കറങ്ങി നടന്നിട്ട് ഒരു കാര്യവുമില്ല."

ഒരു നിമിഷം എന്ത് പറയണമെന്നറിയാതെ നിന്ന ഞാൻ പ്രാർത്ഥനയ്ക്ക് സംശയമൊന്നും ഉണ്ടാകാത്ത തരത്തിൽ പറഞ്ഞു. "ഞാൻ നാളെ തന്നെ കാർത്തിയെ കാണാതായ സ്ഥലത്തേക്ക് പുറപ്പെടുകയാണ്. പിന്നെ ഇവിടെ കറങ്ങിയിട്ട് കാര്യമില്ലെന്ന് എനിക്കുമറിയാം, എങ്കിലും വല്ല തുമ്പും കിട്ടിയാലോ? അതുപോലെ പ്രാർത്ഥനയുടെയും കാർത്തിയുടെയും വിവാഹം എങ്ങനെയാണ് നടന്നത്?"

"വീട്ടിൽ നിന്ന് ഹോസ്റ്റലിലേക്ക് മാറിയപ്പോൾ കൂട് തുറന്നു വിട്ട ഒരു പറവയുടെ സ്വാതന്ത്ര്യം ഞാൻ അനുഭവിച്ചറിഞ്ഞു. പലപ്പോഴും വീട്ടിലേക്കാണെന്നും പറഞ്ഞ് ഹോസ്റ്റലിൽനിന്നും ഇറങ്ങി ബീച്ചിനടുത്തെ പേൾ പാലസ് എന്ന ലോഡ്ജിൽ മുറിയെടുത്ത് ഞങ്ങൾ താമസിച്ചു. സൂര്യനെ കിഴക്ക് അസ്തമിപ്പിക്കുന്നത് പോലെ ശ്രമകരമായ പരിപാടിയായിരുന്നു കാർത്തിക്കൊപ്പം ലോഡ്ജിൽ മുറിയെടുക്കുന്നത്.

കോളേജിൽ നല്ല സ്വഭാവത്തിനുടമയാണ് പ്രാർത്ഥന എന്ന് എല്ലാവരും എന്നെപ്പറ്റി പറയാറുണ്ടായിരുന്നു. അപ്രകാരമുള്ള ഞാൻ ചിന്തിച്ചതും പ്രവർത്തിച്ചതും മറ്റൊരുതരത്തിലായിരുന്നു. ഇവിടെനിന്ന് പോകുന്നതിന് മുൻപ് ഒരു കുഞ്ഞിന്റെ അമ്മയായാൽമാത്രമേ കാർത്തിയെ എനിക്ക് കിട്ടൂ. അല്ലാതെ രജിസ്റ്റർ മാര്യേജ് ചെയ്തു താലി കെട്ടി ഏഴാം കടലിനപ്പുറം കൊണ്ടുപോയി കോട്ടകെട്ടിത്താമസിച്ചാലും തക്ഷകന്റെ രൂപത്തിൽ അച്ഛൻ വന്ന് കാർത്തിയെ കൊന്ന് എന്നെയും കൊണ്ടുപോകും. തമ്മിൽ കണ്ട് ഒരു മാസത്തിനുള്ളിൽ ഞങ്ങൾ വേർപെടുത്താനാവാത്ത വിധം അടുത്തു. ലോഡ്ജിൽ ഒരു മുറിയിൽ ഒരുമിച്ച് താമസിച്ചിട്ടും ഒരു കിടക്കയിൽ കിടന്നിട്ടും കാർത്തി എന്റെ ശരീരത്ത് തൊടാൻ പോലും ഭയപ്പെട്ടു. തന്റെ പ്രമാണങ്ങളിൽ അടിയുറച്ച് വിശ്വസിക്കുന്ന കാർത്തിയെ കണ്ടപ്പോൾ വിവാഹത്തിന് ശേഷമേ ഒരു ചുംബനമെങ്കിലും അവനിൽ നിന്നും കിട്ടൂ എന്ന് മനസ്സിലായപ്പോൾ ഞാൻ ആകെ പരിഭ്രാന്തയായി."

കാർത്തിക്കിന്റെ മനസ്സിനെ ചഞ്ചലപ്പെടുത്താൻ മേനക വിശ്വാമിത്രന്റെ മുന്നിലെന്നപോലെ ഞാൻ അവന്റെ മുന്നിൽ പല കോപ്രായങ്ങളും കാട്ടി പരാജയപ്പെട്ടു. വിശ്വാമിത്രനേക്കാൾ മനസ്സുറപ്പുള്ള അവനോട് അതിന്റെ പേരിൽ ഞാൻ പിണങ്ങുകയും ചെയ്തു. ദിവസങ്ങൾ കഴിയുന്നതിനനുസരിച്ച് അവനോടുള്ള പ്രണയം വർദ്ധിച്ചുകൊണ്ടേയിരുന്നു. ഊണിലും ഉറക്കത്തിലും എന്നു വേണ്ട ചാർട്ടിലും ലെസൺ പ്ലാനിലും എല്ലാം അവൻ മാത്രമായി.

മകരത്തിലെ മകം നാളിൽ ദേവഗിരിയിലെ ദേവിക്ഷേത്രത്തിലെ ഉത്സവത്തോടനുബന്ധിച്ച് കോളേജിൽ ഒരു വെള്ളിയാഴ്ച പ്രാദേശിക

അവധി പ്രഖ്യാപിച്ചു. വെള്ളി മുതൽ ഞായർ വരെ പേൾ പാലസിൽ ഞങ്ങൾ ഞങ്ങളുടേതായ ഒരു കൊട്ടാരം പണിതു. ആ കൊട്ടാരത്തിലെ സിംഹാസനത്തിൽ ചക്രവർത്തിയായി അവനും രാജ്ഞിയായി ഞാനും. നാഴികകൾ നിമിഷങ്ങളായും കടന്നു പോയി. നവദമ്പതികളുടെ പറുദീസയാണ് മുത്തുകൾകൊണ്ട് പടുത്തുയർത്തിയ ആ കൊട്ടാരം. അതിനാൽ തന്നെ സംശയദൃഷ്ടികൾ വളരെ കുറവുള്ള സുരക്ഷിതമായ സ്ഥലം."

"അന്ന് ഞാൻ എന്റെ വിശ്വാമിത്രന്റെ തപസ്സിളക്കി. വളരെ തന്ത്രപൂർവ്വം പൂർണ്ണ ശക്തിയോടെയല്ലെങ്കിലും അവനെ എന്നിലേക്ക് ആവാഹിച്ചു. വൈതംഗി ഞങ്ങൾക്കിടയിൽ ഒരു വില്ലനായെങ്കിലും അടുത്ത ദിവസം അവന്റെ മുഖത്തെ കുറ്റബോധം എന്നെ വല്ലാതെ വേദനിപ്പിച്ചു. അപ്രകാരം പേൾ പാലസിൽ കാർത്തി നിർമ്മിച്ച മുഴുവൻ കെട്ടുകളും പൊട്ടിച്ച ഞാൻ, മോഹിച്ചതുപോലെ ഗർഭിണിയായി."

അച്ഛന്റെയും അമ്മയുടെയും തിരക്കുകൾക്കിടയിൽ സ്നേഹം നിഷേധിക്കപ്പെട്ട ഞാൻ അങ്ങനെ കണിക്കൊന്നപ്പൂക്കൾക്കൊപ്പം കാർത്തിയെ സ്വന്തമാക്കി. അടുത്ത വെള്ളിയാഴ്ച ദേവഗിരിയിലെ ദേവീക്ഷേത്രത്തിൽ അവൻ എന്നെ വരണമാല്യം ചാർത്തി. സാക്ഷികൾ അലീനടീച്ചറും അനുവും കിട്ടുവേട്ടനുമായിരുന്നു. അലീനടീച്ചർ വിളിച്ചപാടെ കിട്ടുവേട്ടൻ ലീവെടുത്ത് ഒപ്പം പോന്നു.

അപ്പോൾ ഞാൻ ചോദിച്ചു "എന്താണ് ഈ വൈതംഗി?"

"കഞ്ചാവിനെപ്പോലെ ഒരു മരത്തിൽനിന്നും ലഭിക്കുന്ന മയക്കുമരുന്നാണ് വൈതംഗി. വൈതംഗി രണ്ട് തേവക്ക് മുകളിൽ കഴിച്ചാൽ ഒരു സാധാരണ മനുഷ്യന്റെ ശരീരത്തിന് താങ്ങാനാവാതെ വരും. വൈതേഗി മരത്തിലെ ഒരു കായിൽനിന്നും ലഭിക്കുന്ന വൈതംഗിയുടെ അളവാണ് തേവ. രണ്ട് തേവയിൽ കൂടുതൽ കഴിച്ചാൽ കഴിക്കുന്ന ആൾ ഉന്മാദാവസ്ഥയിൽ എത്തിച്ചേരും. എന്നാൽ ബോധം നശിക്കുകയുമില്ല. ദേവഗിരിയിൽ നിന്നും ദേവലോകത്ത് എത്തിച്ചേരുന്നതുപോലെ, ചുറ്റും അപ്സരസുകൾ നൃത്തം വയ്ക്കുന്നതുപോലെ, വെൺമേഘശകലങ്ങൾ കൊണ്ട് നെയ്തെടുത്ത മെത്തയിൽ കിടക്കുന്നതുപോലെ അനുഭവപ്പെടും.

ഉണക്കിപ്പൊടിച്ച വൈതംഗി കാർത്തി അറിയാതെ പാലിൽകലക്കി ഞാൻ നല്കി. പാലിന്റെ മധുരം അമിതമാണെന്ന് പറഞ്ഞ കാർത്തി, കുടിച്ച് കഴിഞ്ഞശേഷം വൈതംഗിയുടെ രുചി തിരിച്ചറിഞ്ഞു. അപ്പോഴേയ്ക്കും അവൻ വൈതംഗിയുടെ ലഹരിയിൽ ചുറ്റുപിണഞ്ഞ് കഴിഞ്ഞിരുന്നു. ഫസ്റ്റ് സെമസ്റ്റർ പരീക്ഷ എഴുതിക്കഴിഞ്ഞ് ഇവിടെനിന്നും പോകുമ്പോൾ ഞാൻ നാലുമാസം ഗർഭിണിയായിരുന്നു."

"ഈ വൈതംഗിയൊക്കെ പ്രാർത്ഥനയ്ക്ക് എങ്ങനെയാണ് കിട്ടിയത്?"

"എന്റെ ഗതികേട് കണ്ട് അനുശ്രീയാണ് വൈതംഗി സംഘടിപ്പിച്ചു തന്നത്."

ഇത്രയും പറഞ്ഞ് കഴിഞ്ഞപ്പോൾ പ്രാർത്ഥനയ്ക്ക് ഡ്രിപ്പ് നല്കാനായി നേഴ്സ് വന്നു. നേഴ്സ് എന്നോട് കുറച്ച് നേരം പ്രാർത്ഥനയെ വിശ്രമിക്കാൻ അനുവദിക്കണമെന്ന് അഭ്യർത്ഥിച്ചു. അതിനാൽ ഞാൻ വൈകുന്നേരം വരാമെന്ന് പറഞ്ഞ് ഹോസ്പിറ്റലിൽനിന്നും ഇറങ്ങി.

സൂര്യൻ തലയ്ക്കു മുകളിലായി. എന്റെ ശബ്ദം തടസ്സപ്പെട്ടു തുടങ്ങി. എന്നെപ്പോലെതന്നെ എല്ലാവർക്കും വിശപ്പായിട്ടുണ്ടാകും. മിന്നുകെട്ടും രജിസ്റ്റർ മാര്യേജും കഴിഞ്ഞ്, ചെറിയ രീതിയിൽ തയ്യാറാക്കിയ ഭക്ഷണവും കഴിച്ച്, നമുക്കു വീണ്ടും ഒന്നു ചേരാം. ക്രിസ്റ്റീനയെയും അലീനയെയും ഞാൻ എന്റെ വിവാഹത്തിനു ക്ഷണിച്ചിരുന്നു. ഒരാൾ എന്റെ വധുവായി വന്നപ്പോൾ മറ്റൊരാൾ ഈ കോളേജിൽ നിന്നും ട്രാൻസ്ഫർ വാങ്ങി പോകുകയാണുണ്ടായത്. എന്തായാലും ഞങ്ങളുടെ ക്ഷണം സ്വീകരിച്ച് ഇവിടെയെത്തിയ എല്ലാവർക്കും ഹൃദയത്തിന്റെ ആഴങ്ങളിൽനിന്നുള്ള നന്ദി രേഖപ്പെടുത്തുന്നു.”

ഭാഗം മൂന്ന്

“മിന്നുകെട്ടിനുശേഷം കൊന്നമരചുവട്ടിലും കടൽക്കരയിലും ചെലവഴിക്കണമെന്നാണ് കരുതിയത്. ഇതിപ്പോൾ ഭക്ഷണത്തിനുശേഷം വിശ്രമിക്കാൻ പോലും ഞാൻ മെനക്കെടുന്നില്ല. ഞാൻ കാര്യത്തിലേക്ക് കടക്കുന്നു. ഇത്രയും നേരം ഞാൻ പറഞ്ഞത് നിങ്ങൾ കേട്ടിരിക്കുകയല്ലായിരുന്നോ? ഇനി ഈ കഥയുമായി ബന്ധപ്പെട്ട് ഒരു കാര്യം ചോദിച്ചാൽ ഉത്തരം തരാൻ കഴിയുമോ?”

“സാർ ചോദ്യമെന്താണ്?”

“അങ്ങനെ പറഞ്ഞാൽ പറ്റില്ല. ഉത്തരം തരാൻ കഴിയുമെന്ന് ഉറപ്പ് തരണം.”

“ഞങ്ങളുടെ അറിവിന്റെ പരിധിക്കുള്ളിലെ ചോദ്യമാണെങ്കിൽ കഴിവിന്റെ പരമാവധി ഉത്തരം തരാൻ ഉറപ്പായും ശ്രമിച്ചിരിക്കും.”

“നിങ്ങളുടെ അഹങ്കാരമില്ലായ്മയെ, ശുഭാപ്തി വിശ്വാസത്തെ ഞാൻ അഭിനന്ദിക്കുന്നു. ചോദ്യമിതാണ്– മനുഷ്യജീവിതത്തിലെ പരിഹരിക്കപ്പെടാനാകാത്ത ഏറ്റവും വലിയ ദുരന്തം എന്താണ്? ഞാൻ നിങ്ങൾക്ക് അഞ്ച് അവസരം തരാം.”

“അനീതിക്കെതിരെ ശബ്ദമുയർത്തിയതിന്റെ ഫലമായി കൊല്ലപ്പെടുന്നത് അല്ലെങ്കിൽ അർബ്ബുദം ബാധിച്ച് വേദന സഹിച്ച് മരണമടയുന്നത്.”

“ഒരു പരിധിവരെ മരണം പരിഹരിക്കപ്പെടാനാകാത്ത ദുരന്തമാണ്. മരണത്തോടെ ഒരാളുടെ ജീവിതത്തിലെ ദുരന്തങ്ങൾ അവസാനിക്കുകയാണ് ചെയ്യുന്നത്. പിന്നെ മരണം അനിവാര്യമായ കാര്യവുമാണ്.”

“പ്രകൃതിക്ഷോഭം മൂലം സമ്പാദ്യം മുഴുവൻ നശിച്ച് വീടും കുടുംബവും തകരുന്നത്?”

“അത് ഒരാളുടെ മാത്രം ദുരന്തമല്ല. ഒരു സമൂഹത്തിന്റെ മുഴുവൻ

ദുരന്തമാണ്. പ്രകൃതിദുരന്തങ്ങൾക്ക് ശേഷമുള്ള സ്ഥലം നിങ്ങൾ സന്ദർശിക്കാത്തതുകൊണ്ടാണ് കുടുംബം നശിച്ചു എന്ന് പറഞ്ഞത്. നാശത്തിന് ശേഷം ബാക്കിയുള്ളവരെല്ലാം തിന്മയുടെ നാമ്പുകൾ പൊട്ടുന്നതുവരെ ഒരു കുടുംബമായാണ് കഴിയുന്നത്."

"അകാലത്തിൽ വിധവയാകുന്നത്."

"അത് ഒരു സ്ത്രീക്കു മാത്രം സംഭവിക്കുന്നതാണ്. അതുമല്ല അത് പരിഹരിക്കപ്പെടാവുന്ന ദുരന്തമല്ലേ? പിന്നെ സ്വന്തം ഭർത്താവിനെ ക്വട്ടേഷൻ കൊടുത്ത് കൊല്ലുന്ന കാലത്താണോ വൈധവ്യം ദുരന്തമായി കാണുന്നത്."

"സാർ ആദ്യം പറഞ്ഞ ഒരു കാര്യം ഉണ്ടല്ലോ? താൻ വിശ്വസിക്കുന്ന പുരുഷൻ തന്നെ വഞ്ചിച്ച് കിടപ്പറ രംഗങ്ങൾ ലോകത്തിനു മുൻപിൽ പ്രചരിപ്പിക്കുന്നത്."

"അങ്ങനെ സംഭവിക്കുന്നത് പെൺകുട്ടിയുടെ ബുദ്ധിശൂന്യതയും അവിവേകവും കൊണ്ടാണ്. അത് ഈ കഥ പൂർത്തിയാകുമ്പോൾ ആരതിയുടെ ജീവിതത്തിലൂടെ നിങ്ങൾക്ക് അത് മനസ്സിലാകും."

"ഒരു അമ്മയ്ക്ക് തന്റെ കുഞ്ഞിനെ നഷ്ടപ്പെടുന്നത്"

"ഇന്നത്തെ സാങ്കേതിക വിദ്യകളിലൂടെ കുഞ്ഞിനെ നഷ്ടപ്പെട്ടാലും മറ്റൊന്നിന് ജന്മം നല്കാൻ ഒരമ്മയ്ക്ക് കഴിയില്ലേ? അതുമല്ല അമ്മ തന്നെ കുഞ്ഞിനെ കൊല്ലാൻ കൂട്ടുനില്ക്കുന്ന കാലമാണ് ഇത്."

"സാർ ഞങ്ങൾ തോറ്റു. ഞങ്ങളുടെ അവസരങ്ങൾ തീർന്നു. ഇനിയിപ്പോൾ സാർ തന്നെ ഉത്തരം പറയ്."

"അങ്ങനെ തോല്ക്കാൻ പാടില്ല. പരിഹരിക്കപ്പെടാനാകാത്ത ദുരന്തമെന്ന് പറയാൻ കഴിയുന്ന ഒരു കാര്യം നിങ്ങൾ പറഞ്ഞു. ഈ പറഞ്ഞ അഞ്ച് എണ്ണത്തിൽ ഏതാണത്? നിങ്ങൾക്ക് മുന്നിൽ ഒരവസരം മാത്രമേ ഉള്ളൂ. വളരെ ആലോചിച്ച് വേണം ഉത്തരം തരാൻ."

"സാർ മരണമാണോ?"

"അതെ. അങ്ങനെയാണെങ്കിൽ ഇനി പറയൂ. എന്താണ് എന്റെ ചോദ്യത്തിനുത്തരം?"

"സാർ ജനനമാണോ?"

"അതു തന്നെയാണ് ഞാൻ പ്രതീക്ഷിച്ച ഉത്തരം. ഇനി പറയൂ എത്തരത്തിലുള്ള ജനനമാണ്?"

"സാർ ഞങ്ങൾക്ക് എത്ര അവസരങ്ങൾ ഉണ്ട്?"

"നിങ്ങൾ ഉത്തരത്തിലേക്ക് ഏകദേശം എത്തിയ സ്ഥിതിക്ക് ഇനി ഞാൻ തന്നെ പറയാം. അച്ഛനും അമ്മയും നഷ്ടപ്പെട്ടു കൊണ്ടുള്ള ജനനമാണ് ലോകത്തിൽ പരിഹരിക്കപ്പെടാനാകാത്ത ഏറ്റവും വലിയ ദുരന്തം. ജനനത്തോടെ ദുരന്തം ഏറ്റുവാങ്ങുന്ന കുഞ്ഞിനെ ദുരന്തങ്ങളുടെ കൊട്ടാരത്തിലേക്ക് കൂട്ടിക്കൊണ്ടു പോകാതെ അനാഥാലയം നിർമ്മിച്ച് അവനു വേണ്ട സ്നേഹവും ശിക്ഷണവും നല്കി അച്ഛനമ്മമാരുടെ കുറവ് പരിഹരിച്ച് വളർത്തുന്ന മനുഷ്യസ്നേഹത്തെ എത്രകണ്ട് അഭി

നന്ദിച്ചാലും മതിവരില്ല. മറിച്ചാണെങ്കിലുള്ള അവസ്ഥ എന്തുമാത്രം ഭീകരമായിരിക്കും? അങ്ങനെയൊരു സാഹചര്യത്തിന് ഒരു ഭരണകൂടവും അവസരം നല്കാൻപാടില്ല. അത്തരമൊരു ക്രൂരത സംഭവിച്ചാൽ ഒരു ദൈവത്തിനും പൊറുക്കാനും സഹിക്കാനും കഴിയാത്ത പാതകമാകും അത്.

ജീവിതത്തിലെ ഓരോ ദിനവും വളരെ വിലപ്പെട്ടതാണ്. നമ്മുടെ ജീവിതത്തിലെ ഒരു ദിനം, നാളെ നമ്മൾ ദേവഗിരിയിലെ അനാഥക്കുഞ്ഞുങ്ങളുടെ അച്ഛനമമ്മമാരും സഹോദരീ സഹോദന്മാരുമാവുകയാണ്. അവരുടെ ഒരു ദിവസത്തെ സന്തോഷമാണ് ഞങ്ങളുടെ ലക്ഷ്യം. അത് എനിക്ക് നിങ്ങൾ ഉറപ്പ് തരണം."

"നാളെ മാത്രമല്ല ഇവിടെ നിന്നു പോകുന്നതുവരെ ആ കുഞ്ഞുങ്ങളെ ഞങ്ങളാൽ കഴിയുന്ന രീതിയിൽ സന്തോഷിപ്പിക്കും. ഇത് ഞങ്ങളുടെ ഉറപ്പാണ്. ഒരു വലിയ തത്ത്വമാണ് സാർ ഇന്നു ഞങ്ങൾക്കായി പങ്കുവെച്ചത്. പിന്നെ സാർ ഇന്നു കഥ അവസാനിപ്പിച്ചുവോ?"

"ഇല്ല, ഞാൻ കഥയിലേക്ക് മടങ്ങുന്നു. വെയിലിന്റെ ശക്തി കുറഞ്ഞ സ്ഥിതിക്ക് നമുക്ക് കടൽത്തീരത്തേക്ക് ഒന്നു നടന്നാലോ? പിന്നെ ഇന്ന് നമുക്ക് കടൽക്കരയിൽ കഥ അവസാനിപ്പിക്കാം."

പ്രാർത്ഥനയുടെ അടുക്കൽ നിന്നും അൻവറിന്റെ അരികിൽ എത്തി ഞാൻ ചോദിച്ചു"

"എന്താടോ ജയദേവൻ സാറിനു നിങ്ങളോട് ഇത്ര വൈരാഗ്യം തോന്നാൻ കാരണം?"

"സാർ ഞാൻ ആദ്യമേ പറഞ്ഞില്ലേ ഞങ്ങളുടെ ഷെയേഡ് ക്രിട്ടിസിസം ക്ലാസാണ് ജയദേവൻ സാറിനിത്ര വൈരാഗ്യം തോന്നാൻ കാരണമെന്ന്"

"നീയൊക്കെ കണ്ട പെണ്ണുങ്ങളെ പീഡിപ്പിക്കാൻ നടന്നതല്ല ക്രിട്ടിസിസം ക്ലാസാണ് ഇപ്പോൾ പ്രശ്നമായതല്ലേ? നിന്റെ ഷെയർ ഇട്ടുള്ള ക്രിട്ടിസിസം ക്ലാസ് എന്താണെന്ന് എനിക്കു മനസ്സിലായി? എന്തായാലും പറയ്? എന്നതാ ക്രിട്ടിസിസത്തിന് സംഭവിച്ചത്?"

"കഴിഞ്ഞ വർഷം പഠിച്ചിറങ്ങിയവരും ജയദേവൻ സാറുമാണ് ഡെമൊൺസ്ട്രേഷൻ ക്ലാസെടുത്തത്......"

"പൊന്നുമോനെ, എത്ര തെറി കേട്ടാലും നിനക്ക് കാര്യം മനസ്സിലാവത്തില്ലേ?"

"എന്താ സാറെ?"

നിന്റെ ഡെമൊൺസ്ട്രേഷനൊക്കെ മാറ്റിവച്ചിട്ട് മനുഷ്യന് മനസ്സിലാവുന്ന ഭാഷയിൽ പറ. ഇല്ലെങ്കിൽ നിനക്കും എനിക്കും മനസ്സിലാകാത്ത ഭാഷ ഞാൻ പറയും. നിനക്ക് കുറച്ചൊക്കെ എന്നെ മനസ്സിലായെന്നാ ഞാൻ കരുതിയത്? അതെങ്ങനെ? ചെയ്ത കുറ്റബോധം മനസ്സിൽ തൈകട്ടുമ്പോൾ ഡെമൊൺസ്ട്രഷനും ക്രിട്ടിസിസവുമൊക്കെ ഉണ്ടാക്കി ഛർദ്ദിച്ചാലല്ലേ രക്ഷയുള്ളൂ. വല്ല നുണയുമാണ് പറയുന്നതെങ്കിൽ ഇവിടെയിട്ട്

നിന്റെ കുറുമുട്ട് ഞാൻ തല്ലിയൊടിക്കും. വളരെ പേടിയോടെ അൻവർ തുടങ്ങി

"അതിന് ശേഷം ഷെയേഡ് ടീച്ചിങ് പ്രാക്ടീസ് ആയിരുന്നു......"

"ഏതിനു ശേഷം?"

"ഡെമൊൺസ്ട്രേഷനു ശേഷം"

" സാത്താനുണ്ടായ സന്തതി എന്നെ വെറുതെ വെറി പിടിപ്പിക്കാതെ നീ ബാക്കിപറ"

"........അങ്ങനെ ജയദേവൻ സാർ ടോപ്പിക്ക് ഡിവൈഡ് ചെയ്ത് തന്നു. ഇൻട്രൊഡക്ഷൻ അനുശ്രീ, റീഡിങ്ങും ഡിസ്കഷനും സൂര്യ, കൺക്ലൂഷൻ എനിക്കുമായിരുന്നു. ഓരോരുത്തർക്കും പതിനഞ്ച് മിനിട്ട് വീതം."

അലസരായ സൂര്യയെയും എന്നെയെയും ദൈവം ചതിച്ചു. അടുത്ത ദിവസം ആദ്യത്തെ പീരീയഡ് ആയിരുന്നു ഞങ്ങൾ ക്ലാസ് എടുക്കേണ്ടിയിരുന്നത്. തോട്ട് ഫൊർ ദ ഡെ യും കഴിഞ്ഞാണ് ഞങ്ങൾ കോളേജിലെത്തിയത്. ഞങ്ങളെ കാണാതെ അനു ആകെ ഭയന്നു. അതിനാലാവും പറഞ്ഞറിയിക്കാൻ പറ്റാത്ത തരത്തിൽ അനു സഭാകമ്പത്തിനടിമയായി. ക്ലാസിൽ കയറിയപ്പോൾ ഒപ്പം പഠിക്കുന്നവർ, പഠിപ്പിക്കുന്ന അദ്ധ്യാപകർ, പഠിപ്പിക്കേണ്ട കുട്ടികൾ. എല്ലാവരെയും കണ്ടപ്പോൾ ശരീരം മുഴുവൻ വിയർത്തു. സാരിയുടെ തുമ്പിൽ നിന്ന് പിടി വിടുന്നതേയില്ല. ചില വാക്കുകൾ പുറത്തുപോലും വരുന്നില്ല."

വേട്ടയാടപ്പെടുവാൻപോകുന്ന ഒരു മൃഗത്തിന്റെ ഭാവമായിരുന്നു അവൾക്ക്. കുട്ടികളുടെ മറുപടിയൊന്നും ശ്രദ്ധിക്കുന്നില്ല. എങ്ങനെയെങ്കിലും പഠിപ്പിച്ച് തീർത്താൽ മതിയെന്ന ഭാവം. കർമ്മചന്ദ്രൻ സാർ പുറത്ത് വന്നു നിന്ന് ക്ലാസ് സസൂക്ഷ്മം നിരീക്ഷിച്ചതാണ് പ്രശ്നങ്ങൾക്ക് കാരണം.

സാറിന്റെയും അനുവിന്റെയും ഭാവങ്ങൾ കണ്ടതോടെ എന്റെ എല്ലാ നിയന്ത്രണങ്ങളും കെട്ടുപൊട്ടിച്ചു. ആ നിമിഷം മുതൽ മനസ്സ് ടോയ്ലെറ്റിൽ പോകാനായി മന്ത്രിച്ചു തുടങ്ങി. ഞാൻ സൂര്യയോട് വയറ്റിൽ കൈ വെക്കാൻ പറഞ്ഞു. സൂര്യ കൈവച്ചപ്പോൾ വൻകുടലും ചെറുകുടലുമൊക്കെ സ്ഥാനം മാറുന്ന ശബ്ദം. ഒരു അണക്കെട്ടിനുള്ളിലെന്നപോലെ എന്തൊക്കെയോ ഉരുണ്ടുകൂടുന്നു. അതിലുപരി തീവണ്ടി തീ തുപ്പി പാഞ്ഞടുക്കുന്നതു പോലെ ഹൃദയമിടിക്കുന്ന ശബ്ദം ദൂരെ നില്ക്കുന്നവർക്ക് പോലും കേൾക്കാം. സൂര്യയും ഇതേ അവസ്ഥയിലായിരുന്നെങ്കിലും ധൈര്യം അഭിനയിച്ചു.

മൂന്നുപേരും ഒരുമിച്ച് കുട്ടികളുടെ മുന്നിൽ ചെന്ന് നിന്നുവേണം പഠിപ്പിക്കാൻ. പക്ഷേ, ഞങ്ങൾ രണ്ടുപേരും പുറത്ത് നിന്നിട്ട് അനു മാത്രമാണ് ക്ലാസിൽ കയറിയത്.

ഭയം എന്റെ ശരീരത്തെയും നാഡീഞരമ്പുകളെയും ആവാഹിച്ചു. മനസ്സ് ശരീരത്തെ നിയന്ത്രിക്കുന്നതിൽ പരാജയപ്പെടുമോ എന്ന്

ശങ്കിച്ചുതുടങ്ങി. ശങ്ക വർദ്ധിക്കുന്നതിതനുസരിച്ച് ഞാൻ മുകളിൽ നിന്ന് താഴേക്കിറങ്ങി. സ്വയം മുങ്ങിത്താഴുമ്പോഴും മറ്റുള്ളവരെ രക്ഷപ്പെടുത്താൻ ശ്രമിക്കുന്നവനാണ് സൂര്യ. അതിനാലാവും എന്നെ സമാധാനിപ്പിക്കാനായി പുറകെ വന്നു. പക്ഷേ, കർമ്മചന്ദ്രൻ സാർ സൂര്യയെ വിളിച്ചു. സാറിന് അനുശ്രീ പേടിച്ചിട്ടാണോ ക്ലാസെടുക്കുന്നതെന്ന് സംശയം? അതോ പഠിക്കാത്ത കുട്ടിയാണോ? സാർ സൂര്യയെ വിളിച്ചപ്പോഴേക്കും ഞാൻ ഓടിക്കഴിഞ്ഞിരുന്നു. മൂന്നു നില കെട്ടിടത്തിന്റെ മറ പറ്റി ഓടി പതിയെ മതിൽ ചാടി റോഡിൽക്കയറി അരികിലുള്ള വീടിന്റെ ടോയ്‌ലറ്റിൽ കയറി കതകടച്ചപ്പോൾ മലമ്പുഴ അണക്കെട്ട് പൊട്ടിയൊഴുകുന്നതു പോലെയായിരുന്നു.

എന്തെല്ലാമോ കാട്ടിക്കൂട്ടി പതിനഞ്ച് മിനിട്ട് തികച്ച് അനുശ്രീ ക്ലാസിൽ നിന്നിറങ്ങി. നൂറു കണക്കിന് ശത്രു സൈനികർക്കിടയിൽ ഏകനായി ദുർബ്ബലനായി കടന്ന് ചെല്ലുന്ന സൈനികന്റെ അവസ്ഥയിലായിരുന്നു സൂര്യ. ശത്രുസൈന്യത്തിന് നേതൃത്വം നല്കാനെന്ന രീതിയിൽ ഒരു സിംഹത്തെപ്പോലെ കർമ്മചന്ദ്രൻ സാർ ജനാലയ്ക്കരികിൽ നിന്നു.

ഇൻട്രൊഡക്ഷൻ കഴിഞ്ഞതിനാൽ സൂര്യയ്ക്ക് ആദ്യത്തെ രണ്ട് പാരഗ്രാഫുകൾ വായിച്ചശേഷം കുട്ടികളെക്കൊണ്ട് വായിപ്പിക്കണം. അതിന് ശേഷം കുട്ടികൾ മനസ്സിലാകാത്ത അല്ലെങ്കിൽ അർത്ഥം അറിയാത്ത വാക്കുകൾ ചോദിക്കുമ്പോൾ ടീച്ചിങ് എയിഡ്സ് (ചിത്രങ്ങളും, മാതൃകകളും) ഉപയോഗിച്ച് മനസ്സിലാക്കി കൊടുത്ത്, അവരെക്കൊണ്ട് അർത്ഥം ഇംഗ്ലീഷിൽ തന്നെ പറയിപ്പിക്കണം. ബാക്കിയുള്ള ആക്ടിവിറ്റീസ് എനിക്കായിരുന്നു. ഷെയേഡിൽ രണ്ടാമത് ചെല്ലുന്ന ആൾ ഒരു കാരണവശാലും റാപ്പോ ക്രിയേഷൻ നടത്താൻ പാടില്ലാത്തതായിരുന്നു. പക്ഷേ, അവനതല്ലാതെ മറ്റു മാർഗ്ഗമൊന്നുമില്ലായിരുന്നു. അങ്ങനെ കുട്ടികളെ വിഷയത്തിലേക്ക് കൊണ്ടു വരാനുള്ള പരിചയപ്പെടലുകൾ ഒരിക്കൽക്കൂടി നടത്തിയപ്പോൾ അവന്റെ കണ്ണിനകത്ത് ഇരുട്ട് കയറിത്തുടങ്ങി. അനുശ്രീ കരയാറായ സ്ഥലത്ത് സൂര്യക്ക് കരച്ചിൽ പോലും വരുന്നില്ല. സൂര്യ അവിടെ നിന്നപ്പോൾ ഭൂമി മുഴുവൻ നിശ്ചലമായി. ലോകം മുഴുവൻ നിശ്ശബ്ദത മാത്രം.

പന്നിയുടെ ശല്യം അനിയന്ത്രിതമായി ഉള്ള സ്ഥലമാണ് ദേവഗിരി. ഒരു കൊടുങ്കാറ്റ് വന്ന് കതകടച്ചതുപോലെയായിരുന്നു ടോയിലറ്റിലേക്കുള്ള എന്റെ പ്രവേശനം. കിണറ്റിൻ കരയിൽ വെള്ളം കോരിക്കൊണ്ടിരുന്ന ഗൃഹനാഥൻ എന്റെ രംഗപ്രവേശം കാണാതെ വളരെ ശക്തിയിലും ശബ്ദത്തിലും കതകടഞ്ഞതിൽ സംശയം തോന്നി. മണ്ടൻ ബുദ്ധിയിൽ പന്നിയാകും അകത്ത് എന്ന് കരുതി വടികൊണ്ടുവന്ന് കതകിനടിയിലെ വിടവിലൂടെ കുത്താൻ തുടങ്ങി. ഒരു സ്വസ്ഥതയും തരാതെ അയാൾ പുറത്ത് നിന്ന് ശല്യം ചെയ്തുകൊണ്ടിരുന്നതിന്റെ ഫലമായി അവസാനം ഞാൻ വടിയിൽ കയറിപ്പിടിച്ചു."

പന്നി വടിയിൽ കടിച്ച് പിടിച്ചിരിക്കുകയാണെന്ന് കരുതി അകത്തു

നിന്നും ഞാൻ കുറ്റിയിട്ടിരിക്കുന്നത് പോരാഞ്ഞ് പുറത്ത് നിന്ന് അയാൾ കുറ്റിയിട്ട് നാട്ടുകാരെ വിളിച്ച് കൂട്ടനായി പരക്കം പാഞ്ഞു. എല്ലാം കഴിഞ്ഞ് സ്വർഗ്ഗീയ അനുഭൂതി ആസ്വദിച്ച് പുറത്തേക്ക് ഇറങ്ങാനായി നോക്കുമ്പോൾ പുകയും വടിയും അകത്തേക്ക് പ്രവേശിക്കാൻ തുടങ്ങി. ഗത്യന്തരമില്ലാതെ അതിനകത്ത് നിന്ന് പുറത്തേക്ക് ഇറങ്ങിയപ്പോൾ ദേവഗിരിയിലെ പകുതി ജനം എന്നെ സ്വീകരിക്കാൻ ഉണ്ടായിരുന്നു.

തലേ ദിവസം വൈകുന്നേരം മഴ പെയ്തതിനാൽ ആറ്റിലും കായലിലുമൊക്കെ കലക്കലായി. കലക്കലായാൽ മീൻ പെടും. കലക്കലായാലേ മീൻ ഞങ്ങളെ പോലുള്ളവർക്ക് കിട്ടൂ. തലേ ദിവസം രാത്രി കോഴിക്കടയിൽ പോയി കോഴിക്കുടലും വാങ്ങി ചൂണ്ടയിൽ കൊരുത്ത് കായൽകരയിൽ കാറ്റിനൊപ്പം കൊതുക് കടിയും കൊണ്ടിരുന്നു. കലക്കലിന്റെ അന്ന് ചൂണ്ടയിടാൻ ഇറങ്ങിയാൽ പത്തിരുട്ടുന്നതിന് മുമ്പ് നാലാൾക്കുള്ള വക കിട്ടിയിരിക്കും. കണി മോശമായാൽ പാതിരാവ് കഴിഞ്ഞാലും കിട്ടില്ല."

ഭാഗ്യത്തിന്റെ കടാക്ഷം എന്താണെന്നറിയണമെങ്കിൽ മീൻ പിടിക്കാൻ ഇറങ്ങണം. പക്ഷേ, കഷ്ടകാലത്തിന് അന്ന് ഒരു കോളൊത്തപ്പോഴേക്കും പാതിരാത്രിയോട് അടുത്തിരുന്നു. അത് പാകപ്പെടുത്തി ഭക്ഷണം കഴിച്ചപ്പോഴേക്കും രാത്രി ഒന്ന് കഴിഞ്ഞിരുന്നു. മീനിന്റെ സ്വാദ് ഓർത്താൽ പിന്നെ പഠിക്കാൻ കഴിയില്ല. അതാ അന്നങ്ങനെയൊരബദ്ധം പറ്റിപ്പോയത്. രാവിലെ എഴുന്നേറ്റ് പഠിക്കാമെന്ന ധാരണയിൽ ഞങ്ങൾ കിടന്നു. പക്ഷേ, എഴുന്നേറ്റപ്പോൾ ഒൻപത് മണിയോടടുത്തു.

കുളിയും കാപ്പികുടിയും കഴുകലും എല്ലാം അഞ്ച് മിനിട്ട് കൊണ്ട് ഓടി നടന്ന് ചെയ്തു. സൂര്യ വീടിന് പുറത്ത് നിന്നായിരുന്നു വസ്ത്രം ധരിച്ചത്. കോളേജിൽ എത്തിയശേഷം അനുവിനെ ഒന്നു കാണാൻകൂടി കഴിഞ്ഞില്ല. ലെസൻ പ്ലാൻ എഴുതിയതും, പ്ലക്കാർഡും, ചാർട്ടും ഒക്കെ ഉണ്ടാക്കിയതും അനുവായിരുന്നു. അതൊക്കെ എന്താണെന്നുപോലും അറിയാത്ത സൂര്യ അതെങ്ങനെ ഉപയോഗിക്കാൻ?

കിളിച്ചിലെന്നൊക്കെ പറഞ്ഞ് കേട്ടത് സൂര്യ അന്ന് ക്ലാസ് മുറിയിൽ നന്നായി അവതരിപ്പിച്ചു ഒപ്പം ഒരു ബോധക്ഷയവും. എന്തായാലും വീഴ്ചയിൽ തലയ്ക്കും കൈക്കും പരിക്കേറ്റു. അന്ന് മൊത്തത്തിൽ ഒരു കറക്കമായിരുന്നെന്നും തലകറങ്ങി വീണതാണെന്നുമാണ് അവൻ ആണയിട്ടു പറയുന്നത്. പക്ഷേ, അത് ആരും വിശ്വസിച്ചിട്ടില്ല. കർമ്മചന്ദ്രൻ സാർ ഞങ്ങളെ ഒരക്ഷരം പറഞ്ഞില്ല. പക്ഷേ, ഒന്നര മണിക്കൂർ ജീവിതത്തിൽ ഇത്രയും ശകാരം ജയദേവൻ സാർ തുടർച്ചയായി കേട്ടിട്ടുണ്ടാവില്ല.

അന്നത്തെ സംഭവത്തിനു ശേഷം ഞങ്ങൾ അദ്ധ്യാപകനും വിദ്യാർത്ഥികളുമായിരുന്നില്ല. ഒരല്പം പോലും പ്രിപ്പയർ ചെയ്യാൻ കഴിഞ്ഞില്ലെന്നും അടുത്ത ദിവസം ക്ലാസ് എടുക്കാമെന്നും സൂര്യ കാലുപിടിച്ച് പറഞ്ഞതാണ്. അപ്പോൾ സാറിന് കൃത്യനിഷ്ഠയിലും ക്ലാസ് എടുക്കു

ന്നതിലും ഒരല്പം പോലും വിട്ട് വീഴ്ച ചെയ്യാൻ കഴിയില്ലെന്ന് ശഠിച്ചു. അതിന്റെ ഫലം സാർ അറിയുകയും ചെയ്തു. കർമ്മചന്ദ്രൻ സാർ അടിച്ചില്ലെന്നേ ഉള്ളൂ. നാവ് കൊണ്ട് അടിക്കുകയും ചെയ്തു. കോളേജിൽ തന്നെ ഏറ്റവും കുറവ് ഇന്റേണൽ ഞങ്ങൾക്കാണ്."

സാറിനോട് വെറുപ്പ് തോന്നാൻ കാരണം ഇന്റേണൽ കുറച്ചതൊന്നുമല്ല. പ്രാർത്ഥനയും അനുവും പറഞ്ഞുള്ള അറിവാണ്. സാർ ഇടക്കിടയ്ക്ക് നിരഞ്ജനയുമായി ഫോണിൽ സംസാരിക്കാറുണ്ട്. സ്വന്തം ക്ലാസിലെ കുട്ടിയായിരുന്നെങ്കിൽ ഞങ്ങൾക്കിത്ര സംശയം ഉണ്ടാവില്ലായിരുന്നു. ഫിസിക്കൽ സയൻസിലെ കുട്ടിയോട് ഇംഗ്ലീഷ് അദ്ധ്യാപകന് രാത്രിയിൽ സംസാരിക്കേണ്ട ആവശ്യകതയെന്തെന്നാ ഞങ്ങൾക്ക് മനസ്സിലാകാത്തത്."

"ജയദേവൻ സാർ നിങ്ങളെപ്പറ്റി മോശമായി പറഞ്ഞപ്പോൾ ഒരു പടി മുന്നിൽ കയറി അൻവർ ഗോളടിച്ചു. അവസാനം ആരാണ് സ്വന്തം പോസ്റ്റിലേക്ക് ഗോളടിച്ചതെന്നാണ് എനിക്ക് അറിയേണ്ടത്?"

ഇത്രയും പറഞ്ഞ് കഴിഞ്ഞ അൻവറിനെ പറഞ്ഞയച്ച ശേഷം ഞാൻ ഹോസ്പിറ്റലിൽ പോയി.

II

ഹോസ്പിറ്റലിൽ എത്തിയപ്പോഴേക്കും പ്രാർത്ഥനയെ ഡിസ്ചാർജ്ജ് ചെയ്തു. ഞാൻ നിർബ്ബന്ധിച്ച് പ്രാർത്ഥനയെയും വാർഡനെയും എന്റെ വാഹനത്തിൽ കയറ്റി. അതിനു കാരണം അലീന എയ്ഞ്ചലും പ്രാർത്ഥനക്കൊപ്പം ഉണ്ടായിരുന്നു എന്നതാണ്. ആ യാത്രയിൽ പ്രാർത്ഥനയോട് ഞാൻ ചോദിച്ചു "ഫസ്റ്റ് സെമസ്റ്റർ പരീക്ഷയ്ക്ക് ശേഷം നിങ്ങൾ എങ്ങോട്ടാണ് പോയത്?"

"കമ്യൂണിറ്റി ലിവിംങ് പ്രോഗ്രാം" ഏഴ് ദിവസത്തേക്കാണ് പ്ലാൻ ചെയ്തത്. ഏഴു ദിവസവും വീട്ടിൽ പോകാൻ കഴിയില്ല. ആട്ടവും പാട്ടും പരിപാടികളുമായി കോളേജിൽ തന്നെ രാവും പകലും കഴിയണം. സ്വർഗ്ഗത്തിലെ ഏഴ് ദിനങ്ങൾ അവസാനിക്കുമ്പോൾ ഞങ്ങൾ ഒരുമിച്ചൊരു ജീവിതത്തിലേയ്ക്ക് ഗൃഹപ്രവേശനം നടത്താനും രാത്രിയിലെ ട്രെയിനിൽ നാട് വിടാനും തീരുമാനിച്ചിരുന്നു. എല്ലാം എന്റെ പദ്ധതികളും പിടിവാശികളുമായിരുന്നു. ആത്മഹത്യാ ഭീഷണി മുഴക്കിയപ്പോൾ എല്ലാറ്റിനും കാർത്തി ഒപ്പം നിന്നു എന്നു മാത്രം. അതുമല്ല അവനെ വിഡ്ഢിവേഷം കെട്ടിച്ച് ഞാൻ ഗർഭിണിയുമായി. ആദ്യം അവനത് ഉൾക്കൊള്ളാൻ കഴിഞ്ഞില്ലെങ്കിലും സാവധാനം ഞാനെല്ലാം അവനെ പറഞ്ഞു മനസ്സിലാക്കി. മകൾ ഗർഭിണിയാണെന്നറിഞ്ഞാൽപ്പോലും കാർത്തിയെ അച്ഛൻ കൊല്ലുമോ എന്ന ഭയമായിരുന്നു എന്റെ മനസ്സ് മുഴുവൻ.

പ്രോഗ്രാം തുടങ്ങി ഏഴാമത്തെ ദിവസം അച്ഛൻ കൂട്ടിക്കൊണ്ട്

പോകാനായി വരാമെന്ന് ഏറ്റിരുന്നു. പക്ഷേ, പ്രോഗ്രാം തുടങ്ങി കടപ്പുറത്തുണ്ടായ സംഭവത്തെതുടർന്ന് രണ്ടാമത്തെ ദിവസം ക്യാൻസൽ ചെയ്തു. അത് ഞങ്ങൾക്ക് ഒരനുഗ്രഹമായി. കർമ്മചന്ദ്രൻ സാറിനു മുന്നിൽ അനുവിനും മറ്റ് കുട്ടികൾക്കൊപ്പമാണ് പോകുന്നതെന്ന് ബോദ്ധ്യപ്പെടുത്തി ഹോസ്റ്റലിൽനിന്നും ഇറങ്ങി. ഞാൻ കാർത്തിക്കിനൊപ്പം റെയിൽവേ സ്റ്റേഷനിൽ രാവിലെയുള്ള ട്രെയിൻ കാത്തിരുന്നു. പക്ഷേ, ഞങ്ങളെ ആരോ ഒറ്റിക്കൊടുത്തു. എന്റെ വിവാഹം നടന്ന കാര്യമറിഞ്ഞ് അച്ഛൻ കോളേജിലെത്തിയെന്നും പ്രിൻസിപ്പാൾ പൊലീസിൽ പരാതി നല്കിയെന്നും കിട്ടുവേട്ടൻ അലീന ടീച്ചറിനെ അറിയിച്ചു. ഒപ്പം ടീച്ചർ ഞങ്ങളെയും ഇക്കാര്യമറിയിച്ചു. ആ നിമിഷം തന്നെ ഞങ്ങളുടെ മൊബൈലുകൾ സ്വിച്ച്ഡ് ഓഫാക്കി. ട്രെയിനിലെ യാത്ര അപകടം നിറഞ്ഞതാണെന്ന് ബോദ്ധ്യമായതോടെ ഉച്ചതിരിഞ്ഞ് കന്യാകുമാരിയിലേക്ക് യാത്ര തിരിച്ചു. അവിടെ നിന്ന് വയനാട്ടിലേക്ക് പോയശേഷം സെന്റ് പീറ്റേഴ്സിലെ അഗതി മന്ദിരത്തിൽ ഫാദറിന്റെ അനുവാദത്തോടെ ഒരാഴ്ച കഴിഞ്ഞു.

അപകടം മണത്തപ്പോൾ നേരെ കൊടകിലേക്ക് യാത്രയായി. അവിടെ കാർത്തിയുടെ ഒരു സുഹൃത്ത് ഉണ്ടായിരുന്നു. പിന്നെ ഒന്നര മാസം അവിടെത്തന്നെയായിരുന്നു. അവധിക്കാലം തീരുന്നതുവരെ ആരെയും വിളിച്ചതുമില്ല, സംസാരിച്ചതുമില്ല.

ഒന്നര മാസത്തിനിടയിൽ കോളേജിൽ നടന്ന കാര്യങ്ങളെപ്പറ്റി പറയാതെയിരിക്കുന്നതാവും ഭേദം. ഞങ്ങൾ നാടുവിട്ട ദിവസം കോളേജിൽ എത്തിയ അച്ഛന്റെ ഗുണ്ടകൾ കിട്ടുവേട്ടന്റെ കൈയും കാലും തല്ലിയൊടിച്ചു. പൊലീസ് തക്കസമയത്ത് എത്തിയതിനാലാണ് കർമ്മചന്ദ്രൻ സാർ രക്ഷപ്പെട്ടത്. രജിസ്റ്റർ മാര്യേജ് ചെയ്ത സമയത്ത് സാക്ഷിയായി നിന്ന കിട്ടുവേട്ടന് ഇരിപ്പത് കിട്ടി. ഞങ്ങൾ കോളേജിൽ നിന്നുപോയ അന്ന് ആശുപത്രിയിലായ കിട്ടുവേട്ടൻ തിരിച്ചെത്തിയപ്പോഴാണ് നേരെ നടക്കാൻ തക്ക അവസ്ഥയിലായത്.

ഹോസ്റ്റലിൽ പ്രാർത്ഥനയെയും മറ്റുള്ളവരെയും കൊണ്ടാക്കിയ ശേഷം തിരിച്ചിറങ്ങുമ്പോൾ മനസ്സിൽ ആഹ്ലാദപ്പെരുമഴ പെയ്യുകയായിരുന്നു. അലീനയെ എന്റെ കാറിൽ കൊണ്ടുപോകാമെന്നു കരുതിയെങ്കിലും ഗേറ്റിനരുകിൽ അവളെയും കാത്ത് ഒരപരിചിതൻ നില്ക്കുന്നുണ്ടായിരുന്നു. എന്റെ എല്ലാ പ്രതീക്ഷകളെയും തകർത്ത് ഒരു വാക്കുപോലും മിണ്ടാനാകാതെ അവൾ പോയി. വളരെ വലിയ ദുഃഖത്തോടെയാണ് ഞാൻ അന്ന് പേൾപാലസിലേക്ക് മടങ്ങിയത്.

ഞാൻ അടുത്ത ദിവസം രാവിലെ അൻവറിനെ കണ്ടുമുട്ടിയപ്പോൾ ചോദിച്ചു "കടപ്പുറത്തേക്ക് പിന്നെ നിങ്ങൾ പോയിട്ടില്ലേ?"

"ആരതിയുടെ ഭയപ്പെടുത്തലിൽ ഞങ്ങൾ മാനസികമായി ആകെത്തകർന്നു. ഒരിക്കലും പ്രതീക്ഷിക്കാത്ത അനുഭവങ്ങളാണ് ഞങ്ങൾക്കവിടെ ഉണ്ടായത്. അവളുടെ വാക്ക് ധിക്കരിച്ച് കടപ്പുറത്ത് കാല് കുത്തി

യതിന്റെ ഫലമായി ഒരു ദിവസത്തിന്റെ വ്യത്യാസത്തിൽ രണ്ട് തവണ യാണ് കടപ്പുറത്ത് കിടന്ന് പട്ടികളെപ്പോലെ തല്ല് കൊണ്ടത്. ഒരിക്കൽ കൂടി ആ കടപ്പുറത്തേക്ക് പോകാനുള്ള ധൈര്യം ഞങ്ങൾക്കുണ്ടായില്ല."

"ഏയ് അരുൺ, അൻവറിനെ ഇന്ന് തന്നെ അറസ്റ്റ് രേഖപ്പെടുത്തി കോടതിയിൽ ഹാജരാക്കണം."

"പടച്ചോനാണേ ഞങ്ങൾ കാർത്തിയെ ഒന്നും ചെയ്തിട്ടില്ല. സാർ കള്ളക്കേസുണ്ടാക്കി ഞങ്ങളെ അകത്തിടുന്നത് ആർക്കുവേണ്ടിയാണ്?"

"ചുമ്മാതിരിക്കെടാ അവിടെ. ഒരു പെണ്ണിനുവേണ്ടി ഒരുവനെ കൊന്നുതള്ളുമ്പോൾ ഇതൊക്കെ ആലോചിക്കണമായിരുന്നു."

"ഏത് പെണ്ണിനുവേണ്ടി എന്നാണ് സാർ പറയുന്നത്?"

"ഒന്നുകിൽ പ്രാർത്ഥനയ്ക്കുവേണ്ടി അല്ലെങ്കിൽ ആരതിക്കുവേണ്ടി"

"എന്റെ ഉമ്മാണ സാറിനോട് പറഞ്ഞതൊക്കെ സത്യമാണ്"

"പറഞ്ഞതിൽ പകുതി മാത്രമേ സത്യമായിട്ടുള്ളു"

"ഞാൻ എന്ത് കള്ളമാ സാറേ പറഞ്ഞത്?"

"ഒരു കാര്യം നീ മനസ്സിലാക്കണം. ഇവിടെ നിന്നെ മാത്രമല്ല ഞാൻ ചോദ്യം ചെയ്യുന്നത്? നിങ്ങളെ ഒരു മുസ്ലീം കുടുംബമല്ലേ തല്ലിയത്?"

"അതെ"

"രണ്ട് ദിക്കുകളിൽ താമസിച്ച ആരതിയും ആ കുടുംബവും തമ്മി ലുള്ള ബന്ധമെന്താണ്?"

"അതെനിക്കറിയില്ല സാർ."

"ആരതിക്ക് വേണ്ടി ഒരു കുടുംബം മൊത്തത്തിലിറങ്ങി തല്ലാൻ അവളെന്താ ക്വട്ടേഷൻ ടീമിന്റെ ഉടമസ്ഥയാണോ? ഉള്ളിലെ ദുഃഖം താങ്ങാനാവാതെയാണ് ആ കുടുംബം മൊത്തമായി നിങ്ങളെ തല്ലിയ ത്. ആരതിക്കും ആ കുടുംബത്തിനും യാതൊരുവിധ ബന്ധവുമില്ല. സൂര്യ, അൻവർ, ഹരിശങ്കർ - ഇതിലൊരാൾക്കാണ് ആ കുടുംബവു മായി ബന്ധമുണ്ടായിരുന്നത്."

"സാർ എനിക്ക് ആരുമായും ഒരു ബന്ധവുമില്ല. ഞാൻ ഒരു തെറ്റും ചെയ്തിട്ടില്ല."

"ഞാൻ അടുത്തതായി ചോദ്യം ചെയ്യുന്നത് ആരതിയെയാണ്. അവൾ നീ പറഞ്ഞ കഥയല്ല പറയുന്നത്. പകരം മറ്റൊരു കഥയാണെ ങ്കിൽ നിന്നെ ഇനി ചോദ്യം ചെയ്യുന്നത് ഞാനായിരിക്കില്ല. അരുണും ഷറഫുദ്ദീനുമാണ് നിന്റെ ശരീരത്ത് കാൽപ്പന്ത് കളിക്കുന്നതെങ്കിൽ ഗ്രൗണ്ടിൽ അവിടെയിവിടെയായി ഒരുപാട് മുറിവുകൾ വീണ ശേഷമേ നിനക്ക് ഒരു വാക്കെങ്കിലും സംസാരിക്കാൻ കഴിയൂ. സുഹൃത്തുക്കളായ സ്ഥിതിക്ക് നമുക്കിടയിൽ ഒരു കാൽപ്പന്ത് കളിയുടെ ആവശ്യമുണ്ടോ? ഒരു എം എ; ബി എഡുകാരനാവാൻ പോകുന്നവനല്ലേ നീ? അതിനാ ലാണ് ഞാൻ ചോദിക്കുന്നത് അൻവർ പറഞ്ഞതിൽ ആരതി വീട്ടിൽ വന്നതുവരെ സത്യമാണ്. ബാക്കി നടന്ന യഥാർത്ഥ കാര്യങ്ങൾ. അതാണ് എനിക്കറിയേണ്ടത്?"

ഒന്നും ഉരിയാടാതെ കുനിഞ്ഞ മുഖവുമായി നിന്നപ്പോൾ ഞാൻ അവനിൽ ഒരു കുറ്റവാളിയെ ദർശിച്ചു. മറുപടി പറയാൻ അമാന്തിച്ച അൻവറിനെ വിളിച്ച തെറികൾ ഇവിടെ സൂചിപ്പിക്കാൻ കഴിയില്ല. തെറിക്ക് ശേഷം ഞാൻ വീണ്ടും ചോദിച്ചു.

"ആ കുടുംബവുമായി ബന്ധമുണ്ടായിരുന്നത് ആർക്കാണ്?"

"സാർ സൂര്യയുടെ കാര്യങ്ങൾ എല്ലാം എനിക്ക് നന്നായി അറിയാം. അവന് ആ കുടുംബവുമായി ബന്ധമുണ്ടാവില്ല. സ്ത്രീ വിഷയത്തിൽ അല്പം മുന്നിൽ നില്ക്കുന്ന ആളാണ് ഹരി. ബോധവല്കരണത്തിനു പോയ അവൻ അവിടെക്കയറാതെ ഞങ്ങൾക്ക് ഒരുപാട് പിന്നിലാണ് നിന്നത്. ഇനി ആ കുടുംബവുമായി ബന്ധമുള്ളത് ഹരിക്കാണോ എന്നെനിക്ക് അറിയില്ല സാർ."

"ഈ പേരാണ് എനിക്ക് വേണ്ടിയിരുന്നത്. നീ ഇപ്പോൾ പൊയ്ക്കോ. ബാക്കി ഞാൻ അവനിൽനിന്നും അറിഞ്ഞു കൊള്ളാം."

അൻവർ പോയിക്കഴിഞ്ഞപ്പോൾ അരുണിനെ വിളിച്ചിട്ട്- "അൻവർ വിളിക്കുന്ന മുഴുവൻ കോളുകളും ട്രെയിസ് ചെയ്യണം. അവൻ കാണുന്നതും സംസാരിക്കുന്നതുമായ മുഴുവൻ ആൾക്കാരുടെയും ഡീറ്റെയിൽസ് എനിക്ക് അപ്പപ്പോൾ കിട്ടണം. അവന് മുന്നിൽ നമ്മൾ ഒരു വല വിരിച്ചിരിക്കുകയാണ്. അവൻ നമ്മുടെ കെണിയിൽ പെടും. ഒരു കാര്യം ശ്രദ്ധിക്കണം അവൻ ഗ്രൗണ്ടിനു പുറത്തിറങ്ങി കളിക്കാൻ പാടില്ല. ഒരു സെൽഫ് ഗോൾ അടിച്ചു എന്നു കരുതി തോല്ക്കണമെന്നില്ല."

III

"**ശി**വദത്തനെ പിന്നെ എപ്പോഴാണ് സാർ കണ്ടെത്തിയത്?"

തുരപ്പൻ ഭാസി വളരെ തന്ത്രപൂർവ്വം ബ്രോക്കർ രാമുവിനെ കണ്ടെത്തി. രണ്ടാമതും കൊടൈക്കനാലിലേക്ക് പോകാൻ നേരം സൂര്യ ഒപ്പമുണ്ടായിരുന്നു. ടൗണിൽ ഒരു രണ്ട് നില കെട്ടിടം വാങ്ങാൻ വന്ന ആൾക്കാരാണെന്ന് തെറ്റിദ്ധരിപ്പിച്ച് രാമുവിനെ ഞങ്ങളുടെ വലയ്ക്കകത്താക്കി. മറ്റ് താമസസ്ഥലം കിട്ടാതെ വിഷമിച്ച് നിന്ന കർമ്മചന്ദ്രൻ സാറിനും കൂട്ടർക്കും ഇടയിലേക്ക് അവരെ കാത്തു നിന്നപോലെ മുന്നിൽ ചെന്ന് ബാരിസ്റ്റൺ വാടകയ്ക്ക് വാങ്ങി നല്കിയ ബ്രോക്കർ ഒരു പത്ത് മണി നേരത്താണ് ബംഗ്ലാവിൽ വന്നത്. ചോദ്യവും പറച്ചിലും ഒന്നും ഉണ്ടായിരുന്നില്ല. അകത്തെ മുറിയിൽ കയറ്റി അരുണും വിഷ്ണുവും കൂടി ചേർന്ന് ഒരു പതിനഞ്ച് മിനിട്ട് തറയിലും ആകാശത്തുമല്ലാതെ ബ്രോക്കർ രാമുവിനെ പെരുമാറി. അവസാനം ബ്രോക്കർ രാമു- "കാരണം സൊല്ലാതെ എന്ന സാർ ഇപ്പടി ഉടമ്പെല്ലാം ഇടിച്ച് ഉടിക്കത്, ഉനക്ക് എന്ന വേണേലും തരാം"

"ഒനക്ക് കാർത്തിയെ മിസ്സ് പണ്ണുതുക്ക് തലേദിവസം ജ്ഞ്യാപകമിരിക്കാ?"

"ഇരിക്ക് സാർ."

"കാർത്തിയെ എപ്പടി തെരിയും?"

"അതുതാനാ സബ്ജക്റ്റ്. ഉൺമയാനാ എനക്ക് അവനെ തെരിയാത് സാർ."

"അപ്പോ എപ്പടി നീ അവനെ ബസ്സ്റ്റാന്റിൽ പാത്തന്ന് പൊയ് സൊല്ലിയത്?"

"അന്ത സൂര്യയുടെ അപ്പാ എനക്ക് ഒരു ലച്ചം തന്നതിനാലാ താൻ കോടതിയിൽ പൊയ് സൊല്ലിയത്."

"അപ്പടിയാ"

"അപ്പടി താൻ സാർ നടന്നത്."

രാമു വരുമ്പോൾ കോളേജിലെ പ്രോഗ്രാമുകൾ നടന്നതിന്റെ ഫോട്ടോകളും വീഡിയോകളും ഞാൻ എന്റെ ലാപ്പ്ടോപ്പിൽ കണ്ട് കൊണ്ടിരിക്കുകയായിരുന്നു. അലീനയെ കാണാൻ വേണ്ടിയായിരുന്നു ഞാൻ ആ ഫോട്ടോകൾ കണ്ടത്. അരുൺ ബ്രോക്കറിനെയും കൊണ്ട് റൂമിന് പുറത്തേക്ക് വന്നപ്പോൾ ഞാൻ ഫോട്ടോകൾ നോക്കിക്കൊണ്ട് തന്നെ അയാളോട് ചോദിച്ചു. "അവങ്കൾ അന്തയിടം അന്ത നേരത്ത് താൻ കാലിപണ്ണുമെന്ന് ഉനക്ക് എപ്പടി തെരിയും?"

"സാർ എനക്ക് ഒന്നുമേ തെരിയാത്. ശിവദത്തയണ്ണൻ ശൊല്ലിയിട്ട് താൻ അങ്കെപോയത്."

"ശിവദത്തൻ എന്നതാ ശൊന്നത്?"

"ഒരു വാരത്തിക്കിപ്പുറമായിട്ട് ടൂറിസ്റ്റുകളെ ഒന്നും കെടക്കലേൻ. അതിനാലെ അന്തഹോട്ടലിൽ വരുന്ന കോളേജ് പശുങ്കളെ കൂട്ടി വന്നാൽ ആയിരം രൂപ കമീഷൻ തരാമെന്ന് പേശിയാച്ച്."

"അന്തയിടത്തിൽ അവർ വരുമെന്ന് അവന് എപ്പിടി തെരിയും?"

"എനക്ക് തെരിയാത് സാർ"

അപ്പോഴേക്കും പ്രഭാതഭക്ഷണം കഴിക്കാൻ മൂർത്തി വിളിച്ചു. ടേബിളിനു മുന്നിൽ നല്ല രീതിയിൽ ഭക്ഷണം കഴിക്കുന്ന സൂര്യയോട് ഞാൻ ചോദിച്ചു.

"അന്ന് ബുക്ക് ചെയ്തിരുന്ന ലോഡ്ജ് ഉപേക്ഷിച്ച് ബാരിസ്റ്റണിൽ വരുവാനുള്ള കാര്യം എന്താ?"

"ഞങ്ങൾ പ്രതീക്ഷിച്ചതു പോലെ വൃത്തിയും സൗകര്യങ്ങളും ഒന്നും അവിടെയുണ്ടായിരുന്നില്ല. എങ്കിലും സന്ധ്യയോടടുത്തതിനാലും സ്ഥലത്തെപ്പറ്റി പരിചയമില്ലാത്തതിനാലും ഞങ്ങൾ അവിടെ തന്നെ തങ്ങാൻ തീരുമാനിച്ചു. പക്ഷേ, കുളിമുറിയിൽ കയറിയ പെൺകുട്ടികളെല്ലാം വസ്ത്രം മാറാൻ ഭയന്നു. വെന്റിലേഷന് ഗ്ലാസില്ലാത്തത് സഹിക്കാം. അവിടെയിവിടെയായി ഒരുപാട് ദ്വാരങ്ങൾ. റൂമിന്റെയും അവസ്ഥ ഇതൊക്കെ തന്നെയായിരുന്നു. വസ്ത്രം മാറാൻ പോലും സൗകര്യമില്ലാത്ത ഒരു ലോഡ്ജാണെന്നറിഞ്ഞപ്പോൾ കർമ്മചന്ദ്രൻ സാർ മാനേജരുമായി വഴക്കായി. അഡ്വാൻസ് കൊടുത്ത കാശ് തിരികെത്തരാതെ

വന്നപ്പോൾ ഞങ്ങൾ പൊലീസിനെ വിളിച്ചു. ഒരു മണിക്കൂർ കഴിഞ്ഞിട്ടും പൊലീസ് വരാതിരുന്നപ്പോഴാണ് ഞങ്ങൾ കബളിക്കപ്പെടുകയാണെന്ന് മനസ്സിലായത്. അപ്പോഴാണ് ഒരു ദൈവദൂതനെപ്പോലെ ആ സാത്താന്റെ സന്തതി ബ്രോക്കർ അവിടെയെത്തുന്നതും അയാളുടെ വാചകക്കസർത്തിൽ വീണ് ഞങ്ങൾ ഇവിടേക്ക് പോന്നതും."

അല്പനേരത്തെ എന്റെ ഭക്ഷണത്തിനുശേഷവും സൂര്യ ഭക്ഷണം കഴിക്കുന്നത് തുടർന്നപ്പോൾ ഞാൻ ഹാളിൽ എന്നെ കാത്തിരുന്ന ബ്രോക്കറിനരുകിലെത്തി. അയാളുടെ മുഖത്തേക്ക് നോക്കിയപ്പോൾ എന്തോ പറയാനുള്ളത് പോലെ തോന്നി.

"സാർ ...."

"എന്നതാ?"

"അത്........... നീങ്ക കംപ്യൂട്ടറിൽ പാത്ത അന്തയാളെ എനക്ക് തെരിയും. സാർ?"

"ഒനക്ക് എപ്പടി തെരിയും "

"അന്ന് കോളേജ് പശുങ്കൾ ഇന്തയിടത്തില് വന്ന നാളയിൽ അയാൾ റൂം കെടയ്ക്കുമാ എന്ന് ചോദിച്ചും കൊണ്ട് എന്നെ പാത്തേൻ."

ഞാൻ ലാപ്പ് ടോപ്പ് എടുത്തു. ലാപ്പ്ടോപ്പിൽ ഫയലുകൾ ഓപ്പണാക്കി. ഞാൻ അവസാനമായി കണ്ട ഫോട്ടോ റിപ്പബ്ലിക്ക് ഡേയ്ക്ക് ഫ്ളാഗ് ഓഫ് ചെയ്യുമ്പോൾ അലീനയെ തന്നെ നോക്കി നില്ക്കുന്ന കുട്ടികൃഷ്ണനെയായിരുന്നു. അവന്റെ ഫോട്ടോ ചൂണ്ടി ഞാൻ ചോദിച്ചു?

"റൂം തേടി വന്ന ഇവങ്കക്കിട്ട് നീ എന്ന പേശിയത്"

"കാശ് റൊമ്പ ജാസ്തിയാവുമെന്ന് പറഞ്ഞു ഒരു ഹോട്ടലിലേക്ക് കൂട്ടിയാച്ച്"

"എങ്കയിടത്തിലേക്ക് കൂട്ടിയാച്ച്?"

"ടൗണിലേക്ക്. അടുത്ത കാലൈയിൽ അവൻ റൂം വെക്കേറ്റ് പണ്ണിയാച്ച്"

"റൊമ്പ താങ്ക്സ് നീങ്കെ പോ"

ഇരുണ്ട മനസ്സിൽ കാർത്തികയ്ക്ക് തിരി കൊളുത്തിയതുപോലെ പ്രകാശം നിറഞ്ഞു. മുന്നിലുള്ള പടിക്കെട്ടുകളിൽ ശിവദത്തൻ, സൂര്യയുടെ അച്ഛൻ, സൂര്യയുടെ കൂട്ടുകാർ, അതുൽ എസ് വാര്യർ എന്നിവരായിരുന്നു. ഇപ്പോൾ കൂട്ടിന് കുട്ടികൃഷ്ണനും ഉണ്ട്."

IV

അടുത്ത ദിവസം ആ മലയിറങ്ങുമ്പോൾ ഞങ്ങളോടൊപ്പം രണ്ടു പേർ കൂടിയുണ്ടായിരുന്നു. ഒരാൾ പുറം ലോകം അറിഞ്ഞ് അയാളുടെ ഇഷ്ടപ്രകാരമാണ് വന്നതെങ്കിൽ രണ്ടാമത്തെയാളെ ബലം പ്രയോഗിച്ച് കീഴ്പ്പെടുത്തി ചാക്കിൽ കെട്ടി ഡിക്കിയിലിട്ട് കൊണ്ടു വരികയാണുണ്ടാ

യത്. ആദ്യത്തെയാൾ ബ്രോക്കർ രാമുവും രണ്ടാമത്തെയാൾ ശിവദത്തനുമായിരുന്നു. ബ്രോക്കർ രാമുവായിരുന്നു ശിവദത്തന്റെ താവളം കാട്ടിത്തന്നത്.

അടുത്ത ദിവസം രാവിലെ പേൾ പാലസിൽ എത്തിച്ചേരുമ്പോൾ അവിടെ ഞങ്ങളെയും കാത്ത് സി ഐ ഷറഫുദ്ദീൻ ഉണ്ടായിരുന്നു. എന്നെക്കണ്ടതും ഷറഫുദ്ദീൻ ചോദിച്ചു."കോടതിയിൽ കാർത്തിയെ കാണാതായതിനെക്കുറിച്ച് റിപ്പോർട്ട് നല്കാൻ ഇനി മൂന്ന് ദിവസം മാത്രമേ ബാക്കിയുള്ളൂ"

"അതെനിക്കറിയാം."

"സാർ ഇതിനിടയിൽ വല്ല നിധിയും കണ്ടെത്തിയോ?" പരിഹാസച്ചുവയുള്ള അയാളുടെ ചോദ്യത്തിന് അതേ നയത്തിൽ ഞാൻ മറുചോദ്യം ചോദിച്ചു.

"ഞാൻ കണ്ടെത്തിയ നിധിയെപ്പറ്റി പറയാം. അതിന് മുൻപ് താൻ പോയ കാര്യമെന്തായി?"

"ഉള്ള വിവരങ്ങൾ മുഴുവൻ അന്വേഷിച്ചു. പക്ഷേ, ഇവിടെകൊണ്ടുവരാൻ കഴിഞ്ഞത് അതുൽ എസ് വാര്യരെ മാത്രമാണ്. നിധീഷ് പണിക്കരെ കൊണ്ടു വരാൻ കഴിഞ്ഞില്ല".

"അതെന്താ?"

"ജീവനോടെയുണ്ടെങ്കിലല്ലേ നിധീഷിനെ കൊണ്ടുവരാൻ കഴിയൂ. അവനെപ്പറ്റി പല കഥകളാണ് പാണ്ഡവപുരത്ത് പ്രചരിച്ചിരുന്നത്. അതിൽ ഏറ്റവും വിശ്വസനീയമായത് അവൻ ആത്മഹത്യ ചെയ്തു എന്നുള്ളതാണ്?"

"എന്നാണ് ആത്മഹത്യ ചെയ്തത്?"

"അങ്ങനെ തീർത്ത് പറയാൻ കഴിയില്ല. ആത്മഹത്യ ചെയ്തതിന് തെളിവുകളൊന്നുമില്ല. പിന്നെ നാടു പുറപ്പെട്ട് പോയതാണെന്നും പറയുന്നുണ്ട്?"

"എന്നാണ് പോയത്?"

"വർഷങ്ങൾക്ക് മുൻപാണ്?"

"വർഷങ്ങൾക്ക് മുൻപെന്ന് പറഞ്ഞാൽ എത്ര വർഷങ്ങൾക്ക് മുൻപ്?"

"വ്യക്തമായി അറിയില്ല സാർ."

"എന്താ ഷറഫുദ്ദീൻ കുറച്ചൊക്കെ ഉത്തരവാദിത്വം വേണ്ടേ. എന്റെ മാത്രം ബാദ്ധ്യതയല്ല ഈ കേസന്വേഷണം. താൻ ഇത്തരത്തിലാണോ നിധി കണ്ടെത്തുന്നത്? ഇങ്ങനെയുള്ള ആളാണോ എന്നെ കളിയാക്കിയത്."

"സാർ നാട്ടിലാർക്കും അറിഞ്ഞുകൂടാത്ത ഒരാളെപ്പറ്റി എങ്ങനെയാണ് അന്വേഷിക്കുന്നത്?"

"ഓകെ ഓകെ വിഷമിപ്പിക്കാൻ പറഞ്ഞതല്ല. നിങ്ങളുടെ ആരുടെയും

ആത്മാർത്ഥതയിലും എനിക്ക് സംശയമില്ല. നിധി കണ്ടെത്തണമെങ്കിൽ അല്പം കൂടി കഠിനാദ്ധ്വാനം ചെയ്യണം. അത്രയേ ഞാൻ ഉദ്ദേശിച്ചുള്ളൂ."

"ശരി സാർ"

"നിധീഷിന്റെ അച്ഛനെ പോയി കണ്ടോ?"

"സാർ അയാളുടെ കാര്യം വളരെ കഷ്ടമാണ്. ആകെ ഉണ്ടായിരുന്ന മകനെ കാണാതെയായപ്പോൾ, വർഷങ്ങൾക്ക് ശേഷവും അവനെ കണ്ടെത്താനാകാതെ വന്നപ്പോൾ ഉള്ള സ്വത്ത് മുഴുവൻ വിറ്റ് അയാൾ ഒരനാഥാലയവും ലഹരിമോചന ചികിത്സാകേന്ദ്രവും തുടങ്ങി."

"അങ്ങനെയാണെങ്കിൽ നിധീഷിനെ നമുക്ക് ഈ ചതുരംഗക്കളത്തിൽനിന്നും വെട്ടിക്കളയാമല്ലേ?"

"അതെ സാർ. നമ്മുടെ കൺമുന്നിൽ കുറ്റവാളി ഉള്ളപ്പോൾ പിന്നെ നിധീഷിന്റെ പുറകെ നടന്ന് സമയം പാഴാക്കേണ്ട കാര്യം ഉണ്ടോ?""

"ആരാ കുറ്റവാളി?"

"സൂര്യ. അല്ലാതെ പിന്നെ ആരാ കുറ്റവാളി?"

ഷറഫുദ്ദീൻ റൂമിൽനിന്നും പുറത്തുപോയപ്പോൾ ഞാൻ അരുണിനോട് "ജീവിതത്തിൽ ആകെ ഉണ്ടായിരുന്ന മകൻ നഷ്ടപ്പെട്ടു, പ്രത്യാശ ഇല്ലാതെ അവസാനം വിശ്വനാഥപണിക്കരിൽ ഒരു മാറ്റം ഉണ്ടായതിനാലാകും പ്രാർത്ഥനയുടെ അച്ഛനും അമ്മയും നാട്ടിൽ വന്നപ്പോൾ വീണ്ടും അയാളുടെ വീട്ടിൽ പോയത്. പക്ഷേ, ഇതൊന്നും പ്രാർത്ഥന അറിഞ്ഞിട്ടുണ്ടാകില്ല. അറിഞ്ഞാലും അതൊന്നും മനസ്സിലാക്കാനും ശ്രമിച്ചിട്ടുണ്ടാവില്ല. അരുൺ നമുക്ക് ഒന്നുകൂടി പാണ്ഡവപുരംവരെ പോയാലോ?"

"എന്തിനാ സാർ"

"അരുൺ ഞാൻ ഇന്നലെ നമ്മുടെ സംഘത്തിലുള്ളവരുടെ ബയോഡേറ്റ വെറുതെ ഒന്നു പരിശോധിച്ചു. അതിൽ ഷറഫുദ്ദീന് ഈ ചുരുങ്ങിയ സർവ്വീസിനുള്ളിൽ രണ്ട് പണിഷ്മെന്റ് ട്രാൻസ്ഫറാണ് കിട്ടിയിട്ടുള്ളത്. രണ്ടും കൈക്കൂലി വാങ്ങിയതിനാലാണ്. പക്ഷേ, കുറ്റം തെളിയിക്കാൻ കഴിഞ്ഞിട്ടില്ല. എങ്കിലും പണത്തിനുമുന്നിൽ പതറിപോകുന്ന മനസ്സാണ് ഷറഫുദ്ദീനുള്ളത്. പാണ്ഡവപുരത്തേക്ക് അയാളെ ഒറ്റയ്ക്ക് വിടേണ്ടിയിരുന്നില്ല. നിധീഷ് ഒരുപക്ഷേ, പണം നല്കി അയാളെ പാട്ടിലാക്കിയിട്ടുണ്ടാവും."

"നമ്മൾ സംശയിക്കുന്നതിൽ മുഖ്യ സ്ഥാനത്തുള്ള ആളാണ് നിധീഷ് പണിക്കർ. പ്രാർത്ഥനയ്ക്ക് വേണ്ടി സ്വന്തം അച്ഛനെ പോലും വെറുത്തവനാണ് നിധീഷ്. പ്രാർത്ഥനയും അവനും തമ്മിൽ പിരിഞ്ഞിട്ട് ഏഴ് വർഷമായി. ഇതിനിടയിൽ അവർക്കിടയിൽ എന്തെങ്കിലും സംഭവിച്ചിട്ടുണ്ടാവും."

"അങ്ങനെയാണെങ്കിൽ പ്രാർത്ഥന അത് പറയില്ലേ?"

"പ്രാർത്ഥന അറിയാതെ എന്തെങ്കിലും സംഭവിച്ചതാണെങ്കിലോ? അങ്ങനെ എന്തെങ്കിലും സംഭവിക്കണമെന്ന് നിർബ്ബന്ധമില്ല. അവനെ

സംശയിക്കാൻ തക്ക തെളിവുകൾ വല്ലതുമുണ്ടോ എന്ന് പരിശോധിക്കാൻ വിട്ട ഷറഫുദ്ദീന് നിധീഷ് ജീവനോടെ ഉണ്ടോ ഇല്ലയോ എന്ന് പോലും പറയാൻ കഴിയുന്നില്ല. നിധീഷ് ആത്മഹത്യ ചെയ്തതിന് വ്യക്തമായ തെളിവുകിട്ടിയാൽ അത് അവന്റെ അച്ഛൻ പറഞ്ഞ് അറിഞ്ഞാണെങ്കിൽ പോലും നമുക്ക് അവന്റെ ചാപ്റ്റർ ക്ലോസ് ചെയ്യാം. മറിച്ച് നാടുവിട്ട് പോയതാണെങ്കിൽ എന്ന്? എവിടേക്ക്? എന്തുകൊണ്ട്? ഈ മൂന്ന് ചോദ്യങ്ങൾക്കും വ്യക്തമായ ഉത്തരം കിട്ടണം. പത്താംക്ലാസ് കഴിഞ്ഞപ്പോഴാണ് നാടുവിട്ടതെങ്കിൽ നമ്മൾ അവനെ കണ്ടെത്തിയേ മതിയാകൂ. പ്രാർത്ഥന പോയ സ്ഥലത്തേക്ക് അതായത് മുംബൈയിലേക്കാണ് അവൻ പോയതെങ്കിലോ? ഇപ്പോൾ അരുണിന് കാര്യത്തിന്റെ ഗൗരവം മനസ്സിലായി എന്ന് കരുതുന്നു."

"മനസ്സിലായി സാർ."

"എങ്കിൽ ഇന്ന് തന്നെ നമുക്ക് പാണ്ഡവപുരത്തേക്ക് പോകണം. ഒരുപക്ഷേ, ഞാൻ ഇന്നുതന്നെ മടങ്ങും. അരുൺ നാളെ അവിടെ നമുക്ക് വേണ്ട കാര്യങ്ങൾ അന്വേഷിച്ച് കണ്ടെത്തണം. ഷറഫുദ്ദീന്റെ യാത്ര പോലെ ആകരുത്. പോയി മടങ്ങുമ്പോൾ വ്യക്തമായ ഉത്തരങ്ങളും തെളിവുകളുമാണ് വേണ്ടത്. പിന്നെ ഷറഫുദ്ദീനെ സംശയിക്കുന്ന കാര്യം അയാൾ അറിയരുത്. ഒരുപക്ഷേ, സത്യസന്ധനാണെങ്കിൽ അത് അയാളെ നന്നായി വേദനിപ്പിക്കും. ചിലപ്പോൾ കൈക്കൂലി ഇരന്നുവാങ്ങുന്ന അവസ്ഥയിലേക്ക് അത് മാറ്റുകയും ചെയ്യും. അത്തരത്തിൽ നമ്മളായിട്ട് ഒരു കുറ്റവാളിയെ സൃഷ്ടിക്കാൻ ഇടനല്കരുത്."

"ശരി സാർ."

"പിന്നെ ഒരു കാര്യം; മാർഗ്ഗം ഏതും സ്വീകരിക്കാം. ലക്ഷ്യമാണ് പ്രധാനം. സംശയമുള്ള ആരെയും രഹസ്യമായോ അല്ലാതെയോ ചോദ്യം ചെയ്യാം, തല്ലാം. അതിന്റെ പേരിൽ എന്ത് വിഷയമുണ്ടായാലും അതിന്റെ ഉത്തരവാദിത്വം എനിക്കാണ്.

ഐ തിങ്ക് നിധീഷ് ഈസ് എ ബോൺ ക്രിമിനൽ. കാർത്തിക്കിന്റെ കൊലപാതകത്തിനുപിന്നിൽ പ്രാർത്ഥനയോടുള്ള അവന്റെ അടങ്ങാത്ത ആഗ്രഹമാണ് എന്നു മനസ്സിലുറപ്പിച്ചുവേണം പാണ്ഡവപുരത്ത് അന്വേഷിക്കാൻ. വിശ്വനാഥപ്പണിക്കരെ ചോദ്യം ചെയ്യുമ്പോൾ മകൻ നഷ്ടപ്പെട്ട ഒരു അച്ഛനോടുള്ള യാതൊരുവിധ പരിഗണനയും നല്കാൻ പാടില്ല. പിന്നെ നിധീഷിന്റെ അച്ഛനെ ശാരീരികമായി ഉപദ്രവിക്കാൻ പാടില്ല. ആകെ ഉണ്ടായിരുന്ന മകൻ നഷ്ടപ്പെട്ട അയാളുടെ മുന്നിലെ ഏക പ്രതീക്ഷ മരണമായിരുന്നിരിക്കാം. എന്നിട്ട് മരണത്തിന് കീഴടങ്ങാതെ മറ്റുള്ളവർക്കായി അനാഥാലയം നടത്തുന്ന ആ മനുഷ്യസ്നേഹത്തെ കണ്ടില്ലാ എന്ന് നടിക്കരുത്. ഞാൻ അതിനുമുൻപ് ഒന്നു കോളേജ് വരെ പോയിട്ട് വരട്ടെ?"

അപ്പോൾ അരുൺ ചോദിച്ചു. "അലീന ടീച്ചറിനെ കാണാനാണോ?"

“ഏയ് അതിനൊന്നുമല്ല. കേസിന്റെ ആവശ്യത്തിനാണ്.”

“എങ്കിൽ കുഴപ്പമില്ല. ടീച്ചറിനെ കാണാനാണെങ്കിൽ ഇനി കോളേജിൽ പോയിട്ട് വല്യ കാര്യമൊന്നുമില്ല. വരുന്ന സൺഡേ ടീച്ചറിന്റെ എൻഗേജ്മെന്റാണ്.”

“സത്യമാണോ താനീ പറയുന്നത്.?”

എന്റെ ആ ചോദ്യവും ഭാവവും കണ്ട് പരിഹസിച്ച് കൊണ്ട് അരുൺ പറഞ്ഞു. “ഞാൻ ഒരു കള്ളം പറഞ്ഞതാണ്. ടീച്ചറിനെ കാണാനുള്ള പുറപ്പാടാണോ എന്നറിയാൻ വേണ്ടി ഒന്ന് എറിഞ്ഞതാ. ആ വലയിൽ സാർ വീണു. സാർ ഇപ്പോഴും അവരുടെ പിന്നാലെ തന്നെയാണോ? സാറിനു വിഷമം തോന്നില്ലെങ്കിൽ ഞാൻ ഒരു കാര്യം പറയട്ടയോ?”

“കാര്യം പറയ്. അതിന് ശേഷമല്ലേ ദുഃഖം തോന്നുമോ ഇല്ലയോ എന്ന് പറയാൻ കഴിയുക?”

“സാറെ ആ അലീനടീച്ചർ പിഴ തന്നെയാണ്. സാർ അറിഞ്ഞ് കൊണ്ട് ജീവിതം നശിപ്പിക്കണമോ? കോളേജ് ഹോസ്റ്റലിൽ നിന്നും രാത്രി അവരെ വീട്ടിൽ കൊണ്ട് വിടാമെന്ന് കരുതിയിട്ട് എന്തായി? ഒരു ചെറുപ്പക്കാരനൊപ്പം രാത്രിയിൽ കാറിൽ കയറി പോകുന്നത് സാർ കണ്ടതല്ലേ?”

“അത് അവളുടെ ഡ്രൈവറാണെങ്കിലോ?”

“ഡ്രൈവറൊക്കെ തന്നയായിരിക്കും. പക്ഷേ, ഭാവിയിൽ സാറിനോട് അവൻ വല്ല കഥയും പറഞ്ഞാൽ എങ്ങനെയാണ് വിശ്വസിക്കാതിരിക്കുന്നത്?”

“എന്ത് കഥയാ?”

“എന്തെല്ലാം കഥകൾ പറയാൻ കിടക്കുന്നു. സാർ എന്നെ തെറി വിളിക്കില്ലെങ്കിൽ ഞാൻ ഒരു കാര്യം പറയാം?”

“എന്താ അരുൺ?”

“സാർ കാണാതെ കേസിന്റെ ഇന്റർവെൽ ടൈമിൽ ഞാൻ ജാതിയും മതവുമൊന്നും നോക്കാതെ ഒരു കല്ലെടുത്ത് അങ്ങ് എറിഞ്ഞു?”

“കല്ലെടുത്ത് എറിഞ്ഞന്നോ? എവിടേക്ക്?”

“കൊന്നമരം നോക്കിയാണ് എറിഞ്ഞത്. പക്ഷേ, ചെന്നു കൊണ്ടത് ക്രിസ്റ്റീനടീച്ചറിനാണ്.”

“പുന്നാര മോനേ നീ കണ്ട പെണ്ണുങ്ങളെ വായ്നോക്കാൻ വന്നതോ അതോ എന്റെ കൂടെ കേസന്വേഷിക്കാൻ വന്നതോ?”

“ഇതുതന്നെയാ എനിക്ക് സാറിനോടും ചോദിക്കാനുള്ളത്?”

“ങ്ആ. അതു പോട്ടെ. എറി കൊണ്ട ക്രിസ്റ്റീന എന്തുപറഞ്ഞു?”

“ആദ്യം എറിഞ്ഞത് സാറാണെന്ന്. എന്തിനാ സാറെ കണ്ട മരത്തിലത്രയും എറിയുന്നത്? ബാക്കിയാർക്കും ഇവിടെ മരമൊന്നും വേണ്ടേ?”

“ഞാൻ ഒരു പെണ്ണിനെയേ പ്രേമിച്ചിട്ടുള്ളൂ. അത് അലീനയാണ്.

പിന്നെ ക്രിസ്റ്റീനയെ സംശയം കൊണ്ടെങ്ങാനും നോക്കിയിട്ടുണ്ടാകും"

"സാറിനു സൗന്ദര്യമുള്ള പെണ്ണിനെ കാണുമ്പോൾ മാത്രമേ ഈ സംശയം ഉണ്ടാകത്തൊള്ളോ? നമ്മളെ സ്നേഹിക്കുന്നവരെ വേണം നമ്മൾ സ്നേഹിക്കാൻ. ക്രിസ്റ്റീനയ്ക്കു സാറിനെ ജീവനാ?"

"പിന്നെ നിനക്കാരാ ഉള്ളത്?"

"ഞാൻ ആ അലീനയെയെങ്ങാനും കെട്ടി കഷ്ടപ്പെടാതെ ജീവിക്കാം. പിന്നെ സാറിന്റെ സന്തോഷമല്ലേ എന്റെ സന്തോഷം."

"താൻ ആളുകൊള്ളാമല്ലോ? പണി ആശാനുതന്നെ തരണം."

"സാറെ ഞാൻ ഒരു തമാശ പറഞ്ഞതാ. നമ്മൾ രണ്ടാൾക്കും അലീന ചേരില്ല."

"നായെ, എങ്കിൽ പിന്നെ നിനക്ക് ഇത് കുറച്ചു കൂടി നേരത്തെ കണ്ടെത്തി പറഞ്ഞുകൂടായിരുന്നോ?"

"താമസിക്കാൻ അതിന് ഇപ്പോൾ എന്താ ഉണ്ടായത്? നിങ്ങൾ തമ്മിൽ കേസിന്റെ കാര്യത്തിനല്ലാതെ ഒന്ന് മിണ്ടിയിട്ട് കൂടിയില്ലല്ലോ?"

"പ്രണയത്തിന് വാക്കുകളുടെയോ ഭാഷയുടെയോ ആവശ്യമുണ്ടെന്ന് എനിക്ക് തോന്നിയിട്ടില്ല."

"പിന്നെ തമ്മിൽ സംസാരിക്കാതെ പ്രണയിക്കാൻ നിങ്ങൾ ന്യൂ ജനറേഷൻ ദുഷ്യന്തനും ശകുന്തളയുമല്ലേ? സത്യത്തിൽ അലീനയ്ക്ക് സാറിനെ ഇഷ്ടമാണോ?"

"ഇഷ്ടമായിരുന്നിരിക്കണം. പക്ഷേ, നീയിതിപ്പോൾ ....അവളെപ്പറ്റി ഇത്തരത്തിൽ പറഞ്ഞപ്പോൾ ....എല്ലാം അറിഞ്ഞുകൊണ്ട് ഇനി മുന്നോട്ട് എങ്ങനെയാ പോകുന്നത്?"

"അതാ ഞാൻ പറഞ്ഞത് സാറിനു ചേരുന്നത് ക്രിസ്റ്റീനയാണെന്ന്."

"നിനക്കു വിഷമമില്ലങ്കിൽ ക്രിസ്റ്റീനയെത്തന്നെ നോക്കാം. പക്ഷേ, നാളെ നീ വല്ല കഥയും പറഞ്ഞാലോ? എന്തായാലും കേസിന്റെ കാര്യത്തിൽ ഒരു തീരുമാനം ഉണ്ടാക്കണം. കേസ് വിജയിച്ചില്ലെങ്കിൽ പിന്നെ ഈ ജോലിയിൽ തുടർന്നിട്ട് ഒരു കാര്യവുമില്ല. അങ്ങനെ വന്നാൽ പാലയിൽ പോയി റബ്ബർ പാലെടുക്കുന്നതാ നല്ലത്?"

"അതെന്താ സാറിനു ടാപ്പിങ് അറിയത്തില്ലയോ? പിന്നെ പാലയിൽ സാറിനാരാണുള്ളത്?"

"ക്രിസ്റ്റീനയെ ഭാവി വധുവാക്കി തന്നു എന്നത് ശരിതന്നെ. പക്ഷേ, അതിന്റെ പേരിൽ അധികം നെഗളിക്കല്ലേ? പാലയിലാണ് എന്റെ കുടുംബവീട്. പിന്നെ ഞാനങ്ങനെ പാലായ്ക്കു പാലെടുക്കാൻ പോകേണ്ടിവന്നാൽ ഒട്ടുപാല് പറിക്കാനും ഷീറ്റടിക്കാനും നീയുമുണ്ടാകും. അതു മറക്കണ്ടാ. അതുകൊണ്ട് പെണ്ണിന്റെ പുറകെയുള്ള നടത്തം വിട്ട് കേസിൽ ശ്രദ്ധിക്ക്"

V

നാളുകൾക്ക് ശേഷം അലീനയെ കണ്ട ഞാൻ തിരികെ പേൾ പാലസിലെ അറയിൽ ചെന്ന് കുട്ടികൃഷ്ണനെ കണ്ടു. കുട്ടികൃഷ്ണനെ കണ്ടപ്പോൾ അലീനയെ നോക്കി നില്ക്കുന്ന രംഗമാണ് ഓർമ്മവന്നത്. മുഖവുരകളൊന്നുമില്ലാതെ ഞാൻ ചോദിച്ചു. "കോളേജിൽ നിന്നും ടൂർ പോയ ദിവസം കുട്ടികൃഷ്ണൻ എവിടെയായിരുന്നു?"

"വീട്ടിലുണ്ടായിരുന്നു"

"വീട്ടിലുണ്ടായിരുന്നോ? കള്ളം പറയരുത്?"

"സത്യമായിട്ടും വീട്ടിലുണ്ടായിരുന്നു"

എനിക്ക് ഒരക്ഷരം മിണ്ടാൻ കഴിയുന്നതിന് മുൻപ് അരുൺ പ്രവർത്തിച്ചും സംസാരിച്ചും കഴിഞ്ഞിരുന്നു."കുട്ടികൃഷ്ണൻ വീട്ടിലുണ്ടായിരുന്നില്ല പകരം കൊടൈക്കനാലിലുണ്ടായിരുന്നു അതിന് തെളിവ് ഉണ്ട്. ബ്രോക്കർ രാമു ഇങ്ക വാ, അന്തപക്കം റൂം തേടി വന്ത ആൾ ഇതു താന?"

"ആമ സാർ അവൻ താൻ ഇവൻ."

ഇടത് കരണത്തേറ്റ അടിയുടെ വേദനയിൽ വലത് കരം കൊണ്ട് തടവിക്കൊണ്ട് കുട്ടികൃഷ്ണൻ സംസാരിച്ചു. "അലീന ടീച്ചറിനെ പ്രണയിച്ച് വശത്താക്കാൻ കഴിയില്ലെന്ന് മനസ്സിലായപ്പോൾ സൂര്യയുടെ ഉപദേശം ഞാൻ ശിരസ്സാവഹിച്ചു. ടീച്ചറിന്റെ പുറകെ നടന്ന് സമയം പാഴാക്കുന്നതിന് പകരം സൂര്യയുടെ ക്ലാസിൽ പഠിക്കുന്ന ഏതെങ്കിലും പെണ്ണിനെ വളയ്ക്കാൻ നോക്കുകയാണങ്കിൽ അവന്റെ പൂർണ്ണ പിന്തുണ എനിക്കുണ്ടാവും എന്ന് പറഞ്ഞപ്പോൾ അവൻ അറിയാതെ അവന്റെ കൂട്ടുകാരി അനുശ്രീയെ തന്നെ പ്രണയിക്കാൻ ഞാൻ തീരുമാനിച്ചു. റീചാർജ് കടയിൽ കാർഡിനുപകരം ഈസി ചെയ്യാൻ നേരം അവിടെ നിന്ന എനിക്ക് അനുശ്രീയുടെ നമ്പർ കിട്ടി. പക്ഷേ, ആ നമ്പറിലേക്ക് വിളിച്ചെങ്കിലും അധികം സംസാരിച്ചില്ല. പകരം മറ്റൊരു നമ്പറിൽ നിന്നും ഒരു മിസ്കോളും പിന്നെ കിളിനാദത്തിൽ സ്ഥിരം വിളിയും വന്നു."

തമ്മിൽ കാണാനുള്ള അവസരം തരാതിരുന്നപ്പോൾ പ്രണയത്തിന്റെ തീവ്രതയും കൂടി. ആ കിളിനാദത്തെ മറക്കാനോ അവളുടെ ആവശ്യങ്ങൾ തിരസ്കരിക്കാനോ എനിക്ക് കഴിഞ്ഞില്ല. ആ നമ്പറിൽ നിന്ന് വന്ന വിളിയുടെ പുറകെ പോയാണ് ഞാൻ അന്ന് കൊടൈക്കനാലിൽ എത്തിയത്. ശബ്ദത്തിൽ നിന്നും രൂപത്തിലേക്ക് അവൾ സ്വയം മാറാമെന്ന് എനിയ്ക്ക് വാക്ക് തന്നിരുന്നു."

"അവളുടെ പേരെന്താ?"

"പേരറിയില്ല."

"എന്താടോ പേരും നാളും അറിയാതെ ഒന്ന് നേരിൽ കാണുക പോലും ചെയ്യാതെ പെട്ടിയും തൂക്കി കണ്ടെടത്തെല്ലാം ചെന്ന് കാത്ത്

നില്ക്കുന്നതാണോ പ്രണയം? എന്തായാലും ആ കിളിനാദത്തിന്റെ നമ്പർ ഇങ്ങെടുത്തേ?"

അല്പം മടിച്ചിട്ടാണങ്കിലും കിട്ടു നമ്പർ തന്നു. ഒപ്പം കാർത്തിയെ കാണാതായതിന് ശേഷം ആ നമ്പർ സ്വിച്ച്ഡ് ഓഫ് തന്നെയാണന്നും പറഞ്ഞു.

കിട്ടുവിനെ പറഞ്ഞു വിട്ടിട്ട് സി ഐ ഷറഫുദിനെ വിളിപ്പിച്ച് ആ സിം കാർഡ് ആരുടെ പേരിലാണന്ന് വളരെ വേഗം കണ്ടെത്താൻ പറഞ്ഞു. അതിനു ശേഷം എസ് ഐ അരുണിനെ വിളിച്ചിട്ട് ശിവദത്തന്റെ അവസ്ഥയെപ്പറ്റി ആരാഞ്ഞു.

"സ്ഥലകാല ബോധം ഉണ്ടെന്ന് തോന്നുന്നില്ല അതിനാലാവും സംസാരിക്കാൻ കൂട്ടാക്കുന്നില്ല."

" ശിവദത്തനെ അടിച്ച അടിയിൽ ചത്തു പോയെങ്കിൽ എല്ലാവർക്കും കൂടി ജയിലിൽ പോകാമായിരുന്നു. എന്തൊരു അടിയാടോ അടിച്ചത്. ഇന്നത്തേത് സഹിക്കാം. കാട്ടിൽ വച്ച് അവനെ പിടിക്കാൻ നേരം അടിച്ചത് കൊല്ലാൻ വേണ്ടിയായിരുന്നോ?"

"അവനെ പുറകിൽ നിന്ന് അടിച്ച് വീഴ്ത്തിയില്ലങ്കിൽ അവൻ ഓടി രക്ഷപ്പെടുമായിരുന്നു. ഒരു നിമിഷം മതി അവന് കാടിനുള്ളിൽ മറയാൻ. വേണമെങ്കിൽ കുരുക്കിട്ട് നമ്മളെയെല്ലാം കൊല്ലാനും അവൻ മടിക്കില്ല. അവിടെയെങ്ങാനും കിടന്ന് ചത്താൽ ആര് അറിയാനാ? അവനെ അവിടെ നിന്ന് തൂക്കിയിട്ട് ആരെങ്കിലും അറിഞ്ഞോ?"

"ഒരിക്കൽ കൂടി ഞാൻ നിങ്ങളുടെ ശ്രദ്ധയെ ഇവിടേക്ക് ക്ഷണിക്കുന്നു. ജനനം, വിവാഹം, മരണം ഇതൊക്കെ ജീവിതത്തിലെ പ്രധാന മുഹൂർത്തങ്ങളാണ്. സാധാരണ ഒരാളുടെ ജീവിതത്തിലെ മദ്ധ്യ ബിന്ദുവാണ് വിവാഹം. വിവാഹത്തോടെ ചിലർ ഐശ്വര്യത്തിന്റെ പടവുകൾ ചവിട്ടിക്കയറുമ്പോൾ മറ്റ് ചിലർ ജീവിതം തന്നെ വെറുത്ത് മരണത്തിനായി കാത്തിരിക്കുന്നു. ഇനി ചിലർ ഒരു വിവാഹത്തിൽ സംതൃപ്തി വരാതെ മറ്റൊരു പങ്കാളിയെത്തേടി പോകുമ്പോൾ അനാഥമാകുന്നത് അച്ഛന്റെയും അമ്മയുടെയും പരിരക്ഷയില്ലാതെ വളരേണ്ടി വരുന്ന കുട്ടികളാണ്; നാളെയുടെ വാഗ്ദാനങ്ങളാണ്.

എന്തായാലും ഞാൻ കഥ ഇന്നിവിടെ അവസാനിപ്പിക്കുന്നു.ഞാനും എന്റെ പ്രിയതമയും ഒരിക്കലും പിരിയില്ല എന്ന് ശപഥം ചെയ്യുന്നു. ഇനി ഈശ്വര നിശ്ചയം പിരിയാനാണെങ്കിൽ പോലും ഞങ്ങളുടെ കുട്ടികളെ അനാഥത്വത്തിലേക്ക് വലിച്ചെറിയാതെ അവർക്കൊപ്പം ഉണ്ടാവും. നിങ്ങളിൽ ഒരാളും ജീവനോടെയുണ്ടെങ്കിൽ നിങ്ങളുടെ കുട്ടിയെ അനാഥമാക്കരുത്.

ദാമ്പത്യജീവിതത്തിന്റെ മറക്കാനാകാത്ത ദിവസമാണ് വിവാഹ ദിവസം. അതിനാൽ ഒരല്പം സ്വകാര്യതയ്ക്കായി, എന്റെ പ്രേയസിക്കായി മാത്രം കുറച്ച് കഥകൾ പറഞ്ഞു കൊടുക്കാൻ, ഈ കടൽത്തീരത്തെ

സ്വർണ്ണവർണ്ണമുള്ള സൂര്യന്റെ പ്രഭയിൽ കുളിക്കാനായി, നിങ്ങൾ പ്രതീക്ഷിച്ചതിലും നേരത്തെ കഥ അവസാനിപ്പിക്കേണ്ടിവന്നതിൽ ഞാൻ ഖേദം പ്രകടിപ്പിക്കുന്നു. നമുക്ക് നാളെ വീണ്ടും കാണാം."

"കഥ അവസാനിപ്പിച്ചതിൽ ദുഃഖമൊന്നുമില്ല. കാരണം നിങ്ങളുടെ മാനസികാവസ്ഥ ഞങ്ങൾക്ക് മനസ്സിലാകും. അതോടൊപ്പം ബെസ്റ്റ് വിഷസ് ഫോർ യുവർ ഫസ്റ്റ് നൈറ്റ്."

"താങ്ക്യു ഫോർ ആൾ ഓഫ് യു"

ഭാഗം നാല്

“ഇന്നലെ കണ്ട എല്ലാവരും ഇന്നുണ്ടോ?”

“ഇന്നലെ ഇല്ലാത്തവർകൂടി ഇന്നുണ്ട്, സാർ?”

“നമ്മൾ ഒരുപാട് നേരം ഈ അനാഥാലയത്തിൽ ചെലവഴിച്ചില്ലേ? ഇനി നമുക്ക് കടൽത്തീരം വഴി കോളേജിലേക്ക് ഒന്ന് നടന്നാലോ?”

“പിന്നെന്താ സാറേ, അതുലിനെ എപ്പോഴാണ് സാർ ചോദ്യം ചെയ്തത്?”

ഷറഫുദ്ദീൻ തേടി കണ്ടെത്തിക്കൊണ്ടുവന്ന അതുൽ എസ് വാര്യരെ പേൾ പാലസിലേക്ക് വിളിപ്പിച്ച ശേഷം ചോദിച്ചു.

“അതുൽ എന്താ ഫസ്റ്റ് സെമസ്റ്റർ കഴിഞ്ഞപ്പോൾ പഠനം മതിയാക്കി പോയത്.?”

“ഇൻഫോസിസിൽ ജോലി ശരിയായതുകൊണ്ടാണ് പോയത്.”

“ഇപ്പോഴോ?”

“ഇപ്പോഴും ജോലിയിൽത്തുടരുകയാണ്. മുംബൈയിലാണ്. ഇങ്ങനെയൊരു കേസിനുവേണ്ടിയായതിനാലാണ് ലീവ് എടുത്ത് വന്നത്.”

“ഒരു മുഖവുരയും ഇല്ലാതെ ഞാൻ ഒരു ചോദ്യം ചോദിക്കട്ടയോ.?”

“എന്താ സാർ”

“ഗുരു ദൈവമായിരുന്ന കാലമൊക്കെ പോയ് മറഞ്ഞു. ഇന്ന് ഗുരു വെറുമൊരു സുഹൃത്തും വഴികാട്ടിയുമാണ്. എങ്കിലും കാമപരവേശത്താൽ സ്വന്തം അദ്ധ്യാപികയെക്കയറിപ്പിടിക്കാൻ തനിക്കെങ്ങനെയാടോ കഴിഞ്ഞത്?”

“സാർ ഞാൻ അലീന ടീച്ചറിനെ പിടിക്കാൻ വേണ്ടി പിടിച്ചതല്ല.”

“പിന്നെ?”

"എനിക്ക് ഒരബദ്ധം പറ്റിയതാണ്"

"കാർത്തിക്കും അതുലും ശത്രുക്കളായിരുന്നു. കാർത്തിക്കിനെ വക വരുത്താനായി അതുൽ ശ്രമിച്ചുകൊണ്ടിരുന്നു. അതിന്റെ ഫലമായല്ലേ സൂര്യയെ മുൻനിർത്തി കാർത്തിക്കെതിരെ മത്സരിപ്പിക്കാൻ ശ്രമിച്ചത്?"

"കുറ്റം ചെയ്യാതെ കാർത്തിക് ശിക്ഷിച്ചതിന് അവനോട് ഉള്ളിൽ ഒരല്പം പകയുണ്ടായിരുന്നു. പിന്നെ ഒരു കോളേജിൽ തെരഞ്ഞെടുപ്പ് സമ്പ്രദായത്തിലൂടെ ചെയർമാനെ കണ്ടെത്തണമെന്ന് കരുതുന്നതിൽ എന്ത് തെറ്റാണുള്ളത്?"

"ഒരു തെറ്റുമില്ല. പക്ഷേ, കാർത്തിയെ ലാബിൽ വച്ച് കൊല്ലാൻ തക്ക പക ഉള്ളിലുണ്ടായിരുന്നോ?"

"സാർ ഞാൻ ആരെയും കൊല്ലാൻ ശ്രമിച്ചിട്ടില്ല. ഞാൻ അറിയാതെയാണ് സോഡിയം ബീക്കറിലേക്ക് വീണത്."

"അങ്ങനെയാണെങ്കിൽ കാർത്തിക്കിനുനേരെ സൾഫ്യൂരിക്കാസിഡ് എടുത്തെറിഞ്ഞതോ?"

"അത് ആരാണെന്ന് എനിക്കുമറിയില്ല സാർ".

" അബദ്ധം എന്താണെന്ന് അതുൽ ഇനിയും പറഞ്ഞില്ല."

"ഞാൻ ആദ്യമേ പറഞ്ഞല്ലോ സാറെ, എനിക്കൊരബദ്ധം പറ്റിപ്പോയതാണെന്ന്."

"അതുലേ ആ അബദ്ധം എന്തായാലും അത് നീ പറഞ്ഞേ മതിയാവു. കാർത്തിക്കിന്റെ കൊലപാതകവുമായി ബന്ധപ്പെട്ട് ഒരു വൃത്തം വരച്ചതിനു ശേഷം അതിനെ മൂന്നായി പകുത്താൽ മൂന്നിൽ ഒരു പങ്കിൽ അതുലേ നീയാണ് നില കൊള്ളുന്നത്."

"അങ്ങനെ മൂന്നിൽ ഒന്നായി കണക്കാക്കാൻ മാത്രം എനിക്കെതിരെ തെളിവുകൾ സാറിന്റെ പക്കൽ ഉണ്ടോ?"

"നിന്റെ തന്തയുടെ പേരെന്താ?"

"വടക്കേപ്പാട്ടിൽ ആദിത്യവാര്യർ"

"നിന്റെ തന്ത വടക്കേപ്പാട്ടിൽ ആദിത്യവാര്യരല്ല മറിച്ച് ദേവഗിരിയിലെ തോട്ടിപ്പണിക്കാരൻ പുഷ്പരാക്ഷനാണെന്ന് തെളിയിക്കാനുള്ള തെളിവുകൾ വരെ ഞാൻ വിചാരിച്ചാൽ ഉണ്ടാക്കാൻ കഴിയും. നീ രക്ഷപ്പെടുമെന്ന് കരുതണ്ട; അമ്മിഞ്ഞപ്പാലുകുടിച്ച് വളരാത്ത നീ എന്റെ മൂത്രം കുടിക്കും"

"സാറെ കുറച്ചുകൂടി മാന്യമായി സംസാരിച്ചു കൂടേ? പിന്നെ എന്റെ മനഃസാക്ഷിക്കും ദൈവത്തിനും മുന്നിൽ ഞാൻ തെറ്റുകാരനല്ല"

"അമ്മയെയും പെങ്ങളെയും തിരിച്ചറിയാത്ത നിനക്കാണോ മാന്യത. സായിപ്പിന്റെ സ്കൂളിൽ കിടന്നു വളർന്ന നിനക്ക് അദ്ധ്യാപികയെ ഉമ്മ വെക്കാൻ നോക്കുന്നതോ കെട്ടിപ്പിടിക്കുന്നതോ തെറ്റല്ലായിരിക്കാം. പക്ഷേ, എനിക്കത് തെറ്റ് തന്നെയാണ്. കാരണം അവളെന്റെ വരും കാല ഭാര്യയാണ്."

"എന്റെ ജീവിതത്തിൽ ആദ്യമായിട്ടാണ് ഇത്രയും വൃത്തികെട്ട രീതി

യിൽ ഒരാൾ എന്നോട് സംസാരിക്കുന്നത്. സാറെ ഈ ഫുട്ബോൾ ഗ്രൗണ്ടിൽ രണ്ട് പോസ്റ്റിലെയും ഗോളി നിങ്ങളാണ്. ഇരുപത്തിരണ്ടിൽ ഇരുപത്തി ഒന്ന് പേരും പന്തുരുട്ടുന്നത് നിങ്ങൾക്കുവേണ്ടിയും അതിനാൽ ഇവിടെ ഈ ഗ്രൗണ്ടിൽ നിങ്ങൾക്ക് എന്തും ചെയ്യാം. പക്ഷേ, ഈ ഗ്രൗണ്ടിനു പുറത്ത് ഒരു ലോകമുണ്ട്. ആ ഗ്രൗണ്ടിൽ ഞാനാണ് ഗോളി. അവിടെ എനിക്ക് ഇഷ്ടമുള്ളതെന്തും പറയാം ചെയ്യാം"

"പ്ഫ, നായിന്റെ മോനെ, എന്നെ നീ ഭീഷണിപ്പെടുത്താറായോ? ഞാനാരാണെന്നാ നിന്റെ വിചാരം?"

അതുലിനെ തല്ലാനായി മുന്നോട്ട് അടുത്ത എന്നെ തടുത്തുകൊണ്ട് എസ് ഐ അരുൺ

"സാർ, എനിക്ക് സാറിനോട് ഒരു കാര്യം പറയണം."

പേൾപാലസിന് അകത്തുനിന്നും പുറത്തേക്കുള്ള വഴിയിൽ– "എന്ത് കാര്യമാണ് അരുണിന് പറയാനുള്ളത്?"

"സാറിതെന്ത് ഭാവിച്ചാണ്? അലീനയ്ക്ക് വേണ്ടി ഇങ്ങനെ കിടന്ന് തിളക്കാൻ ടീച്ചറിന് സാറിനെ ഇഷ്ടമാണെന്ന് വല്ല ഉറപ്പും ഉണ്ടോ? നമ്മൾ പ്രേമിക്കാൻ വന്നവരോ അതോ കേസന്വേഷിക്കാൻ വന്നവരോ? അതുൽ ഉപദ്രവിച്ച കാര്യം അലീന ടീച്ചർ സമ്മതിച്ചില്ലെങ്കിലോ? പിന്നെ അതൊരു അബദ്ധമായതിനാലാവും അവൻ അതിനെപ്പറ്റി പറയാൻ ശ്രമിക്കാത്തത്."

"അവൻ അതിനെപ്പറ്റി സംസാരിക്കാത്തത് പിന്നിലുള്ള സമ്പത്തിന്റെയും രാഷ്ട്രീയ ബലത്തിന്റെയും അഹങ്കാരത്തിലാണ്. അതുൽ പറഞ്ഞതൊന്നും എനിക്ക് ഉൾക്കൊള്ളാൻ കഴിയുന്നില്ല. അവൻ ഒന്നിനുപിറകെ ഒന്നായി പറഞ്ഞത് മുഴുവൻ കള്ളങ്ങളാണ്. അലീനയെ പിടിച്ചതിന്റെ പേരിൽ കാർത്തിക്കുമായി അതുൽ ശത്രുവായി. അതിന് അൻവർ സാക്ഷിയാണ്. പിന്നെ ലാബിൽ സോഡിയം പൊട്ടിച്ച് കൊലപ്പെടുത്താൻ ശ്രമിച്ചതിനും അൻവർ സാക്ഷിയാണ്. അതുൽ കുറ്റക്കാരനാണോ അല്ലയോ എന്നറിയാൻ കസ്റ്റഡിയിൽ കിട്ടാൻ തക്ക തെളിവുകൾ ധാരാളമാണ്."

"സാർ ഈ പറഞ്ഞത് ന്യായം. എന്റെ ശക്തമായ വിശ്വാസം സൂര്യ തന്നെയാണ് കുറ്റവാളി. സൂര്യയെ രക്ഷിക്കാനാണ് അൻവർ ഈ കള്ള ക്കഥകൾ മുഴുവൻ ഉണ്ടാക്കുന്നത്. സാർ പിന്നെ നമ്മൾ വിട്ടുപോയ ഒരു കാര്യമുണ്ട്."

"എന്താണ് അരുൺ?"

"കാർത്തിക്കിന്റെ ഇവിടെ വന്നതിനു ശേഷമുള്ള ബയോഗ്രഫി മാത്രമേ നമുക്ക് അറിയൂ. ഫസ്റ്റ് ഓഫ് ആൾ ഹി ഈസ് ആൻ ഓർഫൺ. കോഴിക്കോട്ട് അങ്ങാടിയിൽ അനാഥനായി വളർന്ന ഒരുത്തന്റെ സ്വഭാവ സവിശേഷതകൾ എന്തെന്നോ എത്രമാത്രം ശത്രുക്കൾ ഉണ്ടെന്നോ നമുക്കറിയില്ല. ഏതൊരു ഭാര്യയ്ക്കും ജീവിതത്തിന്റെ ആദ്യ നാളുകളിൽ തന്റെ ഭർത്താവ് സദ്ഗുണ സമ്പന്നനായിരിക്കും. പ്രാർത്ഥന പറഞ്ഞറി

ഞ്ഞതല്ലാതെ കാർത്തിക്കിനെപ്പറ്റി നമുക്കധികം അറിവില്ല."

"നമുക്ക് ഈ കേസ് മൂന്നായി വിഭജിക്കാം- കോഴിക്കോട് പോയി കാർത്തിക് വളർന്ന ജീവിത സാഹചര്യങ്ങളെപറ്റിയും പ്രാർത്ഥനയുടെ അച്ഛനെപ്പറ്റിയും ഷറഫുദ്ദീൻ അന്വേഷിക്കണം. സൂര്യ, ഹരിശങ്കർ, ആരതി എന്നിവരടങ്ങുന്ന ത്രിമൂർത്തികളെപ്പറ്റി എസ് ഐ അരുണും, ഞാൻ അതുലിനെപ്പറ്റിയും സൂര്യയുടെ അച്ഛനെപ്പറ്റിയും അന്വേഷിക്കാം."

"സാർ ഇപ്പോഴും അതുലിൽ തന്നെ ഉറച്ചു നില്ക്കുകയാണോ? അങ്ങനെയാണെങ്കിൽ എന്തെങ്കിലും തുമ്പ് കിട്ടിക്കാണുമല്ലോ?"

"തുമ്പുമില്ല തെളിവുമില്ല, ഈ കേസിൽ വല്ല തുമ്പും കിട്ടിയാൽ അതെന്റെ പ്രണയത്തിലൂടെയാകും എന്നാണ് എന്റെ മനസ്സ് പറയുന്നത്. ഈ കേസ് തോറ്റാൽ ഉള്ളിലെ ഇഷ്ടം അലീനയോടായാലും ക്രിസ്റ്റീനയോടായാലും തുറന്നു പറയാൻ പോലും കഴിയില്ല. ഈ കേസിൽ വല്ല തുമ്പും കിട്ടണമെങ്കിൽ ശിവദത്തൻ സംസാരിക്കണം. അവന് ഒന്നും പറയാനില്ലെങ്കിൽ തിരികെ എങ്ങനെ പറഞ്ഞുവിടും? ഒരു കാടനാണ് അത്. ഉള്ളത് പറഞ്ഞാൽ അതിന് മനസ്സിലാവത്തൊന്നുമില്ല. അവനെ തല്ലിയവനെ കിട്ടണമെന്ന് പറഞ്ഞാൽ ഞാൻ ആരെ കാണിച്ച് കൊടുക്കും? ഇനിയിപ്പോൾ അതൊന്നും പറഞ്ഞിട്ട് കാര്യമില്ല. ഷറഫുദ്ദീൻ അവനെക്കൊണ്ട് സംസാരിപ്പിക്കണം."

"ശരി സാർ അവനെക്കൊണ്ട് ഞാൻ സംസാരിപ്പിക്കാം."

"ഉപദ്രവം കുറച്ച് ഞാൻ പറയുന്ന മാർഗ്ഗങ്ങൾ നടത്തിനോക്ക്."

"സാർ നമ്മൾ മറന്ന ഒരാളുണ്ട്."

"മറന്നെന്നോ അതാരാ?"

"ഒരു റെഡ് കളർ ചുരിദാറുകാരി."

"അവളെ മറന്നിട്ടൊന്നുമില്ല നമ്മൾ മൂന്നിൽ ആർക്കെങ്കിലും അവളെ കണ്ടെത്താനാകും."

"ആരതിയാകുമോ ആ റെഡ് കളർ ചുരിദാറുകാരി?"

"അവളെ ചോദ്യം ചെയ്താലേ അതിനുള്ള ഉത്തരം ലഭിക്കൂ."

II

കള്ളങ്ങൾ മാത്രം പറഞ്ഞ അതുലിനെ പറഞ്ഞയച്ചു. ആരതിയെ തേടി പോകുന്നതിനുമുൻപ് ഒരല്പം വിശ്രമിക്കാമെന്ന് കരുതി. വിശ്രമവേളയിൽ ഷറഫുദ്ദീൻ വന്നിട്ട് കുട്ടികൃഷ്ണനെ വിളിച്ച സിമ്മിന്റെ ഉടമസ്ഥ അനുശ്രീയാണെന്ന് പറഞ്ഞു. അതെന്നെ മാനസികമായി തളർത്തി. ചെയ്തുപോയ തെറ്റുകളെ ഓർത്ത് ഞാൻ ഇതികർത്തവ്യമൂഢനായി ഇരുന്നു. ചഞ്ചലതയുള്ള മനസ്സിനെ എകാഗ്രതയുള്ളതാക്കാനായി ഒരു യാത്ര പുറപ്പെടാൻ തീരുമാനിച്ചു. അപ്പോൾ അവിടേക്ക് വന്ന അരുണിനോട് പറഞ്ഞു.

"എനിക്കെന്തോ കേസ് കൈവിട്ട് പോകുന്നതുപോലെ. ഈ കേസ്

നിധി തേടിപ്പോകുന്ന രാജകുമാരന്റെ കഥ വിട്ട് ചതുരംഗം കളിക്കുന്ന ഒരു കൊച്ചുകുട്ടിയുടെ അവസ്ഥയിലേക്ക് കാര്യങ്ങൾ മാറിയല്ലോ? അനുശ്രീ എന്തിനാവും കിട്ടുവിനെ കൊടൈക്കനാലിൽ കൊണ്ടെത്തിച്ചത്? സൂര്യയെ രക്ഷിക്കാനായി അനുവും അൻവറും ഒത്തുകളിക്കുകയാവുമോ? കളത്തിലെ രാജാവിനെയും രാജ്ഞിയെയുമൊക്കെ പുനഃപ്രതിഷ്ഠ നടത്തി മുഖത്തോട് മുഖം നോക്കിയിരിക്കേണ്ടി വരുമോ? ഒന്നുമില്ലെങ്കിലും പ്രാർത്ഥനയുടെ ജീവിതമിങ്ങനെയാക്കിയവനാരാണെന്ന് കണ്ടെത്തിയില്ലെങ്കിൽ ജീവിതത്തിൽ ഒരു സമാധാനവും കിട്ടില്ല. ഈ കേസിൽ നമ്മൾ തോറ്റു പോകുമോ?"

"അനുവിനെയും അൻവറിനെയും അത്രകണ്ട് വിശ്വസിക്കേണ്ടിയിരുന്നില്ല"

"ആര് വിശ്വസിച്ചെന്നാ അരുൺ പറയുന്നത്? ആർക്കെങ്കിലും എതിരായി തെളിവ് കിട്ടണ്ടേ? വെറുതെ സംശയവും കൊണ്ടിരുന്നാൽ മതിയോ? മൂന്ന് ദിനം കഴിയുമ്പോൾ കോടതിയിൽ റിപ്പോർട്ട് സമർപ്പിക്കണം അത് മറ്റൊരു തലവേദന."

"സാർ വിഷമിക്കേണ്ട എല്ലാം ശരിയാകും. ഇത് ശൈശവാവസ്ഥയിലുള്ള കുമാരന്റെ നേരംപോക്കിനുള്ള ചതുരംഗക്കളിയല്ല. ഇതിന്റെ അവസാനം നിധി തേടിയിറങ്ങിയ രാജകുമാരന്റെ കഥ തന്നെയാകും. നമ്മൾ നിധി കണ്ടെത്തുകതന്നെ ചെയ്യും"

"സാർ അനുശ്രീയെയും സൂര്യയെയും അറസ്റ്റ് ചെയ്താലോ?"

"ചെയ്യാം അരുൺ. അതിനു മുൻപ് നമുക്ക് തെളിവുകൾ വേണം. പ്രാർത്ഥനയുടെയും കാർത്തിയുടെയും അതേ നാട്ടുകാരിയാണ് അനുശ്രീ. അവൾക്ക് ആ നാടുമായി നമ്മൾ അറിയാത്ത എന്തെങ്കിലും ബന്ധം ഉണ്ടായിരിക്കും. നമ്മൾ ഇനി കണ്ടെത്തേണ്ടത് അതുമാത്രമാണ്. സൂര്യ, ഹരിശങ്കർ, അൻവർ ഈ ത്രിമൂർത്തികളിൽ ഒരാളെ അനുശ്രീ അറിഞ്ഞ് സഹായിക്കുന്നുണ്ടാകും. അത് സൂര്യയായിരിക്കണം. പിന്നെ കോടതിയിൽ റിപ്പോർട്ട് സമർപ്പിക്കാൻ ഇനിയും കുറച്ച് ദിവസങ്ങൾ ഉണ്ട്. അതിനാൽ അവരെ അറസ്റ്റ് ചെയ്യുന്നതിനു മുൻപ് നമുക്ക് ഒരു സ്ഥലം വരെ ഒന്നു പോകാം."

"എവിടെയാ സാർ"

"പാണ്ഡവപുരം വരെ. അനുശ്രീയെപ്പറ്റിയുള്ള മുഴുവൻ കാര്യങ്ങളും നമുക്ക് അവിടെ നിന്ന് ലഭിക്കും. സൂര്യക്ക് വേണ്ടി അനുശ്രീ എന്തെല്ലാം ചെയ്തു? എങ്ങനെ കാർത്തിയെ ഇല്ലാതാക്കി? ഇതാണ് ഇനി നമുക്ക് അറിയേണ്ടത്?"

III

ഒരു ദിവസത്തെ പാണ്ഡവപുരത്തെ യാത്രകഴിഞ്ഞ് മടങ്ങിയെത്തുമ്പോൾ മനസ്സ് വേടന്റെ അമ്പ് പോലെ മൂർച്ചയുള്ളതായിരുന്നു. പേൾപാ

ലസിൽ ഷറഫുദ്ദീനെ കണ്ടുമുട്ടിയപ്പോൾ."

"സാറിനു വളരെ വിഷമം ഉണ്ടാക്കുന്ന ഒരു വാർത്തയാണ് എനിക്ക് പറയാനുള്ളത്."

"എന്താ ഷറഫുദ്ദീൻ? വളച്ചു കെട്ടാതെ കാര്യം പറയ്?"

"ഇവിടെ വരുന്നതിനുമുൻപ് അലീന ടീച്ചറും കാർത്തിയും തമ്മിൽ പ്രണയത്തിലായിരുന്നു. കാർത്തിക്ക് ഇവിടെ അഡ്മിഷനായതിനാലാണ് അലീന ടീച്ചർ ഇവിടേക്ക് വന്നത്."

"ഇത് താനെങ്ങനെ അറിഞ്ഞു?"

"സാർ പറഞ്ഞതനുസരിച്ച് കോഴിക്കോട്ട് പോയി ഞാൻ കാർത്തിയെപ്പറ്റി അന്വേഷിച്ചു."

"അവർ തമ്മിൽ പ്രണയത്തിലായിരുന്നോ?"

"അത് അബൂക്കാനോ എനിക്കോ അറിയില്ല"

"താനല്ലേ പ്രണയത്തിലായിരുന്നെന്ന് ഇപ്പോൾ പറഞ്ഞത്?"

"സാഹചര്യങ്ങൾ അത്തരത്തിലേക്കാണ് വിരൽ ചൂണ്ടുന്നത്. അലീന ടീച്ചർ ഇവിടെ വരുന്നതിനു മുൻപ് കോഴിക്കോട്ടെ ഗവൺമെന്റ് കോളേജിൽ ഗസ്റ്റ് ലക്ചററായി വർക്ക് ചെയ്തിട്ടുണ്ട്. അതിനടുത്ത പാരലൽ കോളേജിലാണ് കാർത്തി പഠിച്ചിരുന്നത്. ഒരിക്കൽ ടീച്ചറിന്റെ ഒരു പുസ്തകം കളഞ്ഞ് കാർത്തിക്ക് കിട്ടി. അത് തിരികെ കൊടുത്ത് പരിചയപ്പെട്ട് തുടങ്ങിയിടത്താണ് അവർ തമ്മിലുള്ള ബന്ധം ആരംഭിക്കുന്നത്."

"അത് ഒരുപക്ഷേ, ഗുരുശിഷ്യ ബന്ധമായിരിക്കും. കാരണം ടീച്ചറും കാർത്തിയും തമ്മിൽ നല്ല പ്രായവ്യത്യാസം ഉണ്ടല്ലോ?"

"ന്യൂജനറേഷന്റെ ഇന്നത്തെ സ്റ്റൈൽ തന്നേക്കാൾ പ്രായം കുറഞ്ഞ ചെക്കനെ പ്രണയിച്ച് കെട്ടുന്നതാണ്. പിന്നെ ടീച്ചർ അത്ര നല്ല സ്വഭാവക്കാരിയൊന്നുമല്ല. ആയിരുന്നെങ്കിൽ ശിഷ്യൻ തന്നെ ഗുരുവിനെ കെട്ടിപ്പിടിച്ച് ഉമ്മവെക്കുമായിരുന്നോ? കോളേജിൽ വേറെയും ടീച്ചർമാരുള്ളതല്ലേ?"

"തന്റെ മനസ്സിൽ ഇത്തരം ദുഷിച്ച ചിന്ത മാത്രമേ ഉണ്ടാവുകയുള്ളോ? വലിയ കുടുംബ ബന്ധങ്ങളൊന്നുമില്ലാത്ത അലീന അനാഥനായ കാർത്തിയെ തന്റെ അനുജനെപ്പോലെ കണ്ടു സ്നേഹിച്ചതാണെങ്കിലോ?"

"സാർ പ്രണയിച്ച പെണ്ണായതു കൊണ്ടാണ് സാറിന് ഇത്തരത്തിൽ ചിന്തിക്കാൻ തോന്നുന്നത്. സാർ പറഞ്ഞ രീതിയിലായിരുന്നെങ്കിൽ ആ ബന്ധത്തെപ്പറ്റി കാർത്തി എന്തുകൊണ്ട് പ്രാർത്ഥനയോട് പറഞ്ഞില്ല?"

"അതുശരിയാണ്. പ്രാർത്ഥന ഈ ബന്ധം അറിഞ്ഞിരുന്നെങ്കിൽ ഉറപ്പായും എന്നോട് പറയുമായിരുന്നു."

"പ്രാർത്ഥനയെ ഒന്നുകൂടു ചോദ്യം ചെയ്താലോ?"

"ഡേറ്റ് അടുത്തിരിക്കുന്ന പെണ്ണാ അത്. അതുമല്ല അതിന്റെ അവസ്ഥ വളരെ കഷ്ടമാണ്. പെറ്റ് എഴുന്നേറ്റിട്ട് എഴുന്നേറ്റെന്ന് പറഞ്ഞാൽ മതി."

"അങ്ങനെയാണെങ്കിൽ ആത്മാർത്ഥ പ്രണയമൊക്കെ മാറ്റിവെച്ച് അലീനയെ വിശദമായി ചോദ്യംചെയ്യേണ്ടി വരും."

പ്രണയിച്ച പെണ്ണായതു കൊണ്ടാവും അലീനയെ ചോദ്യം ചെയ്യാൻ എന്റെ മനസ്സ് അനുവദിച്ചില്ല.

ഞാൻ കോളേജിൽ ചെന്ന് കർമ്മചന്ദ്രൻ സാറിനെ കണ്ടു. കാർത്തിക്കിന്റെ ബോഡി വിശദമായ പോസ്റ്റ്മോർട്ടം നടത്തി കാർത്തിക്കിന്റേതാണെന്ന് ബോദ്ധ്യമായപ്പോൾ ദേവഗിരിയിലേക്ക് അയക്കട്ടയോ എന്ന് ശക്തിവേൽ വിളിച്ച് ചോദിച്ചിരുന്നു. ഞാൻ പ്രിൻസിപ്പാളിനോട് ബോഡി എന്ത് ചെയ്യണമെന്ന് ചോദിച്ചു. ബോഡി എന്നു പറയാനൊന്നുമില്ല. ആരും ഏറ്റെടുക്കാനില്ലെങ്കിൽ ശ്മശാനത്തിലേക്ക് അയക്കട്ടയോ?"

"പ്രാർത്ഥനയോട് ഒരു വാക്ക് പോലും പറയാതെ എങ്ങനെയാണ്?"

"ഈയൊരവസ്ഥയിൽ പ്രാർത്ഥനയോട് പറഞ്ഞാൽ അവൾ എപ്രകാരമാണ് പ്രതികരിക്കുകയെന്ന് എങ്ങനെയാ പറയുക?"

"എന്തായാലും പറഞ്ഞല്ലേ മതിയാവൂ."

"പറയാം പക്ഷേ, ഈ ഒരവസ്ഥയിൽ എങ്ങനെയാണ്?"

"എനിക്ക് ജനിക്കാതെ പോയ എന്റെ മകനാണ് കാർത്തിക്. സ്വന്തമായി ഒരു തരി മണ്ണില്ലാത്തതിന്റെ വില ഇന്നാണ് ഞാൻ മനസ്സിലാക്കുന്നത്. സാറിനറിയുമോ ഞാൻ വാടകയ്ക്കാണ് താമസിക്കുന്നത്. ഈ തരിശായിക്കിടക്കുന്ന മൈതാനത്തുനിന്നും ഒരു ആറടി മണ്ണ് മാനേജ്മെന്റിനോട് ചോദിച്ച് നോക്കട്ടെ?"

സത്യത്തിൽ ആ കാൽ തൊട്ട് ഒന്ന് നമസ്കരിക്കാൻ തോന്നി. സാറിനെപ്പറ്റി അപവാദം പറഞ്ഞവരെ അപ്പോൾ എന്റെ കൈയിൽ കിട്ടിയിരുന്നെങ്കിൽ ഞാൻ കൊന്നുതിന്നുമായിരുന്നു. കാർത്തിക്കിന്റെ ശവശരീരത്തെ ദേവഗിരിയിലേക്ക് അയയ്ക്കാനും ചെലവ് ഞാൻ വഹിക്കാമെന്നും ശക്തിവേലിനോട് പറഞ്ഞു. പ്രാർത്ഥനയിൽനിന്നും ഇതെത്ര നാൾ മറച്ച് വെക്കുമെന്നുമാത്രം എനിക്ക് ഒരു ഊഹവുമുണ്ടായില്ല. എന്തായാലും അവൾ അറിയണം. പക്ഷേ, ഇപ്പോൾ അവളുടെ അവസ്ഥ പണ്ടാരോ പറഞ്ഞപോലെ പണ്ടേ ദുർബ്ബല പോരെങ്കിൽ ഗർഭിണി എന്നതാണ്."

ശരീരം തിരിച്ചറിയാൻ കഴിയാത്ത സ്ഥിതിക്ക് പ്രാർത്ഥനയുടെ പ്രസവം കഴിഞ്ഞ് കാർത്തിയുടെ മരണം അവളെ അറിയിക്കാമെന്ന് ഞങ്ങൾ തീരുമാനിച്ചു. ഞാൻ കോളേജിൽനിന്നും ഇറങ്ങുമ്പോൾ എത്രയോ കാലങ്ങളായി ആ കലാലയത്തിൽ നൂറുകണക്കിന് പ്രണയങ്ങൾക്കും നല്ല നല്ല സൗഹൃദങ്ങൾക്കും സാക്ഷ്യം വഹിച്ച കണിക്കൊന്നയുടെ തെക്കായി രണ്ടാളുകൾ മാറിയും തിരിഞ്ഞും ആറടി നീളത്തിൽ ഒരു കുഴി കുത്തുന്നുണ്ടായിരുന്നു."

കോളേജിൽ നിന്നും ഇറങ്ങിയപ്പോൾ ഷറഫുദ്ദീൻ വന്നിട്ട് പറഞ്ഞു. "സാർ സൂര്യയുടെ അച്ഛനെപ്പറ്റി അന്വേഷിച്ചു. റിയൽ എസ്റ്റേറ്റ് ബിസിനസിൽ മുൻപന്തിയുള്ള ആളാണ്"

"എവിടെയാണ് ബിസിനസ്?"

"കോഴിക്കോട്, മുംബൈ, മൂന്നാർ, കർണ്ണാടകയിലെയും ഗോവയിലെയും ചില സ്ഥലങ്ങൾ, കൊടൈക്കനാലിലും പിന്നെ എറണാകുളത്തും. ഏറ്റവും വലിയ കാര്യം വളരെ വലിയ ഒരു ക്വട്ടേഷൻ ടീമിന്റെ ഉടമസ്ഥനാണ്."

"ഇതിൽ കൊടൈക്കനാൽ, കോഴിക്കോട്, മുംബൈ ഈ മൂന്ന് സ്ഥലങ്ങളിൽ കാർത്തി ഒരു രീതിയിലല്ലെങ്കിൽ മറ്റൊരു തരത്തിൽ ബന്ധപ്പെട്ടിരിക്കുന്നു."

"സാർ എന്താണ് ഉദ്ദേശിക്കുന്നത്?"

"കാർത്തി വളർന്ന സ്ഥലം കോഴിക്കോട്, അവനെ കാണാതായ സ്ഥലം കൊടൈക്കനാൽ, പ്രാർത്ഥന വളർന്ന സ്ഥലം മുംബൈ. അതിനാൽ തന്നെ സൂര്യയുടെ അച്ഛനെ സംശയിക്കേണ്ടിയിരിക്കുന്നു. അപ്പോൾ സൂര്യ തന്നെയാണ് കുറ്റക്കാരൻ എന്നുറപ്പിക്കാം അല്ലേ?"

"എന്റെ അന്വേഷണത്തിൽ അങ്ങനെയാണ് തോന്നുന്നത്. സൂര്യയെ അറസ്റ്റ് ചെയ്താലോ?"

"തെളിവുകൾ ആദ്യം കണ്ടെത്തണം. അതിന് ശേഷം മതി അറസ്റ്റും ബാക്കി കാര്യങ്ങളും."

IV

പേൾപാലസിൽ തിരികെ എത്തുമ്പോൾ എത്ര തല്ലിയിട്ടും ശിവദത്തൻ ഒന്നും മിണ്ടാൻ തയ്യാറാകാതെ നിന്നപ്പോൾ ഭ്രാന്ത് പിടിക്കുന്നതുപോലെ തോന്നി. എന്റെ നിർദ്ദേശപ്രകാരം കഴിഞ്ഞ രാത്രി ഷറഫുദ്ദീൻ അവനെ ഉറങ്ങാൻ അനുവദിച്ചിരുന്നില്ല. ഭക്ഷണവും നല്കിയില്ല. അന്നവിചാരം മുന്നവിചാരമെന്ന് കരുതുന്ന ആ കാടനെ ഭക്ഷണത്തിലൂടെ കീഴ്പ്പെടുത്താമെന്ന എന്റെ ധാരണ തെറ്റിയില്ല. വിശപ്പിന്റെ നിലയില്ലാക്കയങ്ങളിൽ മുങ്ങിത്താഴ്ന്ന അവന്റെ മുന്നിൽ സ്വാദൂറുന്ന, വാസനിപ്പിക്കുന്ന ഭക്ഷണപദാർത്ഥങ്ങൾ നിരത്തിയതും, വിശപ്പും ദാഹവും ക്ഷീണവും ശരീരത്തിനേറ്റ ക്ഷതവും, വിഷ്ണുവിന്റെ നിരന്തരമായുള്ള പീഡനങ്ങളും അവനെ അവസാനം സംസാരിപ്പിക്കാൻ പ്രേരിപ്പിച്ചു. ശിവദത്തൻ തമിഴാണ് സംസാരിക്കുന്നതെങ്കിലും മലയാളിയാണെന്ന് മൂർത്തി പറഞ്ഞിരുന്നു. അതിനാൽ ഞാൻ മലയാളത്തിൽ തന്നെ ആ മൃഗത്തിനോട് സംസാരിച്ചു.

"നീ ജനിച്ചതും വളർന്നതും എവിടെയാണ്?"

"പാണ്ഡവപുരത്ത്"

ആ ഉത്തരം എന്നെ ഒരു നിമിഷം സ്തബ്ധനാക്കി. "എന്താ നിന്റെ യഥാർത്ഥ പേര്?"

"കുട്ടാപ്പി"

അതെന്നെ കൂടുതൽ ഞെട്ടിച്ചു. ഈ പേര് ഞാൻ എവിടെയോ

കേട്ടിട്ടുണ്ട്. കുറച്ച് നേരത്തെ ആലോചനക്ക് ശേഷം പ്രാർത്ഥന പറഞ്ഞ പഴയ കഥയിലെ പാണ്ഡവപുരത്തെ കാർത്തിയുടെ സുഹൃത്ത് കുട്ടാപ്പിയെ ഞാൻ ഓർത്തെടുത്തു. "പാണ്ഡവപുരത്തോ? അവിടെ നിന്റെ ആരാ ഉള്ളത്?"

"അവിടെ എനിക്കാരുമില്ല"

"കാർത്തിയെ കൊന്നതാരാണ്?"

ഒരുനിമിഷം ഉത്തരം തരാൻ ഭയന്ന ശിവദത്തനെ അഞ്ചു നിമിഷത്തിന്റെ ഇടവേളയിൽ ശരീരത്തിന്റെ അഞ്ച് മർമ്മ ഭാഗങ്ങളിൽ ഷറഫുദ്ദീൻ തല്ലി വേദനിപ്പിച്ചു. അവസാനം വേദന സഹിക്കാതെ.

"അവനെ കൊന്നത് എന്റെ മുതലാളിയാണ്."

"ആരാ നിന്റെ മുതലാളി?"

"മുതലാളി ദേവനാരായണൻ"

"ആരാ ഈ ദേവനാരായണൻ?"

ദേവനാരായണൻ സൂര്യയുടെ അച്ഛനല്ലേ?

അയാളും കാർത്തിയും തമ്മിലുള്ള ബന്ധം എന്താ?"

"സാർ മുതലാളിയെപ്പറ്റി എനിക്ക് വലിയ അറിവൊന്നും ഇല്ല. പിന്നെ കൊല്ലപ്പെട്ടവനും മുതലാളിയും തമ്മിലുള്ള ബന്ധം എനിക്കറിയില്ല."

"ഒരാളുടെ ജീവിതത്തിന്റെ അന്ത്യത്തിലേക്ക് കൂട്ടിക്കൊണ്ട് പോകുന്ന ബാരിസ്റ്റണിലെ ദ വേ ടു വാലി ഓഫ് ഡെത്ത് എന്ന ഭൂമിക്കടിയിലെ ആ നരകം പണി കഴിപ്പിച്ചതാരാണ്?"

"മുതലാളിയുടെ ആഗ്രഹപ്രകാരം ശക്തിവേൽ പറഞ്ഞിട്ട് മറ്റാരും അറിയാതെ ഞാനാണ് അതുണ്ടാക്കിയത്"

"ഏത് സി ഐ ശക്തിവേലോ?"

"അതെ"

"ബാരിസ്റ്റണിന് ഒരുപാട് പഴക്കമുണ്ടല്ലോ? ഈ അണ്ടർഗ്രൗണ്ട് പാസ്സേജും, ദ വേ റ്റു വാലി ഓഫ് ഡെത്തും നിർമ്മിച്ചിട്ട് എത്ര വർഷമായി?"

"മൂന്ന്"

"എന്തിന് വേണ്ടിയാണ് നിന്റെ മുതലാളി ഇതൊക്കെയുണ്ടാക്കിയത്?"

"കൊല്ലാൻ വേണ്ടി"

"ആരെ കൊല്ലാൻ വേണ്ടി?"

"മുതലാളിയുടെ ശത്രുക്കളെ."

"ശത്രുക്കളെയോ! എങ്ങനെയുള്ള ശത്രുക്കളെ?"

"മുതലാളി ഒരു പങ്ക് കച്ചവടക്കാരനാണ്. കച്ചവടത്തിൽ ഇരട്ടി ലാഭത്തിനായി കൂടെയുള്ളവരെ നശിപ്പിക്കും. പുറം ലോകം മരണം അറിയാതിരിക്കാനാണ് ബാരിസ്റ്റണിൽ അത്തരത്തിലൊരു നിർമ്മാണം. കച്ചവട ആവശ്യത്തിനുള്ള വിനോദയാത്രയാണെന്ന് തെറ്റിദ്ധരിപ്പിച്ച് ബാരിസ്റ്റണിലേക്ക് കൂട്ടിക്കൊണ്ട് വരും. ഇവിടെ എത്തുന്നവരെ കൊന്നശേഷം

കാണാനില്ലെന്ന് പറഞ്ഞ് പരാതി നല്കും. അടിവാരത്തും മുകളിലും ശരീരം കിട്ടാതെ, അന്വേഷണത്തിന് യാതൊരു തെളിവും ലഭിക്കാതെ വരുമ്പോൾ ആത്മഹത്യയെന്നോ കാൺമാനില്ലെന്നോ പറഞ്ഞ് കേസ് എഴുതി തള്ളും. എല്ലാറ്റിനും സഹായിയായി സി ഐ ശക്തിവേലും ഞാനും മുതലാളിയുടെ പണവും ഉണ്ട്."

"നീയും നിന്റെ മുതലാളിയും ചേർന്ന് ഈ ബാരിസ്റ്ററണെന്ന നരകത്തെ മരണത്തിന്റെ താഴ്‌വരയാക്കാൻ വേണ്ടി എത്ര പേരെ കൊന്നിട്ടുണ്ട്?"

"നാല്."

"നാല് പേരെയോ! ആരൊക്കെയാ കൊല്ലപ്പെട്ടത്?"

ഒന്നും മിണ്ടാതെ നിന്ന അവന്റെ കൈ പിടിച്ച് തിരിച്ച് ഒടിക്കാൻ ശ്രമിച്ച വിഷ്ണുവിനെ അവസാനം ശിവദത്തന്റെ അലർച്ച സഹിക്കാതെ ഞാൻ തടഞ്ഞു. നിലവിളിയോടെ അവൻ പറഞ്ഞു. "രണ്ട് തവണയായി കൂടെ കച്ചവടം നടത്തിയിരുന്ന രണ്ട് പേരെ, മൂന്നാമത് ഒരു പെണ്ണ് നാലാമത്..."

"നാലാമത് ആരെ?"

"ദേവഗിരിയിൽ നിന്നും വിനോദയാത്രക്ക് വന്ന കോളേജിലെ ഒരു പയ്യനെ"

"എങ്ങനെയാ ആ പയ്യനെ കൊന്നത്?"

"മൂന്നാമത് കൊന്ന പെണ്ണിനെ ഒഴിച്ച് ബാക്കി മൂന്ന് പേരെയും ഒരു പോലെയാണ് കൊന്നത്. അതിരാവിലെ മൂടൽമഞ്ഞ് മാറുന്നതിനു മുമ്പ് മുതലാളി എങ്ങനെയെങ്കിലും കൊല്ലേണ്ട ആളെ മരങ്ങൾക്കും പാറകൾക്കുമിടയിൽ വള്ളിക്കൂട്ടങ്ങൾ ചുറ്റിപ്പിണഞ്ഞ് കിടക്കുന്ന സ്ഥലത്തിനരുകിൽ, കൊക്കയുടെ അരികിൽ കൊണ്ടെത്തിച്ച് തരും. വള്ളിക്കൂട്ടങ്ങൾക്കിടയിലോ മരത്തിന് മുകളിലോ മറഞ്ഞിരിക്കുന്ന ഞാൻ പുറത്തേക്ക് ചാടുന്നതിനോടൊപ്പം ഇരയുടെ കഴുത്തിൽ കുരുക്കെറിഞ്ഞ് താഴേക്ക് തള്ളും. അതിന് ശേഷം കയറിന്റെ അറ്റം ഏതെങ്കിലും മരത്തിന്റെ ശാഖയിലോ വള്ളിയിലോ കെട്ടും. മരണം ഉറപ്പ് വരുത്താനായി ഭൂമിക്കടിയിലെ വഴിയിലൂടെ ഒരു ഇരുമ്പ് തട്ടിൽ ശക്തിവേൽ എത്തിച്ചേരും. ശക്തിവേലിന്റെ നേർമുന്നിലാവും കെട്ടിത്തൂക്കിയ രീതിയിൽ ശരീരം നില്ക്കുന്നത്. പ്ലാസ്റ്റിക് കൊണ്ട് നന്നായി ശരീരം കെട്ടുന്നതിന് മുൻപ് നെഞ്ചിൽ കഠാര കുത്തിയിറക്കും."

രക്തം മുഴുവൻ ഒരു വലിയ പരന്ന പാത്രത്തിൽ ശേഖരിക്കും. അതിനുശേഷം ബക്കറ്റിലേക്ക് പകർന്ന് സെപ്റ്റിക് ടാങ്കിൽ കൊണ്ട് ഒഴിക്കും. ഒരു മാസം കഴിഞ്ഞ് വന്ന് പ്ലാസ്റ്റിക് കീറിക്കളഞ്ഞ ശേഷം തണുപ്പിന്റെ ആധിക്യംമൂലം അധികം അഴുകാത്ത മാംസവും എല്ലുകളും ചാക്കിൽ കെട്ടിയെടുക്കും. അടിവാരത്തെ കൊടുങ്കാട്ടിൽ ആദിവാസികൾ പോലും കടന്ന് ചെല്ലാൻ ഭയപ്പെടുന്ന ചില പ്രദേശങ്ങൾ, യഥാർത്ഥ ആത്മാക്കളുടെ താഴ്‌വര എനിക്കറിയാം. ആ ഭാഗങ്ങളിൽ എവിടെയെങ്കിലും

കൊണ്ടുപോയി ചാക്ക് കുഴിച്ചിടും. സത്യത്തിൽ ശവശരീരം എടുക്കാനായാണ് ഞാൻ വീണ്ടും ബാരിസ്റ്റണിലെത്തിയത്. മൂർത്തിയെ ഒഴിവാക്കാനുള്ള സാഹചര്യത്തിനായി കാത്തിരുന്ന ദിവസം പക്ഷേ, നിങ്ങൾ പ്രത്യക്ഷപ്പെട്ടു.

ജീവിതത്തിൽ ആദ്യമായി ആ കോളേജിൽനിന്നും വന്ന പയ്യന്റെ നേർക്ക് എറിഞ്ഞ കുരുക്ക് മാത്രം ശരിയായി വീണില്ല. കുരുക്കെറിഞ്ഞ് താഴേക്ക് പിടിച്ച് തള്ളിയപ്പോൾ കുരുക്ക് നേരെ കഴുത്തിലല്ല വീണതെന്ന് എനിക്ക് തോന്നി. അങ്ങനെ അവിടെ കണ്ട ബലമുള്ള വള്ളിയിൽ പിടിച്ച് കയർ കെട്ടിയതിനുശേഷം ഞാൻ കാട്ടു വള്ളിയിൽ തൂങ്ങി താഴേക്കിറങ്ങിയപ്പോൾ കഴുത്തിൽ കുരുക്ക് ശരിയായ രീതിയിൽ വീഴാതെ രക്ഷപ്പെടാൻ ശ്രമിക്കുന്ന ആ പയ്യനെയാണ് കണ്ടത്. തട്ടിന്റെ പുറത്ത് നിന്ന ശക്തിവേൽ അവന്റെ നെഞ്ചിലേക്ക് കഠാര കുത്തിയിറക്കാൻ ശ്രമിച്ചെങ്കിലും അവൻ ആ കയറിൽ പിടിച്ച് തൂങ്ങി ശക്തിവേലിനെ അടിച്ച് താഴേക്കിട്ടു. നിമിഷങ്ങൾക്കകം ശക്തിവേലിനെ അവൻ കീഴ്പ്പെടുത്തി മുകളിൽ കയറിയിരുന്നു. അതിനു ശേഷം ശക്തിവേലിനെ താഴേയ്ക്ക് തള്ളുമെന്ന അവസ്ഥയെത്തിയപ്പോൾ ഞാൻ മുകളിൽനിന്നും ചാടിവീഴുകയും ഒപ്പം അവന്റെ തലയ്ക്ക് കൈയിൽ കരുതിയ കരിങ്കല്ല് കൊണ്ടിടിക്കുകയും ചെയ്തു.

ഒരു നിമിഷത്തിന്റെ ഇടവേളയിൽ തിരികെ കിട്ടിയ ജീവനുമായി ശക്തിവേൽ എഴുന്നേറ്റു. തലയ്ക്കേറ്റ ഇടിയിൽ തിരിഞ്ഞുനോക്കാനായി നിവർന്ന അവനെ ശക്തിവേൽ താഴെക്കിടന്ന കത്തിയെടുത്ത് നെഞ്ചിൽ തന്നെ കുത്തിയിറക്കി. അതിനു ശേഷം തലയ്ക്കേറ്റ അടിയിൽ ബോധം നഷ്ടപ്പെട്ട് തുടങ്ങിയ അവനെ ഞങ്ങൾ ബലമായി പിടിച്ചുവെച്ച് രക്തം പാത്രത്തിലേക്ക് പകർന്നെടുത്തു. തറയിൽ വീണ രക്തം മുഴുവൻ ഞാൻ കോരി സെപ്റ്റിക് ടാങ്കിൽ കൊണ്ടൊഴിച്ച ശേഷം അവിടെ തുടച്ച് വൃത്തിയാക്കി. ശവശരീരം ഞാനും ശക്തിവേലും ചേർന്ന് പ്ലാസ്റ്റിക്ക് കൊണ്ട് പൊതിഞ്ഞ് കെട്ടിയ ശേഷം ആ കയറിൽ തന്നെ കെട്ടിത്തൂക്കി. തിരികെ ടോയിലറ്റ് വഴി രക്ഷപ്പെടുകയും ചെയ്തു. ഭാഗ്യത്തിന് ടോയ്ലറ്റിന്റെ ഭാഗത്ത് ആരും ഇല്ലാത്തതിനാൽ ഞങ്ങളെ ആരും കണ്ടില്ല."

"പത്താം ക്ലാസുവരെ പഠിച്ച നീയെങ്ങനെയാണ് മുതലാളി ദേവനാരായണന്റെ എന്തും ചെയ്യാൻ മടിക്കാത്ത ഗുണ്ടയായിത്തീർന്നത്?"

"ഞാൻ പത്താം ക്ലാസുവരെ പഠിച്ചെന്ന് സാറിനെങ്ങനെയറിയാം?"

ശിവദത്തനെ തല്ലാനായി പാഞ്ഞടുത്ത ഷറഫുദ്ദീനെ തടഞ്ഞുകൊണ്ട് ഞാൻ പറഞ്ഞു.

"അതു പറയാം. അതിനു മുൻപ് നീ എന്റെ ചോദ്യത്തിന് ഉത്തരം പറയ്."

"പത്താം ക്ലാസിലെ പഠനശേഷം രണ്ടാനച്ഛനോടൊപ്പം ഞാനും അമ്മയും അനുജത്തിയും കൊടൈക്കനാലിലേക്ക് പോയി. രണ്ടാനച്ഛന്റെ ക്രൂരതകൾക്ക് ഒപ്പം നില്ക്കുന്ന അമ്മയെ കണ്ടപ്പോൾ കുടുംബത്തോട്

തന്നെ വെറുപ്പ് തോന്നി. പഠനം ഉപേക്ഷിച്ച് ലോറിയിൽ ക്ലീനറായി പോയി തുടങ്ങിയതോടെ വീട്ടിലേക്കുള്ള യാത്രകളുടെ എണ്ണവും കുറഞ്ഞു. അവസാനം ലോറി ഡ്രൈവറായി മാറി. ഇതിനിടയിലാണ് ഒരിക്കൽ പെങ്ങളെ രണ്ടാനച്ഛൻ ഉപദ്രവിക്കാൻ ശ്രമിക്കുന്നെന്ന് അവൾ എന്നോട് പരാതി പറഞ്ഞത്. കവലയിലിട്ട് ആ തന്തയില്ലാത്തവനെ കൊല്ലാൻ വേണ്ടി കുത്തിയതാണ്. പക്ഷേ, ആ കാട്ടുമൃഗം ചത്തില്ല. കൈയും കാലും തല്ലിയൊടിച്ചിരുന്നു. എന്നെ പേടിച്ചാവും പിന്നെ ആ നായിന്റെ മോൻ അവിടെ നിന്നിറങ്ങുന്നതുവരെ അവളുടെ ശരീരത്ത് തൊട്ടിട്ടില്ല.

അന്നത്തെ എന്റെ പരാക്രമം നേരിൽ കണ്ട മുതലാളി ദേവനാരായണനാണ് എന്നെ ജയിലിൽ നിന്നും ഇറക്കിയത്. ജയിലിൽ നിന്നും ഇറങ്ങാൻ നേരം ഒപ്പം കൂടുന്നോ എന്ന് മുതലാളി ചോദിച്ചു? എന്ത് ജോലിയെന്നോ എത്ര ശമ്പളമെന്നോ ചോദിക്കാതെ ഒപ്പം കൂടി. അവളെ ആ നരാധമന്റെ കൈയിൽ പെടാതെ കെട്ടിച്ചയയ്ക്കുക മാത്രമായിരുന്നു മനസ്സിൽ. നാട്ടിലെ ഒരു കച്ചവടക്കാരൻ അവൾക്കൊരു തണലാവാമെന്ന് പറഞ്ഞപ്പോൾ അവളും ഞാനും സമ്മതിച്ചു.

ഓരോ കൊലപാതകത്തിനും കൂട്ട് നില്ക്കുമ്പോൾ മുതലാളി രണ്ടോ മൂന്നോ ലക്ഷം തരും. ഇരുപത് പവൻ കൊടുക്കാമെന്ന് ഞാൻ എന്റെ അളിയന് വാക്ക് നല്കിയിരുന്നു. പതിനേഴ് പവൻ നൽകി ബാക്കി മൂന്ന് പവന് വേണ്ടിയാണ് ഞാനീ അരുംകൊലയ്ക്ക് കൂട്ടുനിന്നത്. അവളുടെ ബാദ്ധ്യത തീർന്നാൽ നാളെയെപ്പറ്റി അധികം പ്രതീക്ഷയൊന്നുമില്ല. വാളെടുത്തവൻ വാളാലെ.

ആരുടെയെങ്കിലും പിച്ചാത്തിപ്പിടിക്ക് തീരുമെന്നാണ് കരുതിയത്.

ഇതിപ്പോൾ ജയിലിൽ പോകേണ്ടി വരുമ്പോൾ ഒരു ചെറിയ ആശ്വാസം ഉണ്ട്. അന്നത്തെ ഒരു ദിവസത്തെ പരിചയമല്ലാതെ മുതലാളിയും ഞാനും തമ്മിൽ പിന്നെ അധികം സംസാരിച്ചിട്ടില്ല. മുതലാളി ആഗ്രഹിക്കുന്ന കാര്യങ്ങൾ നടപ്പിലാക്കുന്നത് ശക്തിവേലിലൂടെയാണ്. ശക്തിവേലും ഞാനും തമ്മിലാണ് ബന്ധം. എങ്കിലും കൊല്ലുന്നത് ആരെയാണെന്നോ എന്തിനാണെന്നോ എനിക്കറിയില്ല. ശക്തിവേലിനെ ചോദ്യം ചെയ്താൽ നിങ്ങൾക്ക് എല്ലാം അറിയാൻ കഴിയും."

"നീയിവിടെ നാലാമത് ആരെ കൊല്ലാനാണ് കൂട്ടുനിന്നത് എന്ന് അറിയുമോ?"

"സത്യമായിട്ടും അറിയില്ല സാറെ"

"ജീവിതത്തിൽ ആദ്യമായി നിന്റെ കുരുക്ക് ശരിയായി വീഴാതെ പോകാൻ കാരണമുണ്ട്. നീ കൊന്നത് നിന്റെ കൂട്ടുകാരനെ തന്നെയാണ്"

"ആരെയാ സാറെ ഞാൻ കൊന്നത്?"

"കാർത്തിക് മരിക്കുന്നത് എന്തിനാണെന്ന് അറിയാഞ്ഞതു പോലെ കൊന്നതെന്തിനാണെന്നും ആരെയാണെന്നും നിനക്കുമറിയില്ല അല്ലേ? അത് നിന്റെ മുതലാളിയുടെ സാമർത്ഥ്യം."

"സാറെ ഞാൻ ഏത് കാർത്തിക്കിനെയാണ് കൊന്നത്?"

"നിന്നോടൊപ്പം പഠിച്ച നിന്റെ കൂട്ടുകാരൻ കാർത്തിയെയാണ് നീ കൊന്നത്."

"ഏത് പ്രാർത്ഥനയെ ഇഷ്ടപ്പെട്ടിരുന്ന കാർത്തിയോ?"

"അതുതന്നെ. പ്രാർത്ഥനയെ ഇഷ്ടപ്പെട്ടിരുന്ന കാർത്തിക് മാത്രമല്ല പ്രാർത്ഥനയെ വിവാഹം കഴിച്ച കാർത്തിക്. അപ്പോൾ നീ അവനെ മറന്നില്ല അല്ലേ?"

താൻ തന്റെ കൂട്ടുകാരൻ കാർത്തിക്കിനെയാണ് കൊന്നതെന്നറിഞ്ഞപ്പോൾ ദേവനാരായണനെ കൊല്ലാനുള്ള ദേഷ്യത്തിൽ തല ഭിത്തിയിലിടിച്ച് കരയുകയാണ് അവനപ്പോൾ ചെയ്തത്. തലയിൽ നിന്നും രക്തം ഒഴുകാൻ തുടങ്ങിയപ്പോൾ എന്റെ നിർദ്ദേശാനുസരണം മറ്റ് പൊലീസുകാർ ശിവദത്തനെ കയറിപ്പിടിച്ചു.

"സാറെ എനിക്ക് ഇനി ജീവിക്കണ്ട. എന്റെ കാർത്തിയെയാണല്ലോ ഞാൻ കൊന്ന് ശവം തിന്നത്. എന്റെ ജീവിതത്തിൽ ഉണ്ടായ ഒരേയൊരു കൂട്ടുകാരനായിരുന്നു അവൻ. അവനെ കൊന്ന ഞാനാണ് ഈ ഭൂലോകം കണ്ടതിൽ വച്ചേറ്റവും വലിയ പാപം ചെയ്തവൻ. വർഷങ്ങൾക്കു ശേഷം തമ്മിൽ കണ്ടപ്പോൾ ഒന്നു പരിചയപ്പെടാൻ പോലും കഴിഞ്ഞില്ലല്ലോ എന്റെ ഭഗവാനെ? അവനും ഞാനും ഒരു പാട് മാറിപ്പോയിരുന്നു. അതാ മനസ്സിലാകാതെ പോയത്. പിന്നെ തിരിച്ചറിയാതിരിക്കാൻ മഞ്ഞും ഒരു കാരണമായി." അവന്റെ കരച്ചിലും പരിഭവങ്ങളും തുടർന്നു

"താൻ മരണപ്പെടുന്നത് എന്തിനാണെന്ന് അറിയാനുള്ള ഒരവസരം പോലും നിങ്ങൾ അവന് നല്കിയില്ല അല്ലേ? നീയും നിന്റെ മുതലാളിയും കൂടി എന്തിനാണ് അവനെ അത്തരത്തിൽ കൊന്നത്?"

"അതെനിക്കറിയില്ല സാറെ".

ഷറഫുദ്ദീൻ അവന്റെ കൈപിടിച്ച് ഒടിച്ചെന്നാണ് ഞാൻ കരുതിയത്.

"സാറെ സത്യമായിട്ടും എനിക്കറിയത്തില്ലാ..... മുതലാളിയുമായി ഞാൻ അധികം സംസാരിച്ചിട്ടില്ല. കൊലപാതക ദിവസങ്ങളിൽ മാത്രമേ ഞാൻ മുതലാളിയെ കണ്ടിട്ടുള്ളൂ. കാർത്തിയെ കൊല്ലുന്ന ദിവസം മുതലാളി അവിടെ വരികപോലും ചെയ്തില്ല."

"ഏയ് ഷറഫുദ്ദീൻ ഇനി ശിവദത്തനെ തല്ലണ്ട"

"അതെന്താ സാർ?"

"എന്റെ ഒരു ഊഹമാണ്. ശരിയാവണമെന്നില്ല. നമുക്ക് മുന്നിൽ തെളിവുകൾ വളരെ കുറവാണ് അതിനാൽ തന്നെ ഊഹങ്ങൾക്കാണ് മുഖ്യ സ്ഥാനം. ഒരു പക്ഷേ ദേവനാരായണൻ എന്നത് ഒരു മുഖം മൂടിയാണെങ്കിലോ?"

"അതെന്താ സാർ അങ്ങനെ പറഞ്ഞത്?"

"അപ്രതീക്ഷിതമായി റോഡിൽ ശിവദത്തനെന്ന ആക്രമണകാരിയെ ദേവനാരായണൻ കണ്ടുമുട്ടിയപ്പോൾ മനസ്സിൽ പല പദ്ധതികളും ആസൂത്രണം ചെയ്തിട്ടുണ്ടാകും. ജയിലിൽ നിന്നും ഇറക്കിയ ശിവദത്തനെ

അയാൾ കുറ്റകൃത്യങ്ങളുടെ ലോകത്തേക്കാണ് ക്ഷണിച്ചത്. ബാരിസ്റ്റ ണിൽ ക്ലോസറ്റിനടിയിൽ, സെപ്റ്റിക്ക് ടാങ്കിനു കുറുകെ മരണത്തിന്റെ താഴ്വരയിലേക്കുള്ള വഴി നിർമ്മിച്ച് വർഷങ്ങളുടെ ഇടവേളയിൽ നാല് പേരെ കൊന്നു തള്ളി. ശവശരീരം പുറം ലോകമറിയാതെ അടക്കം ചെയ്യാൻ വിദഗ്ദ്ധ പദ്ധതി തയ്യാറാക്കിയ അയാൾ ശിവദത്തനെ വിശ്വ സിക്കാൻ തയ്യാറാവില്ല."

ദുഷ്ചിന്തകളുടെ വിളനിലമാണ് ദേവനാരായണന്റെ തലച്ചോറ്. വളരെ വലിയ ആസൂത്രണങ്ങൾക്ക് ശേഷമാണ് അയാൾ ഓരോ കൊല പാതകവും നടത്തിയിട്ടുണ്ടാവുക. അതിര് കവിഞ്ഞ ബുദ്ധിയിൽ മുത ലാളി എന്നെങ്കിലും ശിവദത്തൻ പിടിക്കപ്പെട്ടാലും തനിക്ക് രക്ഷപ്പെടണ മെന്ന് കരുതി വേഷം മാറി ദേവനാരായണനായി പ്രത്യക്ഷപ്പെട്ടതാണെ ങ്കിലോ? ശിവദത്തൻ പിടിക്കപ്പെട്ട് ദേവനാരായണൻ എന്ന പേര് പറ ഞ്ഞാൽ പോലീസിന് ആ പേരിലുള്ള ആളിനെ കണ്ടെത്താതെ വരു മ്പോൾ യഥാർത്ഥ പ്രതിക്ക് രക്ഷപ്പെടാൻ കഴിയും. യഥാർത്ഥ പ്രതിയെ തിരിച്ചറിയാതിരിക്കാനുള്ള വേഷമാണ് ഈ ദേവനാരായണൻ എന്നാണ് എനിക്ക് തോന്നുന്നത്. അത്തരത്തിലാണെങ്കിൽ ശിവദത്തനെ തല്ലിക്കൊ ന്നാലും നമുക്ക് യാതൊന്നും ലഭിക്കില്ല. കാരണം അവന്റെ മുന്നിലുള്ള ദേവനാരായണനെപ്പറ്റി മാത്രമേ അവന് സംസാരിക്കാൻ കഴിയൂ."

"സാർ ആരെയാണ് യഥാർത്ഥ പ്രതിയായി കണക്കാക്കുന്നത്?"

"സൂര്യയുടെ അച്ഛനെ. അയാൾ മുംബൈയിലും തമിഴ്നാട്ടിലെ പല ഭാഗങ്ങളിലും ബിസിനസ് ഉള്ള ആളാണ്. പ്രത്യേകിച്ച് കൊടൈക്കനാ ലിൽ. എന്റെ ഊഹം ശരിയാണെങ്കിൽ ദേവനാരായണൻ എന്നൊരു മുത ലാളി ഉണ്ടാവില്ല. കൊടൈക്കനാലിലോ മുംബൈയിലോ എവിടെ അന്വേ ഷിച്ചാലും കാണില്ല. പകരം സൂര്യയുടെ അച്ഛന്റെ പേര് എന്താണെന്ന് അന്വേഷിക്ക്. ആ പേരിലെ മുതലാളിയെ നിങ്ങൾക്ക് കാണാൻ കഴി യും. പിന്നെ സൂര്യയുടെ അച്ഛന്റെ പേര് എന്താണ്?"

"പേര് ഞാൻ ഓർക്കുന്നില്ല? അന്വേഷിച്ച് പറയാം സാർ."

"അയാളുടെ പേരെന്തായാലും നമ്മൾ അയാൾക്ക് ഒരു പേരിടുന്നു -ദേവനാരായണൻ"

"സാർ പിന്നെ ശക്തിവേലിനെ അറസ്റ്റ് ചെയ്താൽ ഇത്രയും കഷ്ട പ്പെടണ്ടല്ലോ?"

"അതിന് കുറച്ച് ഫോർമാലിറ്റീസ് ഉണ്ട്. അത് കഴിഞ്ഞ് അവനെ ചോദ്യം ചെയ്ത് വരുമ്പോഴേക്കും കോടതിയിൽ റിപ്പോർട്ട് സമർപ്പിക്കാൻ കഴിയാതെ വരും. ഇന്നലെ ഇതുവരെയുള്ള അന്വേഷണ പുരോഗതി കൾ വിശകലനം ചെയ്ത് കോടതിയിൽ ഒരു റിപ്പോർട്ട് സമർപ്പിച്ചിട്ടുണ്ട്. അഞ്ച് ദിവസത്തെ സാവകാശം കോടതി തരുമായിരിക്കും. ഒന്നിനും കഴി ഞ്ഞില്ലെങ്കിൽ അതു തന്നെ മാർഗ്ഗം. മൂർത്തിക്കും ശിവദത്തനും ദേവനാ രായണനെപ്പറ്റി ഒന്നും പറയാൻ കഴിഞ്ഞില്ല. ഒരുപക്ഷേ, ദേവനാരായ ണൻ ഒരു മുഖംമൂടിയാണെങ്കിൽ ശക്തിവേലിനും അധികമൊന്നും പറ

യാനുണ്ടാവില്ല. അതിനാൽ മുന്നിൽ മാർഗ്ഗങ്ങൾ പലതുള്ളപ്പോൾ ലക്ഷ്യ മല്ലേ പ്രധാനം?"

"കാർത്തിക് കൊല്ലപ്പെട്ട ദിവസം നിന്റെ മുതലാളി അവിടെ വരാതെ ശക്തിവേൽ എങ്ങനെയാണ് നിന്റെ കെണിയിൽ കാർത്തിയെ കൊണ്ടെ ത്തിച്ചത്?" ഞാൻ ശിവദത്തനോട് ചോദിച്ചു.

"ശക്തിവേലല്ല അവനെ അവിടെയെത്തിച്ചത്?"

"പിന്നെ"

"കോളേജിൽ നിന്ന് കാർത്തിക്കൊപ്പം വന്ന ഒരു പെൺകുട്ടി. മുത ലാളിയുടെ അനന്തരവൾ."

"പേരെന്താണ്?"

"അതെനിക്കറിയില്ല. പക്ഷേ കണ്ടാൽ തിരിച്ചറിയാൻ കഴിയും."

ഞാൻ ലാപ്പ്ടോപ്പ് എടുത്തിട്ട് ഇതിൽ ഏതാണ് പെൺകുട്ടിയെന്ന് കാട്ടിത്തരാനായി കോളേജിലെ പ്രോഗ്രാമുകൾ അടങ്ങുന്ന ഫോട്ടോ അവന്റെ മുന്നിൽ പ്രദർശിപ്പിച്ചു. ഞങ്ങളെ എല്ലാപേരെയും ഞെട്ടിച്ചു കൊണ്ട് ശിവദത്തൻ പെൺകുട്ടിയെ കാണിച്ചുതന്നു. കോളേജിലെ അവ സാന ദിന പരീക്ഷയായിരുന്നു. അതിനാൽ ഞാൻ പരീക്ഷാർത്ഥികളെ ശല്യം ചെയ്യാതിരിക്കാനായി പരീക്ഷ തീരുന്നതു വരെ കാത്തു നില്ക്കാൻ തീരുമാനിച്ചു. ഏറ്റവും അവസാനം പരീക്ഷ എഴുതാൻ വന്നത് സൂര്യയും അനുശ്രീയുമായിരുന്നു.

V

ആ രക്തരക്ഷസ്സിനെ തിരിച്ചറിഞ്ഞപ്പോഴേക്കും വിഷ്ണു എന്ന പൊലീസുകാരന്റെ കോൾ എനിക്ക് വന്നു. കോൾ തുടർച്ചയായി വന്ന പ്പോൾ ഞാൻ അറ്റന്റ് ചെയ്തു. അയാൾ ഒരു ബാഡ് ന്യൂസ് ഉണ്ടെന്ന് പറഞ്ഞു. ഒരു ബാഡ് ന്യൂസ് എന്നതിനേക്കാൾ എന്നെ മാനസികമായും ശാരീരികമായും തളർത്തിയ ഒരു വാർത്തയായിരുന്നു ഷറഫുദ്ദീന് പറ യാനുണ്ടായിരുന്നത്.

ഹോസ്റ്റലിലെ ടെലിവിഷനിൽ ഒരു പ്രാദേശിക ചാനലിൽ വന്ന ഒരു ചെറിയ ഫ്ളാഷ് ന്യൂസ്. അത് ഒരാളുടെ ജീവൻ അപകടത്തിൽ പെടുത്തി എന്ന് കേട്ടപ്പോൾ കോടതിയിൽ റിപ്പോർട്ട് സമർപ്പിക്കാതിരിക്കുന്നതാ യിരുന്നു നല്ലതെന്ന് തോന്നി. ദേവഗിരിയിൽനിന്നും വിനോദയാത്രയ്ക്ക് പോയി കാണാതായ കാർത്തിക് എന്ന അദ്ധ്യാപക വിദ്യാർത്ഥിയുടെ ശവശരീരം കൊടൈക്കനാലിൽനിന്നും കൊല്ലപ്പെട്ട നിലയിൽ കണ്ടെ ത്തി. കൊലപാതകി പൊലീസിന്റെ വലയിലെന്ന് സംശയം. ഇത്രയേ വാർത്തയിലുണ്ടായിരുന്നുള്ളൂ. പ്രാർത്ഥനയെ യാതൊന്നും അറിയിക്കാ തെയിരുന്ന സാഹചര്യത്തിലാണ് അവൾ വാർത്ത കാണാൻ ഇടയായത്."

വാർത്ത കണ്ടതും ഹാളിൽ നിന്നും പ്രാർത്ഥന ഭ്രാന്ത് പിടിച്ചത് പോലെ പുറത്തേക്ക് ഇറങ്ങിയോടി. മറ്റ് പെൺകുട്ടികൾ ചേർന്ന് ബല

മായി പിടിച്ച് വച്ചെങ്കിലും വയറിലും നെഞ്ചിലുമായി ഇടിച്ച് അലറി ക്കരഞ്ഞുകൊണ്ട് ബഹളം കൂട്ടുകയും അല്പസമയത്തിനകം ബോധം നഷ്ടപ്പെടുകയും ചെയ്തു. വളരെ വേഗം ഹോസ്പിറ്റലിൽ കൊണ്ടെത്തി ച്ചു. പ്രാർത്ഥനകളുടെ ഫലമായി വളരെ പെട്ടന്ന് ബോധം തിരികെ വരി കയും ഡെലിവറി റൂമിലേക്ക് കൊണ്ടുപോവുകയും ചെയ്തു. അവളുടെ നിർബ്ബന്ധപ്രകാരമാണ് സൂര്യയും അനുവും തിരികെ പരീക്ഷ എഴുതാ നായി വന്നത്."

ഞാൻ വേഗത്തിൽ ആശുപത്രിയിലേക്ക് പോയി. അവിടെ എത്തി ച്ചേർന്നപ്പോൾ ആർക്കും ഒന്നും പറയാൻ കഴിയുന്ന സാഹചര്യമായിരു ന്നില്ല. ക്രിസ്റ്റീനയും പ്രിൻസിപ്പാളും ഓഫീസിലെ സ്റ്റാഫുകളും ആരും ഒന്നും മിണ്ടുന്നില്ല. എല്ലാവരുടെ മുഖത്തും സംഭ്രമം മാത്രം. ജീവിത ത്തിൽ അധികം കള്ളം പറഞ്ഞിട്ടില്ലാത്ത ഞാൻ, ഒരിക്കലും ഒരാൾക്കും സഹിക്കാനാവാത്ത കള്ളമാണ് പ്രാർത്ഥനയോട് പറഞ്ഞത്. കൊല്ലപ്പെട്ട പതിയെ തിരികെ കൊണ്ടു കൊടുക്കുമെന്നാണ് അവളെ വിശ്വസിപ്പിച്ചി രുന്നത്. ഇനിയിപ്പോൾ അവളുടെ മുഖത്ത് എങ്ങനെ നോക്കും? ചെയ്തു പോയ കുറ്റബോധത്തെപ്പറ്റി മനസ്സ് തപിച്ചു കൊണ്ടിരുന്നു.

സമയം ഇഴഞ്ഞ് നീങ്ങുന്നതിനനുസരിച്ച് ഡെലിവറി വളരെ സങ്കീർണ്ണമായി മാറുകയാണെന്ന് എനിക്ക് തോന്നി. എന്റെ മുഖവും ചങ്കി ടിപ്പും കണ്ടാൽ സ്വന്തം സഹോദരിയാണ് അകത്ത് മരണവുമായി മല്ലി ടുന്നതെന്ന് തോന്നുമായിരുന്നു. സംഭ്രമമേറുമ്പോൾ പരിസരബോധമി ല്ലാതെ ഉലാത്തുന്നത് എന്റെ ഒരു ദുശ്ശീലമാണ്. ഞാൻ പറഞ്ഞ കളവ്; ചെയ്തുപോയ തെറ്റിന്റെ കുറ്റബോധം എന്നെ അലട്ടിക്കൊണ്ടിരുന്നു. ലോകത്ത് ഒരാളിൽ നിന്ന് ഏത് രഹസ്യവും മറച്ച് വെക്കാം പക്ഷേ, മര ണമെന്ന യാഥാർത്ഥ്യംമാത്രം ആരിൽനിന്നും ഒളിക്കാൻ പാടില്ല.

ധൃതിയിൽ ഒരു സാധാരണ മനുഷ്യനിൽനിന്നും പൊലീസ് ഓഫീ സറിലേക്ക് മനസ്സ് മാറിയപ്പോൾ മറ്റുള്ളവരിൽനിന്നും അകന്ന് മാറാൻ ഞാൻ ശ്രമിച്ചു. ഉലാത്തൽ മതിയാക്കി ഇടനാഴിയിലൂടെ മുന്നിലേക്ക് നടന്നപ്പോൾ ഒരു ബഞ്ചിൽ ഒറ്റയ്ക്ക് ഇരുന്ന് കരഞ്ഞ് പ്രാർത്ഥിക്കുന്ന അലീനയെ കണ്ടപ്പോൾ എന്ത് പറയണമെന്നറിയാതെ ഞാൻ നിന്നു. പ്രണയം തോന്നേണ്ടിയിരുന്ന സ്ഥലത്ത് ദുരന്തത്തെ അഭിമുഖീകരി ക്കുന്ന മകളോട് ഒരച്ഛൻ എന്ന രീതിയിലാണ് ഞാൻ അവളോട് സംസാ രിച്ചത്.

"മുട്ടിപ്പായി കുരിശ് വരച്ച് കർത്താവിനെ വിളിച്ചാൽ അദ്ദേഹം കേൾക്കാതിരിക്കില്ല. ഉള്ളുരുകിയുള്ള പ്രാർത്ഥന കർത്താവ് കേൾക്കും. പ്രാർത്ഥനയ്ക്കും കുഞ്ഞിനും ഒന്നും സംഭവിക്കില്ല. താൻ ധൈര്യമായി രിക്ക്."

അല്പ സമയം കഴിഞ്ഞപ്പോൾ ഡെലിവറി കഴിഞ്ഞ് പുറത്തിറങ്ങിയ നഴ്സിനോട് കർമ്മചന്ദ്രൻ സാർ –"പ്രാർത്ഥനയ്ക്ക് എങ്ങനെയുണ്ട്? ഡെലിവറി കഴിഞ്ഞോ?"

"പ്രാർത്ഥനയ്ക്ക് ഒരു പെൺകുഞ്ഞാണ്"

അതും പറഞ്ഞ് അവർ ധൃതിയിൽ അകത്തേക്ക് പോയി. ആ ഒരു വാർത്ത കേട്ടപ്പോൾ നമ്മൾ എല്ലാവരും സന്തോഷത്തിൽ മതിമറന്നു. പറഞ്ഞത് സത്യമായെന്ന് കണ്ടപ്പോൾ അലീനയ്ക്ക് എന്നെ ആലിംഗനം ചെയ്യണമെന്ന് തോന്നിയോ എന്തോ? തൊട്ടരുകിൽ ക്രിസ്റ്റീന എന്നെ കണ്ണുകൾ കൊണ്ട് ആലിംഗനം ചെയ്യുന്നുണ്ടായിരുന്നു. കുറച്ച് കഴിഞ്ഞ് പുറത്തിറങ്ങിയ ഡോക്ടറിനോട് ഞാൻ ചോദിച്ചു. "പ്രാർത്ഥനയും കുഞ്ഞും സുഖമായിരിക്കുന്നുവോ? നമുക്ക് ഒന്നു കാണാൻ കഴിയുമോ?"

"സാർ പ്രാർത്ഥനയുടെ ആരാണ്?"

"പ്രാർത്ഥനയുടെ ഹസ്ബന്റിന്റെ മർഡറുമായി ബന്ധപ്പെട്ട കേസ് അന്വേഷിക്കുന്ന പൊലീസ് ഓഫീസറാണ്".

"സാർ ഒന്നു വരുമോ?"

ഒരല്പം നടന്ന ശേഷം ഡോക്ടറിനോട് ചോദിച്ചു.

"എന്താ ഡോക്ടർ?"

"ഐ ട്രൈഡ് റ്റു മാക്സിമം ബട്ട് അൺഫൊർച്യുണേറ്റിലി ദ ഗോഡ് ഡിഡ് നോട്ട് ഹെൽപ്പ് അസ്"

"ദാറ്റ് മീൻസ്"

"ഷീ വെന്റ് എവേ"

ഒരു നടുക്കത്തോടെ ഹൃദയം നുറുങ്ങിയ വേദനയിൽ ഞാൻ ചോദിച്ചു.

"കുഞ്ഞും?"

"നോ, ഇറ്റ് വിൽ ബി സെയ്ഫ് ഇൻ ദ ഹാൻഡ്സ് ഓഫ് ഗോഡ്"

"ഈസ് ഇറ്റ് എ ഗേൾ?"

"അതെ. പ്രാർത്ഥനയുടെ റിലേറ്റീവ്സ്?"

"ആരുമില്ല."

ഞങ്ങൾ അതിനുശേഷം സംസാരിച്ചത് എന്താണെന്ന് എനിക്ക് ഓർത്തെടുക്കാൻ കഴിയുന്നില്ല. മറ്റുള്ളവരോട് ആ ദുരന്തം പറഞ്ഞ് മനസ്സിലാക്കാൻ എനിക്ക് കഴിഞ്ഞില്ല. കണ്ണുകൾ നിറഞ്ഞത് തുടച്ചു കൊണ്ട് ഞാൻ പുറത്തേക്ക് നടന്നു. എന്റെ നടപ്പിലൂടെ, ഡോക്ടറിന്റെ സംസാര ശൈലിയിലൂടെ മറ്റുള്ളവരും പ്രാർത്ഥനയുടെ മരണമെന്ന യാഥാർത്ഥ്യത്തെ നിറമിഴികളിലൂടെ ഉൾക്കൊള്ളുകയായിരുന്നു. നിർഭാഗ്യത്തിന് ഒരു പെൺകുഞ്ഞിന് ജന്മം നല്കി അവൾ ഈ ലോകത്തോട് വിട പറഞ്ഞു. കാർത്തിയുടെ മരണകാര്യം ആ ദിവസം അറിഞ്ഞതാണ് പ്രാർത്ഥനയുടെ മരണത്തിന് കാരണമായി തീർന്നത്. അവൻ അവളെ കൂട്ടിക്കൊണ്ട് പോകാൻ കാത്ത് നിന്നതുപോലെയായിരുന്നു കാര്യങ്ങൾ സംഭവിച്ചത്.

വിഷ്ണുവിനെ സംബന്ധിച്ചിടത്തോളം അത് ബാഡ് ന്യൂസും നിസ്സാരമായ വാർത്തയുമായിരുന്നു. പക്ഷേ, എനിക്ക് എന്റെ സഹോദരിയെയാണ് എന്നെന്നേക്കുമായി നഷ്ടമായത്. അവൾക്ക് തന്റെ പ്രാണേശ്വരനെ തിരികെ നല്കുമെന്ന എന്റെ വാഗ്ദാനമാണ് നിറവേറ്റാനാകാതെ

പോയത്. അകത്തുകയറി അവളുടെ ചേതനയറ്റ ശരീരത്തെ കാണാനുള്ള ത്രാണി എന്റെ മനസ്സിനുണ്ടായിരുന്നില്ല. മനസ്സിൽ അവളുടെ മരണത്തിന് കാരണക്കാരായവരോട് പക നുരഞ്ഞ് പൊന്തുകയായിരുന്നു. ഞാൻ തിരികെ കോളേജിലേക്ക് യാത്രയായി. പരീക്ഷ കഴിഞ്ഞ് എല്ലാവരും പുറത്തേക്കിറങ്ങിയപ്പോൾ ശിവദത്തൻ കാട്ടിതന്ന ഫോട്ടോയിലെ പെൺകുട്ടിയെ അറസ്റ്റ് ചെയ്തു. ഞാൻ ഏകദേശം കോളേജിനടുത്ത് എത്തിയതിനാൽ അവളെ കർമ്മചന്ദ്രൻ സാറിന്റെ റൂമിലിരുത്താൻ പറഞ്ഞു.

ഭാഗം അഞ്ച്

"**നി**ങ്ങൾക്ക് കാര്യങ്ങൾ അറിയാവുന്നതിനാൽ സാറിന്റെ റൂമിലിരിക്കുന്ന ആളാരാണെന്ന് ഞാൻ പറയാതെ മനസ്സിലാകും. കാര്യങ്ങൾ അധികം അറിയാത്ത, നന്നായി ചിന്തിക്കാത്ത ആർക്കും ഒരു കാരണവശാലും അതിനകത്തെ യഥാർത്ഥ പ്രതിയെ കണ്ടെത്താൻ കഴിയില്ല. ഇവിടത്തെ ബഹളങ്ങളിൽ പെടാത്ത ഒരാൾ എന്റെ വിവാഹത്തിനു സന്നിഹിതയായിട്ടുണ്ട്. ഞാൻ ഈ കഥ പറഞ്ഞത് അയാൾക്കു വേണ്ടിയാണ്. അങ്ങനെയുള്ള ആളിനോട് ഒരു ചോദ്യം. ആരായിരുന്നു ആ റൂമിനകത്തുണ്ടായിരുന്നത്? ഉത്തരം പറയുന്നതിനു മുൻപ് ഇവിടത്തെ കഥകളെല്ലാം വ്യക്തമായി അറിയാമോ? "

"ഒരു പെൺകുട്ടിയാണ് കൊലപാതകത്തിനു കൂട്ടു നിന്നത് എന്നതിൽ കവിഞ്ഞ് അധികമൊന്നും അറിയില്ല."

"ആ പെൺകുട്ടിയുടെ പേരറിയില്ലേ?"

"ഇല്ല സാർ. പേര് ഞാൻ ശ്രദ്ധിച്ചില്ല"

"അങ്ങനെയാണെങ്കിൽ ഇതുവരെയുള്ള സംഭവവികാസങ്ങളുടെ പശ്ചാത്തലത്തിൽ അതിനകത്ത് ആരാണെന്ന് പറയാമോ? വേണമെങ്കിൽ ആലോചിക്കാൻ അല്പം സമയം തരാം?"

"സാർ കഥ കേട്ടുപകുതിയായപ്പഴേ എനിക്ക് ആളെ മനസ്സിലായിരുന്നു. എങ്കിലും ഒരു സംശയം ചോദിക്കട്ടയോ?"

"എന്താ സംശയം?"

"ആ റൂമിനകത്തെ ആളിന് പ്രാർത്ഥനയുമായി അടുത്ത ബന്ധമുണ്ടായിരുന്നോ?"

"അത് എന്തായായലും ഉണ്ടാകുമല്ലോ?"

"അതല്ല പ്രാർത്ഥനയുടെ റൂം മേറ്റാണോ?"

"അതെ. ആരതിയുടെ ബുദ്ധിയെ ഞാൻ അഭിനന്ദിക്കുന്നു. ഇനി പറയ് ആരാണ് ആ റെഡ് കളർ ചുരിദാറുകാരി?"

"അനുശ്രീയാണോ സാർ"

"ഒരിക്കലുമല്ല. അതിനകത്ത് ഉണ്ടായിരുന്നത് പ്രാർത്ഥനയുടെ റൂമേറ്റായ നിരഞ്ജനയെന്ന പാപിയായിരുന്നു. അവിവേകത്തിന്റെ പ്രതിബിംബമായിരുന്നു അവൾ. ഉള്ളിൽ ഉരുവം കൊണ്ട അഗ്നിക്ക് അവളെ ദഹിപ്പിക്കാനുള്ള ശക്തിയുണ്ടായിരുന്നു. വർദ്ധിതമായ കോപത്തോടെ ഞാനവളോടു ചോദിച്ചു."

"നീയെന്തിനാണ് കാർത്തിയെ കൊല്ലാൻ കൂട്ട് നിന്നത്?"

"ഞാൻ ആരെയും കൊല്ലാൻ ആർക്കും കൂട്ട് നിന്നിട്ടില്ല"

"ശ്ശീ തേവിടിച്ചി കള്ളം പറയുന്നോ?" എന്ന് ചോദിച്ച് ജീവിതത്തിൽ ആദ്യമായി ഒരാളെ തല്ലുന്നത് നിരഞ്ജനയെയായിരുന്നു. സർവ്വശക്തിയുമെടുത്ത് കരണത്ത് നല്കിയ അടിയിൽ അവൾ വീണു. ഒരിക്കലും ആ രക്തരക്ഷസ്സ് അത് പ്രതീക്ഷിച്ചിട്ടുണ്ടാവില്ല. പക്ഷേ ആ അടിയുടെ ഭയത്താലാവും അവൾ സംസാരിച്ചു. "ഞാൻ ആർക്ക് കൂട്ട് നിന്നെന്നാ സാർ ഈ പറയുന്നത്?"

അതിന് മറുപടിയായി കതക് തുറന്ന് ജീപ്പിനുള്ളിൽ കിടന്ന ശിവദത്തനെ ഞാൻ കാട്ടിക്കൊടുത്തു. അപ്പോൾ അവളുടെ കണ്ണുകളിലുണ്ടായ ഭയം എന്നെ ആനന്ദിപ്പിച്ചു.

"ഇനി പറയ് നീയെന്തിനാണ് കാർത്തിയെ കൊല്ലാൻ കൂട്ടു നിന്നത്?"

"പ്രാർത്ഥനയ്ക്കു വേണ്ടി"

"പ്രാർത്ഥനയ്ക്കു വേണ്ടിയോ? നിനക്കെന്തിനാ പ്രാർത്ഥന?"

"പറയാം ആവേശം കാട്ടണ്ട".

വീണ്ടും തല്ലാൻ കൈ ഉയർന്നങ്കിലും ഞാൻ ക്ഷമിച്ചു. അവൾ തുടർന്നു.

"പ്രാർത്ഥന ദേവഗിരി ട്രെയിനിങ് കോളേജിൽ ചേരും എന്നതിനാൽ തന്നെയാണ് അമ്മാവന്റെ നിർദ്ദേശപ്രകാരം ഞാനും ഈ കോളേജിൽ ചേർന്നത്. ഞാൻ കോൺവെന്റിൽ നിന്നാണ് പഠിച്ചതെങ്കിലും എനിക്ക് എല്ലാം എന്റെ അമ്മാവനായിരുന്നു."

"ആരാ നിന്റെ അമ്മാവൻ?" അവളോട് ചോദിച്ചു.

"സാറിനിപ്പോൾ അറിയാമായിരിക്കും. മുതലാളി ദേവനാരായണൻ. പ്രാർത്ഥനയെ ആത്മാർത്ഥമായി പ്രണയിച്ച ആളായിരുന്നു അമ്മാവന്റെ മകൻ. അവന് പ്രാർത്ഥനയെ കിട്ടാതെ വന്നപ്പോൾ ലഹരി മരുന്നുകൾക്ക് അടിമപ്പെട്ട് ഏകദേശം ഒരു മനോരോഗിയായി. അവനെ തിരികെ ജീവിതത്തിലേക്ക് കൊണ്ടുവരാനുള്ള ഏക മൃതസഞ്ജീവനിയായിരുന്നു പ്രാർത്ഥന"

"എന്തായിരുന്നു നിന്റെ അമ്മാവന്റെ മകന്റെ പേര്?"

"ദീപു."

"പ്രാർത്ഥനയെ നിന്റെ അമ്മാവന്റെ മകന് നല്കാനായി എങ്ങനെയാണ് നീ കാർത്തിയെ നിന്റെ കെണിയിൽ കൊണ്ടെത്തിച്ചത്?"

നിരഞ്ജന മറുപടി പറയാൻ തുടങ്ങിയപ്പോൾ കാർത്തിയുടെയും പ്രാർത്ഥനയുടെയും മൃതശരീരങ്ങളുമായി ആംബുലൻസുകൾ കോളേജിലെത്തി. നിരഞ്ജനയെ പൊലീസുകാരെ ഏല്പ്പിച്ച് ഞാനും കർമ്മചന്ദ്രൻ സാറും പുറത്തേക്കിറങ്ങി. പ്രാർത്ഥനയുടെ അച്ഛനെയും അമ്മയെയും ഞാൻ ഒരുപാട് തവണ വിളിച്ചെങ്കിലും അവർ സംസാരിക്കാൻ കൂട്ടാക്കിയില്ല. അങ്ങനെ കുഞ്ഞിനെ ദേവഗിരിയിലെ അനാഥാലയത്തിലാക്കാമെന്ന് ഞാൻ കർമ്മചന്ദ്രൻ സാറിനോട് പറഞ്ഞു. രണ്ടുപേരുടെയും ചിതയിലേയ്ക്ക് അഗ്നി പടർത്തിയപ്പോൾ കാർത്തിയോടൊപ്പം പ്രാർത്ഥനയുടെ ആത്മാവും ഈ ലോകത്തോട് വിടപറഞ്ഞു. അവരുടെ ശവസംസ്കാരസമയത്ത് ഞാൻ എത്രയൊക്കെ മനസ്സിനെ നിയന്ത്രിച്ചിട്ടും അറിയാതെ കണ്ണുകൾ നിറഞ്ഞ് തുളുമ്പി. ഭൂരിഭാഗം കുട്ടികളും രക്ഷാകർത്താക്കളും അവിടെ ഉണ്ടായിരുന്നു."

രാത്രി എട്ട് മണിയോടടുപ്പിച്ച് ചടങ്ങുകളെല്ലാം കഴിഞ്ഞ് നിരഞ്ജനയുടെ അടുക്കലേക്ക് പോകുന്ന വഴി ഷറഫുദ്ദീൻ. "പ്രാർത്ഥനയെ എത്ര പേരാണ് പ്രണയിച്ചത്? നിധീഷ്, കാർത്തി, ദീപു ഇങ്ങനെ മൂന്നു പേർ ഒരാളെ പ്രണയിച്ചു എന്ന് പറയുന്നത് തന്നെ വിശ്വസിക്കാൻ കഴിയുന്നില്ല."

"ഒരു നാട് മുഴുവൻ പ്രണയിച്ചാലും മതിവരാത്ത സൗന്ദര്യമല്ലേ പ്രാർത്ഥനയ്ക്കുണ്ടായിരുന്നത്. അപ്പോൾ മൂന്നുപേർ മാത്രം പ്രണയിച്ചത് വളരെ കുറഞ്ഞുപോയില്ലേ? പിന്നെ പ്രാർത്ഥന സ്നേഹിച്ച, പ്രാർത്ഥനയെ ആത്മാർത്ഥമായി സ്നേഹിച്ച ഒരേ ഒരാളെ ഉണ്ടായിരുന്നുള്ളൂ. അത് കാർത്തിയാണ്."

"എന്തായാലും സാറിന്റെ ഊഹങ്ങളൊക്കെ തെറ്റിയല്ലോ?"

"അതെന്താ അങ്ങനെ പറയാൻ?"

"ദേവനാരായണൻ ഒരു മുഖംമൂടിയല്ല പകരം ഒരു യഥാർത്ഥ മനുഷ്യനാണെന്ന് സാറിനിപ്പോൾ മനസ്സിലായില്ലേ?"

"അത് പറയാറായിട്ടില്ല. എന്റെ മനസ്സിൽ ഇപ്പോൾ വന്ന ഒരു സംശയം ഞാൻ പറയട്ടയോ?"

"എന്താ സാർ?"

"സൂര്യയുടെ അച്ഛൻ മുംബൈയിലെ ബിസിനസിനിടയിൽ പ്രാർത്ഥനയുടെ അച്ഛനെ പരിചയപ്പെടുന്നു. പ്രാർത്ഥനയുടെ അമിത സ്വത്തിൽ ആകൃഷ്ടനായ സൂര്യയുടെ അച്ഛൻ അവനെകൊണ്ട് അവളെ വിവാഹം കഴിപ്പിക്കാമെന്ന് ആഗ്രഹിച്ചതിന്റെ ഫലമായാകും പ്രാർത്ഥന മുംബൈയിൽ നിന്നും കേരളത്തിലെത്തിയത്. സൂര്യയുടെ അച്ഛന്റെ ചരട് വലിയിൽ വീണാകും പ്രാർത്ഥനയുടെ രക്ഷാകർത്താക്കൾ അവളെ ദേവഗിരിയിലേക്ക് അയച്ചത്."

"സാർ യാതൊരു സംശയവും ഇല്ല. ഇതു തന്നെയാണ് സംഭവിച്ചിട്ടുണ്ടാവുക"

"പക്ഷേ ഇവിടെ നമ്മുടെ കണക്കുകൂട്ടലുകൾ തെറ്റിക്കുന്നത് നിര

ഞ്ജനയാണ്. അവളുടെ അമ്മാവൻ ദേവനാരായണനും മകൻ ദീപുവിന്റെയും കഥ സത്യമാണെങ്കിൽ എന്റെ ഊഹങ്ങൾക്ക് യാതൊരു പ്രസക്തിയുമില്ല. മറിച്ച് ദേവനാരായണൻ ഒരു മുഖം മൂടിയിട്ട മനുഷ്യനാണെങ്കിൽ ഞാൻ പറഞ്ഞ കഥയാണ് സത്യം. കാർത്തിയെ കൊല്ലാൻ ശിവദത്തനെ കബളിപ്പിച്ചതുപോലെ സൂര്യയ്ക്ക് പ്രാർത്ഥനയെ പ്രണയിക്കാനുള്ള മാർഗ്ഗമായി നിരഞ്ജനയെ മാറ്റിയതാണോ എന്നുള്ളത് അവളിൽ നിന്നു മാത്രമേ നമുക്ക് മനസ്സിലാക്കാൻ കഴിയൂ. അതിന് അവൾക്ക് പറയാനുള്ളത് നമുക്കാദ്യം കേൾക്കാം."

II

നിരഞ്ജനയുടെ അടുക്കൽ ചെന്ന് ഞാൻ ചോദ്യം ആവർത്തിച്ചു. "എങ്ങനെയാണ് കാർത്തിയെ നീ ശിവദത്തന്റെ കെണിയിൽ കൊണ്ടെത്തിച്ചത്?"

"ചികിത്സിച്ച് ഭേദമാക്കാൻ കഴിയാത്ത ദീപുവിന്റെ മനസ്സിന് ഒരു മരുന്നു മാത്രമേ ഉണ്ടായിരുന്നുള്ളൂ. അത് പ്രാർത്ഥനയായിരുന്നു. അവളുടെ അച്ഛന്റെ മുന്നിൽ അമിത സ്വത്തിന്റെ അവകാശിയാക്കി മാറ്റി അവളെ അവനെ കൊണ്ട് വിവാഹം കഴിപ്പിക്കാമെന്ന് അമ്മാവൻ വ്യാമോഹിച്ചു. അതിനുവേണ്ടി അവളെപ്പറ്റി എല്ലാം മനസ്സിലാക്കുന്നതിനുവേണ്ടിയാണ് ഞാൻ അവൾക്കൊപ്പം ഹോസ്റ്റലിൽ നിന്നത്. അവൾക്കൊപ്പം ഒരു നിഴലായി ഞാൻ എപ്പോഴും കൂടെയുണ്ടായിരുന്നു. ഞങ്ങളുടെ കണക്കു കൂട്ടലുകൾ എല്ലാം തെറ്റിച്ച് എവിടെ നിന്നോ കാർത്തിക് ഒരു സാത്താന്റെ രൂപത്തിൽ വന്നുപെട്ടു.

ഒരിക്കൽ പ്രാർത്ഥന അറിയാതെ അവളുടെ മൊബൈൽ ഫോൺ പരിശോധിച്ചപ്പോഴാണ് അവളും കാർത്തിയും തമ്മിലുള്ള പ്രണയം ഞാനറിയുന്നത്. പിന്നെ അവനെ നശിപ്പിക്കലായിരുന്നു ഞങ്ങളുടെ ലക്ഷ്യം. അമ്മാവന്റെ ആൾക്കാരാണ് അവനെ കടപ്പുറത്തിട്ട് കൊല്ലാൻ ശ്രമിച്ചത്. പക്ഷേ, അത് നടന്നില്ല.

ഞാനും എന്റെ വഴിയിൽക്കൂടി കാർത്തിയെ അപായപ്പെടുത്താൻ ശ്രമിച്ചിരുന്നു. എന്നെ ആരും സംശയിക്കാതിരിക്കാൻ അതുൽ എസ് വാര്യരെ പ്രണയം നടിച്ച് വശത്താക്കി. അവന് എന്റെ പ്രണയം നാട്യമാണെന്നറിയില്ലായിരുന്നു."

ഞാൻ അതുലിനെ തലേദിവസം ഫോൺ വിളിച്ചിട്ട് ജനറൽ ക്ലാസ് കഴിഞ്ഞ് കുട്ടികൾ പോയിക്കഴിയുമ്പോൾ കെട്ടിപ്പിടിച്ച് ഒരുമ്മ തരാൻ ധൈര്യം ഉണ്ടോ എന്ന് ചോദിച്ചു. കഴിയില്ലെന്ന് പറഞ്ഞപ്പോൾ അങ്ങനെ ചെയ്താൽ മാത്രമേ അവനെ ഒരു ആണായിക്കണ്ട് പ്രേമിക്കുകയുള്ളു എന്നു ഞാൻ വാശിപിടിച്ചു. അതുലിനെ മറ്റുള്ളവരുടെ മുന്നിൽ മോശക്കാരനാക്കാൻ വേണ്ടിയാണ് എന്നെ കെട്ടിപ്പിടിക്കാൻ അവനെ നിർബ്ബ

ന്ധിപ്പിച്ചത്. എന്നെ കെട്ടിപ്പിടിക്കുമ്പോൾ ബഹളമുണ്ടാക്കി ആളിനെ കൂട്ടാമെന്ന് ഞാൻ കരുതി. അങ്ങനെ അടുത്ത ദിവസം ഫസ്റ്റ് ഫ്ളോറിൽ നിന്നും കയറി വന്ന അലീന ടീച്ചറെ ഞാനാണെന്ന് കരുതി അവൻ കയറിപ്പിടിച്ചു."

മുകളിലേക്ക് വന്ന ഞാൻ കയറിയില്ല പകരം തിരിഞ്ഞ് പൊട്ടിയ ചെരിപ്പ് ശരിയാക്കുന്നതിനായി നിന്നപ്പോൾ പുറകിൽ നിന്നും വന്ന ടീച്ചർ മുകളിലേക്ക് കയറി പോയി. ടീച്ചറും ഞാനും ഒരേ നിറത്തിലുള്ള സാരിയാണ് ഉടുത്തിരുന്നത്. ആരും കാണാതെ പെട്ടെന്ന് ഒരുമ്മ നല്കി പോകാമെന്ന ധാരണയിൽ തൂണിന്റെ പിറകിൽ നിന്നും ചാടി വീണ് അവൻ ടീച്ചറിനെ കയറിപ്പിടിച്ചു. ഉമ്മ നല്കാനായി നോക്കുമ്പോഴാണ് അത് ടീച്ചറാണെന്ന് അറിയുന്നത്. എന്ത് ചെയ്യണമെന്നറിയാതെ പകച്ചു നിന്ന സമയത്തിനുള്ളിൽ കാർത്തി അവിടെ വന്നുപെടുകയും അവനെ തല്ലുകയും ചെയ്തു."

ഞാൻ പ്രതീക്ഷിച്ചതിലും ഉപരിയായി ആ സംഭവത്തോടെ കാർത്തിയും അതുലും ബദ്ധശത്രുക്കളാവുകയും ചെയ്തു. ലാബിൽ വച്ച് സോഡിയം കാർത്തിയുടെ മുന്നിൽ പൊട്ടിക്കാൻ ശ്രമിച്ചതും സൾഫ്യൂരിക്കാസിഡ് എടുത്തെറിഞ്ഞതും ഞാനായിരുന്നു. അതുൽ സോഡിയം അബദ്ധത്തിൽ പൊട്ടിയതാണെന്ന് കരുതിയപ്പോൾ സൾഫ്യൂരിക് ആസിഡ് അവൻ അറിയാതെയാണ് ഞാൻ കാർത്തിക്ക് നേരെ എറിഞ്ഞത്. പക്ഷേ, അതെല്ലാം നിഷ്ഫലമായി. കാർത്തിയൊക്കെ അതുലിനെ സംശയിച്ചപ്പോൾ ഞാൻ വീണ്ടും കരുക്കൾ നീക്കി. കാർത്തിക്ക് എന്തെങ്കിലും സംഭവിച്ചാൽ അത് അതുലിന്റെ മുകളിൽ കെട്ടി വയ്ക്കാമെന്ന് ഞാൻ കരുതി. ഫസ്റ്റ് സെമസ്റ്റർ കഴിഞ്ഞതോടെ അതുൽ കോളേജിൽ നിന്നും പോയി. പക്ഷേ കാർത്തിയും പ്രാർത്ഥനയും ഞങ്ങളുടെ സ്വപ്നങ്ങളെയും പ്രതീക്ഷകളെയും തച്ചുടച്ച് ഫസ്റ്റ് സെമസ്റ്റർ കഴിഞ്ഞതോടെ വിവാഹിതരായി. അതിന് ശേഷം കോളേജിൽ മടങ്ങിയെത്തുന്നതുവരെ അവരെ എത്രയൊക്കെ അന്വേഷിച്ചിട്ടും കണ്ടെത്താനായില്ല.

തിരികെയെത്തിയ കാർത്തിയെ എന്നന്നേക്കുമായി ഇല്ലാതാക്കി പ്രാർത്ഥനയെയും കൊണ്ട് പോകാനായി ഒരവസരത്തിനായി ഞങ്ങൾ കാത്തിരുന്നു. പക്ഷേ, ഞങ്ങളെ വീണ്ടും ഞെട്ടിക്കുന്ന വാർത്തയാണ് അവർ തന്നത്. പ്രാർത്ഥന അപ്പോഴേക്കും ഗർഭിണിയായിക്കഴിഞ്ഞിരുന്നു. എങ്കിലും കാർത്തിയുടെ നാശത്തിനായുള്ള ഒരു നല്ല അവസരം കാത്തിരുന്ന ഞങ്ങളുടെ മുന്നിലേക്കാണ് കർമ്മചന്ദ്രൻ സാർ കൊടൈക്കനാൽ ട്രിപ്പുമായി വന്നത്.

കൊടൈക്കനാലിൽ ഉള്ളതിൽ നല്ല ലോഡ്ജായിരുന്നു അമ്മത്തായ്. അതിലായിരുന്നു താമസിക്കാൻ ബുക്ക് ചെയ്തിരുന്നത്. അത് അമ്മാവന്റെ കൂട്ടുകാരന്റെയായതിനാൽ അയാളുടെ സഹായത്തോടെ അതിനകത്ത് അസൗകര്യമുള്ളതാണെന്ന് ഇവിടെ നിന്ന് വന്നവരെ തെറ്റിദ്ധ

രിപ്പിക്കുകയായിരുന്നു. അവിടെ നിന്ന് എല്ലാവരും ഇറങ്ങാൻ നേരം ശിവദത്തൻ പറഞ്ഞയച്ച ബ്രോക്കർ രാമു അവിടെയെത്തുകയും ബാരിസ്റ്റണിലേയ്ക്ക് കൂട്ടിക്കൊണ്ട് പോവുകയുമായിരുന്നു.

ശിവദത്തന്റെ കെണിയിലേക്ക് കാർത്തിയെ കൂട്ടിക്കൊണ്ട് ചെല്ലാനുള്ള ചുമതല എനിക്കായിരുന്നു. വളരെ മനോഹരമായ സ്ഥലം ഞാൻ കണ്ടെത്തിയെന്നും അത് കാട്ടിത്തരാമെന്നും പറഞ്ഞപ്പോൾ കാർത്തി മറ്റൊന്നും ആലോചിക്കാതെ ബാരിസ്റ്റണിന്റെ മുറ്റത്ത് നിന്നും മൂടൽ മഞ്ഞിന്റെ ധൂമ വർണ്ണത്തിന്റെ വശ്യതയിൽ എനിക്കൊപ്പം നടകൊണ്ടു. ഉദ്ദേശിച്ചസ്ഥലത്ത് ഒരു ഗർത്തമുണ്ടെന്ന് പറഞ്ഞപ്പോൾ അവനത് വിശ്വസിക്കാനാകുന്ന കാര്യമായിരുന്നില്ല. ആ ഗർത്തത്തിന്റെ ആഴമറിയാനാണ് അന്നേരം അവൻ ശ്രമിച്ചത്. ഞാനും അവനും സംസാരിച്ച് കൊണ്ടിരുന്നതിനിടയിൽ മൂടൽമഞ്ഞ് മാറുകയും സൂര്യ ഞങ്ങളെ കാണുകയും ചെയ്തു. അത് മനസ്സിലാക്കിയ ഞാൻ മരത്തിന്റെ പിന്നിലേക്ക് മറഞ്ഞു. കാർത്തിക് യാതൊന്നുമറിയാതെ തന്റെ മുന്നിലുള്ള വെൺമേഘ ശകലങ്ങളുടെ സൗന്ദര്യം ആസ്വദിച്ച് കൊണ്ടിരുന്നതും വേഗത്തിൽ മഞ്ഞ് വന്ന് പടർന്ന് പന്തലിച്ചു. കിട്ടിയ സന്ദർഭം ശിവദത്തൻ മുതലാക്കി."

കാർത്തിക് ശിവദത്തന്റെ കെണിയിലകപ്പെട്ടതും ഞാൻ മറ്റാരും കാണാതെ മരങ്ങൾക്കിടയിലൂടെ ബാരിസ്റ്റണിന്റെ പിൻവശത്തെ മുറ്റത്തെത്തി. ടോയിലറ്റിൽ കയറി വസ്ത്രം മാറി പുറത്തിറങ്ങി മറ്റുള്ളവർക്കൊപ്പം കൂടി. നിമിഷങ്ങൾക്കുള്ളിൽ എല്ലാം നടന്നതിനാലും ചെടിപ്പടർപ്പിന്റെയും മൂടൽ മഞ്ഞിന്റെയും സഹായമുള്ളതിനാലും സൂര്യക്ക് എന്നെ തിരിച്ചറിയാനായില്ല. എന്റെ ആ റെഡ് കളർ ചുരിദാർ പിന്നെ ശിവദത്തൻ എടുത്തു കൊണ്ട് പോവുകയും ചെയ്തു. ഞങ്ങൾ വിചാരിച്ചതുപോലെ അവനെ കൊല്ലുകയായിരുന്നു. എന്റെ മൊഴികളിലൂടെയും ശക്തിവേലിന്റെ തന്ത്രങ്ങളിലൂടെയും സൂര്യയെ പ്രതിയാക്കാൻ ഞങ്ങൾക്ക് കഴിഞ്ഞു. പക്ഷേ ഇപ്പോൾ.....

"എന്താ ഇപ്പോൾ പ്രാർത്ഥനയെക്കൂടി കൊന്നപ്പോൾ സമാധാനമായില്ലേ? ഇത്രയും ദുഷ്ടനായ ഒരമ്മാവനും അനന്തരവളും ഇനിയൊരിക്കലും ഉണ്ടാവുകയില്ല. തന്റെ അമ്മാവന് വിവരവുമില്ലെന്ന് കരുതാം. പക്ഷേ, താൻ അങ്ങനെയാണോ? വിദ്യ നേടിയ താനല്ലേ അയാളെ തെറ്റിൽ നിന്നും പിൻതിരിപ്പിക്കേണ്ടിയിരുന്നത്? നിനക്കും നിന്റെ അമ്മാവനും തൂക്കു കയർ കിട്ടിയാൽ പോലും മതിയാവില്ല. അഗ്നികുണ്ഡത്തിലേക്ക് ജീവനോടെ നിന്നെയൊക്കെ തൂക്കിയെറിയണം."

"സാർ ഇത്രയും പറഞ്ഞതുകൊണ്ട് ഞാൻ ഒരു കാര്യം പറയാം. എന്റെ സ്ഥാനത്ത് സാർ ആയിരുന്നെങ്കിലും ഇതൊക്കെ തന്നെയാകും ചെയ്യുക. ദേവനാരായണൻ സത്യത്തിൽ എന്റെ അമ്മാവനല്ല."

"എന്റെ എല്ലാ ചെലവുകളും നോക്കി, ഒരിക്കലും എന്റെ അരികിൽ വന്ന് വാത്സല്യം കാട്ടാതെ, എന്നെ വളർത്തി വലുതാക്കിയ എന്റെ

വളർത്തച്ഛനാണ് അദ്ദേഹം."

"അപ്പോൾ നിന്റെ അച്ഛനുമമ്മയും എവിടെ?"

"പത്ത് വയസ്സുള്ളപ്പോൾ എനിക്ക് ജന്മം നല്കിയ എന്റെ അച്ഛൻ എന്നെ വിറ്റു."

"വിറ്റെന്നോ, ആർക്ക്?"

"അച്ഛന്റെ തന്നെ മുതലാളിക്ക്. അച്ഛനോടൊപ്പം എന്നൊക്കെ ആ മുതലാളിയും മദ്യവും വീട്ടിലെത്തുന്നോ അന്നൊക്കെ അമ്മ ഒരു മുറിയിൽ അലമുറയിട്ട് കരയുന്നത് എനിക്ക് കേൾക്കാമായിരുന്നു. അവസാനം പാതിരാത്രി മുതലാളി വീട്ടിൽ നിന്നും പോകുമ്പോൾ കട്ടിലിനടിയിൽ മുഖം പൊത്തി അമർത്തിക്കരയുന്ന അമ്മയുടെ മുഖം മാത്രമേ എനിക്ക് ഓർമ്മയുള്ളൂ. അമ്മയുടെ കരച്ചിലിന്റെ കാരണമറിയാനായി ഒരിക്കൽ മുറി തുറന്ന് അകത്ത് കയറിയ ഞാൻ അമ്മയെ പോയി കെട്ടിപിടിച്ചു ഉറക്കെ കരഞ്ഞു. എന്നെ പിടിച്ച് പുറത്തേക്ക് കൊണ്ടുപോകാൻ വന്ന അച്ഛൻ എന്ന മൃഗത്തിനോട് ആ വന്യമൃഗം ചോദിച്ചു. "നീ ഇവളെ വില്ക്കുന്നോടാ?"

ഒരു നിമിഷത്തിന്റെ ആലോചനയില്ലാതെ അയാൾ തിരികെ ചോദിച്ചു.

"എന്ത് തരും? പത്തേ ആയിട്ടൊള്ളെങ്കിലും പതിനാറിന്റെ മുഴുപ്പാണ്"

"ഒരു മോന്തി കള്ളും പതിനായിരവും തന്നേക്കാം. എന്താ മതിയോ?"

"മതി, മുതലാളി എടുത്തോ ഇതിനെ."

മദ്യലഹരിയിൽ മയങ്ങിയ അയാൾ അമ്മയെ ഉപേക്ഷിച്ച് എന്നെ എന്തൊക്കെയോ ചെയ്യുന്നതിനിടയിൽ വസ്ത്രംപോലും പൂർണ്ണമായി ധരിക്കാതെ എന്നെയുംകൊണ്ട് അമ്മ പുറത്തേക്കോടി. പക്ഷേ, ആ ഓട്ടത്തിന് ശക്തി മതിയാവില്ലായിരുന്നു. തിരികെ അമ്മയെ മുറിയിൽ കൊണ്ടുവന്ന് ചവിട്ടിക്കൊല്ലുമ്പോൾ അമ്മയുടെ മുന്നിൽ അച്ഛന്റെ കൂട്ടുകാരൻ എന്റെ കവിൾ കടിച്ച് മുറിക്കുകയായിരുന്നു. അവസാനം അച്ഛൻ എന്നെ മുഖം പൊത്തി അമർത്തിയത് കൊല്ലാൻ വേണ്ടിയായിരുന്നിരിക്കണം. ആ ഒരു ഭീകര ദിനം ഒരിക്കലും എനിക്ക് മറക്കാൻ കഴിയില്ല. ഞാൻ ഒരു വാക്ക് സംസാരിക്കാൻ ഒരു വർഷമെടുത്തു. അച്ഛൻ ഇപ്പോൾ ജയിലിലാണ്. മകളെ പീഡിപ്പിച്ച് ഭാര്യയെ കൊന്ന പ്രതിക്ക് വധശിക്ഷ വിധിച്ചെങ്കിലും ഇവിടത്തെ നിയമങ്ങളായതിനാൽ ഇനിയും എന്നെ തേടി അയാൾ വരും. എനിക്ക് നേരായ രീതിയിൽ, വിഭ്രാന്തിയോടു കൂടിയല്ലാതെ സാക്ഷി പറയാൻ കഴിയാത്തതിനാൽ അച്ഛന്റെ കൂട്ടുകാരൻ രക്ഷപ്പെട്ടു.

അഞ്ചാം ക്ലാസ് കഴിഞ്ഞതോടെ എന്നെ പാണ്ഡവപുരത്ത് നിന്നും തിരുവനന്തപുരത്തെ ഒരു അനാഥാലയത്തിലേക്ക് മാറ്റി. പഠനത്തിലെ മികവ് കണ്ടാവണം മുതലാളി ദേവനാരായണൻ എന്നെ ദത്തെടുത്തു.

അദ്ദേഹം എന്ന മനുഷ്യനെ അങ്കിൾ എന്നു വിളിക്കുന്നതിനേക്കാൾ അച്ഛൻ എന്നു വിളിക്കാനാണ് എനിക്ക് ഏറെ ഇഷ്ടം. സത്യത്തിൽ അദ്ദേഹമില്ലായിരുന്നെങ്കിൽ ഞാൻ പുരുഷനെ തന്നെ എന്തിനേറെ പറയുന്നു മനുഷ്യനെ തന്നെ വെറുത്ത് ജീവിതം നശിപ്പിക്കുമായിരുന്നു. എന്റെ ജീവിതത്തിൽ ഞാൻ മോഹിച്ച ഡിഗ്രികൾ എല്ലാം സ്വന്തമാക്കാൻ എന്നെ അദൃശ്യലോകത്ത് ഇരുന്ന് സഹായിച്ച ആളാണ് അദ്ദേഹം. അദ്ദേഹമാണ് എന്നെ ദത്തെടുത്തത് എന്ന് അറിയുന്നത് തന്നെ ഇവിടെ വരുന്നതിന് മാസങ്ങൾക്ക് മുൻപാണ്."

ജീവിതത്തിൽ ഒരിക്കൽ മാത്രമേ അദ്ദേഹം എന്നെത്തേടി വന്നിട്ടുള്ളു. ദീപുവിന്റെ ജീവൻ രക്ഷിക്കാനുള്ള മരുന്നായ പ്രാർത്ഥനയെപ്പറ്റി പറയാൻ വേണ്ടിയായിരുന്നു ആ വരവ്. ഇവിടെ അഡ്മിഷനാകാൻ നേരം എന്റെ രക്ഷാകർത്താവായി വന്നത് മുതലാളി ദേവനാരായണനായിരുന്നു. അദ്ദേഹത്തിന് എന്നാൽ കഴിയുന്ന സഹായങ്ങൾ ഞാൻ ചെയ്തു കൊടുത്തു."

ആ സമയം വിഷ്ണു വന്നിട്ട് പറഞ്ഞു.

"സാർ ദേവനാരായണൻ എന്നൊരാളെ നമ്മൾ അന്വേഷിച്ചിട്ട് എങ്ങും കണ്ടെത്താൻ കഴിഞ്ഞില്ല. സാർ പറഞ്ഞതുപോലെ കൊടൈക്കനാലിലും മുംബൈയിലും എല്ലാം അന്വേഷിച്ചു. പക്ഷേ, സൂര്യയുടെ അച്ഛനെ മുംബൈയിലും കൊടൈക്കനാലിലും എല്ലാവർക്കും അറിയാം. സാർ പറഞ്ഞതുപോലെ തന്നെയാണ് കാര്യങ്ങൾ. സൂര്യയുടെ അച്ഛൻ തന്നെയാകും ഈ ദേവനാരായണൻ"

ഞാൻ നിരഞ്ജനയോട് ചോദിച്ചു? "സത്യത്തിൽ നീ ദീപുവിനെ ഒരിക്കലെങ്കിലും കണ്ടിട്ടുണ്ടോ?"

"ഇല്ല സാർ"

ഷറഫുദ്ദീൻ അന്തം വിട്ട് ചോദിച്ചു "നീ ദേവനാരായണനെ എത്ര തവണ കണ്ടിട്ടുണ്ട്?"

"ഒരേ ഒരു തവണ മാത്രം."

കോളേജിൽ നിന്നും ഇറങ്ങുമ്പോൾ രാത്രി പത്ത് മണി കഴിഞ്ഞിരുന്നു. നിരഞ്ജനയെ സ്റ്റേഷനിലേക്ക് മാറ്റാൻ പറഞ്ഞു. ഷറഫുദ്ദീനോട് സൂര്യയുടെ അച്ഛനെ രാവിലെ തന്നെ ഈ ഭൂലോകത്ത് എവിടെയുണ്ടെങ്കിലും അറസ്റ്റ് ചെയ്തിരിക്കണമെന്ന് ഞാൻ പറഞ്ഞു. ഒപ്പം ഞാൻ ഒരു കാര്യം കൂടി പറഞ്ഞു. പ്രാർത്ഥനയുടെ പക്കലുള്ള അമിതസ്വത്തിനു വേണ്ടി സൂര്യ അറിയാതെ ആകും അവന്റെ അച്ഛൻ കരുക്കൾ നീക്കിയത്. സൂര്യയല്ല സൂര്യയുടെ അച്ഛനാണ് യഥാർത്ഥ കുറ്റക്കാരൻ. അവന്റെ പിന്നാലെ പോയതിനാലാണ് യഥാർത്ഥ പ്രതിയെ കണ്ടെത്താൻ താമസിച്ചത്. പിന്നെ ഈ ദീപുവിന്റെ കഥ ഒരു കെട്ടുകഥയായിരിക്കും. ഒരു തവണയെങ്കിലും നിരഞ്ജന ദീപുവിനെ കാണാൻ ശ്രമിച്ചിരുന്നെങ്കിൽ അയാളുടെ കെണിയിൽ വീഴില്ലായിരുന്നു.

III

"ആരതിയുടെ ബുദ്ധിയെ വീണ്ടും ഞാനൊന്ന് പരിശോധിക്കുകയാണ്. ഇത്രയും നേരം കഥയിൽ മുഴുകി ഇരിക്കുകയായിരുന്നോ? അതോ മറ്റെന്തെങ്കിലുമായിരുന്നോ ചിന്താവിഷയം?"

"സാർ ഇടയ്ക്ക് പ്രാർത്ഥനയെപ്പറ്റി പറഞ്ഞ ഒരു കാര്യമാണ് ഞാൻ ഇപ്പോൾ ഓർക്കുന്നത്?"

"എന്താണത്?"

"സത്യത്തിൽ പ്രാർത്ഥനയായിരിക്കില്ല, സാറാണ് ഒരു കുയിലിന്റെ താളത്തിൽ സംസാരിക്കുന്നത്. പിന്നെ സാറിന്റെ ഓർമ്മശക്തി അപാരം തന്നെയാണ്."

"എത്ര പുകഴ്ത്തിയാലും ഇകഴ്ത്തിയാലും ഞാൻ ചോദ്യം ചോദിക്കും?"

"എന്താണ് ചോദ്യം?"

"കാർത്തിയുടെ കൊലപാതകി ആര് എന്നുള്ള സമസ്യയുടെ ഉത്തരം എന്താണ്?"

"ഈ സമസ്യയുടെ ഉത്തരം സൂര്യയുടെ അച്ഛൻ അല്ലെങ്കിൽ പ്രാർത്ഥനയുടെ അച്ഛൻ ആണ്."

"അതുലിനെയും നിധീഷിനെയും ഒഴിവാക്കിയോ?"

"ഒഴിവാക്കി."

"പാണ്ഡവപുരത്ത് നിന്നും എസ്.ഐ.അരുണിന്റെ കോൾ വരുന്നതുവരെയും ഈ സമസ്യയുടെ ഉത്തരം സൂര്യയുടെ അച്ഛനായിരുന്നു. ഷറഫുദ്ദീന്റെ അനാസ്ഥയാണ് ആ ഉത്തരത്തിന് കാരണം. ദേവനാരായണൻ എന്ന മുഖംമൂടി ധരിച്ചത് സൂര്യയുടെ അച്ഛനല്ലെന്ന യാഥാർത്ഥ്യമാണ് അരുൺ കണ്ടെത്തിയത്."

"എന്തായിരുന്നു എസ്.ഐ.അരുണിന് പറയാനുണ്ടായിരുന്നത്?"

"അതിനുമുൻപ് എന്റെ ചോദ്യത്തിന് വ്യക്തമായ ഉത്തരം പറയ്?"

"സൂര്യയുടെ അച്ഛനല്ലാത്ത സ്ഥിതിക്ക് പ്രാർത്ഥനയുടെ അച്ഛനാണോ?"

"ഒരിക്കലുമല്ല."

"നമ്മൾ പ്രതീക്ഷിച്ച ഉത്തരമായിരുന്നില്ല ഈ സമസ്യക്കുണ്ടായിരുന്നത്, അല്ലേ?"

"അതെ. നിരഞ്ജനയെ അറസ്റ്റ് ചെയ്തതിന് അടുത്ത ദിവസം രാവിലെ അരുണിന്റെ കോൾ കേട്ടാണ് ഞാനുണർന്നത്. ഈ കേസിന്റെ ഗതി തന്നെ മാറ്റിയ കാര്യമാണ് അരുണിന് പറയാനുണ്ടായിരുന്നത്. നിധീഷിന്റെ അച്ഛൻ നടത്തുന്ന ആയുർവേദ മാനസികാരോഗ്യ കേന്ദ്രത്തിലെ ഡോക്ടറെ ആരും അറിയാതെ അരുണും ഒരു പൊലീസുകാരനും കൂടി പൊക്കി. ആശുപത്രിയിൽ ചെന്ന് നിധീഷിനെപ്പറ്റി അന്വേഷിക്കുന്നതിനി

ടയിൽ പരസ്പര വിരുദ്ധമായാണ് അയാൾ സംസാരിച്ചത്. അതിൽ സംശയം തോന്നിയാണ് അവനെ കടത്തിയത്. അരകുപ്പി റമ്മിന്റെ കാശേ പാഴിപ്പോയൊള്ളൂ. ശരീരം മെനക്കേടുത്തേണ്ടി വന്നില്ല. ആൾ വ്യാജ വൈദ്യനായിരുന്നു. ഉള്ളിലെ ഭയം കാരണം വ്യാജ ഡോക്ടർ തത്ത പറയുന്നതുപോലെ പറഞ്ഞ കാര്യങ്ങൾ പേടിപ്പെടുത്തുന്നതായിരുന്നു."

ഞാൻ അപ്പോൾ തന്നെ ഷറഫുദ്ദീനുമായി നിരഞ്ജനയെ പാർപ്പിച്ച സ്റ്റേഷനിലേക്ക് പോയി. പോകുന്ന വഴിയിൽ ചിന്തിച്ചു."

സത്യത്തിൽ എന്റെ കഴിവുകൊണ്ടാണോ ഈ കേസിൽ കുറ്റവാളിയെ കണ്ടെത്തിയത്? ഇതിന്റെ ആരംഭം മുതൽ ഒരു അദൃശ്യ ശക്തി എന്നെ സഹായിച്ചിരുന്നത് പോലെ എനിക്ക് തോന്നി. ഒരിക്കലും ഒരു തെളിവും കണ്ടെത്താൻ സാഹചര്യമില്ലാതിരുന്ന സ്ഥലത്ത് ജൂലിയിലൂടെ, ഒരു ചെറിയ തേളിന്റെ രൂപത്തിൽ, ഷറഫുദ്ദീന്റെ അനാസ്ഥയിലൂടെ എനിക്കു മുന്നിൽ വഴികൾ പ്രത്യക്ഷപ്പെടുകയായിരുന്നു."

"സാർ എന്തായിരുന്നു ഈ സമസ്യക്കുത്തരം?"

"പറയാം. അതിനു മുൻപ് ഒരു കാര്യം. നമ്മൾ ജീവിതത്തിൽ പ്രതീക്ഷിക്കുന്നതാകില്ല പലപ്പോഴും സംഭവിക്കുക. സംഭവിക്കുന്നത് പരാജയമാണെങ്കിൽ വിധിയുടെ മുകളിൽ പഴിചാരി നമ്മൾ രക്ഷപ്പെടാൻ ശ്രമിക്കും. സത്യത്തിൽ വിധിയാണോ കുറ്റക്കാരൻ? യഥാർത്ഥ കുറ്റക്കാരൻ നമ്മൾ തന്നെയല്ലേ? നമ്മുടെ സഞ്ചാരദിശയും ഉദാസീനതയുമല്ലേ നമ്മുടെ പ്രതീക്ഷകളെ തെറ്റിക്കുന്നത്. ഷറഫുദ്ദീന്റെ ഉദാസീനത എന്റെ ഉദാസീനതയാണ്. അതാണ് മുഖം മൂടിക്കുള്ളിലെ യഥാർത്ഥ പ്രതിയെ കണ്ടെത്തുന്നതിൽ നിന്ന് വഴിതെറ്റി നടത്തിച്ചത്. ആ ഉദാസീനത പരിഹരിച്ചിടത്ത് ഞാൻ വിജയിച്ചു. എന്റെ ഗതി ലക്ഷ്യം കണ്ടു. ഈ സമസ്യയുടെ യഥാർത്ഥ ഉത്തരം ലഭിച്ചു. ഞാൻ നിധീഷിലേക്ക് മടങ്ങുന്നു."

നിരഞ്ജനയുടെ അടുക്കൽ എത്തിയപ്പോൾ ഞാൻ പറഞ്ഞു. "താൻ ദൈവത്തെ പോലെ കണ്ട് ആരാധിക്കുന്ന ദേവനാരായണൻ എന്ന മൃഗത്തിന് പിശാചിന്റെ മുഖം മൂടിയാണ് കൂടുതൽ യോജിക്കുന്നത്. രക്ഷകൻ തന്നെ ശിക്ഷകനാകുന്ന വളരെ വലിയ പാതകമാണ് നിന്റെ ജീവിതത്തിൽ സംഭവിച്ചത്. ഉച്ചി തൊട്ട കൈ കൊണ്ട് ഉദകക്രിയ നടത്തിയവനാണ് ദേവനാരായണൻ"

"സാർ എന്തൊക്കെയാണീ പറയുന്നത്?"

"നിന്റെ അച്ഛൻ നിന്നെ വിറ്റത് വിശ്വനാഥപ്പണിക്കർ എന്ന മുതലാളിക്കാണ്. നിന്റെ അമ്മയുടെ മരണത്തിനുത്തരവാദി അയാളാണ്. വിശ്വനാഥപ്പണിക്കരെ നിരഞ്ജന തിരിച്ചറിയാതെയിരിക്കാനാണ് ഒരുപാട് കാലം അകന്നു നിന്നതും ഒരത്യാവശ്യം വന്നപ്പോൾ വേഷം മാറി മുന്നിലെത്തിയതും. വളരെ ബോധപൂർവ്വം അയാൾ തന്നെ ചതിക്കുകയായിരുന്നു.

വളർത്തി വലുതാക്കി നശിപ്പിക്കലായിരുന്നു അയാളുടെ ലക്ഷ്യം. പക്ഷേ, എപ്പോഴോ നിധീഷ് അയാൾക്ക് ഒരു തലവേദനയായപ്പോൾ അവന്റെ ചികിത്സയ്ക്കുള്ള ഉപകരണമാക്കി നിന്നെ മാറ്റുകയായിരുന്നു. പിന്നെ നിരഞ്ജന പത്ത് വയസ്സിൽ കണ്ട വിശ്വനാഥനെ കാണുന്നത് പന്ത്രണ്ട് വർഷങ്ങൾക്ക് ശേഷം ബി എഡിന് അഡ്മിഷൻ ആകുന്നതിന് മുൻപാണ്."

"സാറിനിതെന്താ ഭ്രാന്ത് പിടിച്ചോ? സിഗ്മണ്ട് ഫ്രോയിഡ് പറഞ്ഞ ഒരു കാര്യം സാറിനറിയുമോ? മൂന്നു വയസ്സിനുശേഷം നടക്കുന്ന പല പ്രധാന കാര്യങ്ങളും നമ്മുടെ മനസ്സിൽ തങ്ങി നില്ക്കും. അപ്പോൾ പത്ത് വയസ്സിൽ നടന്ന കാര്യത്തെപ്പറ്റി പറയണ്ടല്ലോ? പിന്നെ സന്തോഷം നല്കുന്ന കാര്യങ്ങൾ പെട്ടെന്നു മനസ്സിൽനിന്നും മാഞ്ഞു പോകും. പക്ഷേ, തീവ്രമായ ദുഃഖം നല്കുന്ന ദുരന്തങ്ങളുടെ കനലുകൾ മനസ്സിൽ നിന്നും ഒരിക്കലും കെട്ടടങ്ങില്ല. സാറെ എന്റെ ഈ കവിളത്ത് കാണുന്ന പാട് അയാൾ അന്ന് കടിച്ച് മുറിച്ചതാണ്. ഇതുപോലൊരു മുറിവ് എന്റെ ചങ്കിലുമുണ്ട്. ആ ഉണ്ട കണ്ണട ധരിച്ച, മുണ്ടും ഷർട്ടും മാത്രം ധരിക്കുന്ന, കഷണ്ടിത്തലയനെ ഒരിക്കലും എനിക്ക് മറക്കാൻ കഴിയില്ല."

പാണ്ഡവപുരത്തുനിന്നും അരുൺ മെയിൽ ചെയ്തുതന്ന ഫോട്ടോ ലാപ്പ് ടോപ്പിൽ കാണിച്ചുകൊണ്ട് ചോദിച്ചു. "ഇയാൾക്ക് തന്നെയാണോ നിരഞ്ജനയുടെ അച്ഛൻ തന്നെ വിറ്റത്?"

"ഇയാൾക്ക് തന്നെയാണ് എന്റെ അച്ഛൻ എന്നെ വിറ്റത്. പക്ഷേ ഞാൻ അമ്മാവൻ എന്ന് വിളിക്കുന്ന ദേവനാരായണനല്ല ഇത്."

"ദേവനാരായണന്റെ അഭിനയവും വേഷവും അത്ര പെർഫക്ട് ആയിരുന്നു. പിന്നെ അയാളെ കാണുമ്പോൾ തന്റെ മനസ്സിൽ തിൻമയുടെ ഒരംശം പോലും ഉണ്ടായിരുന്നിരിക്കില്ല. അതാണ് അയാളെ തനിക്ക് തിരിച്ചറിയാൻ കഴിയാതെയിരുന്നത്."

കരച്ചിലിന്റെ വക്കിലെത്തിയ നിരഞ്ജന "സാർ പറയുന്നതൊന്നും എനിക്ക് ഉൾക്കൊള്ളാൻ കഴിയുന്നില്ല. കാരണം സാർ പറയുന്ന ഈ ഫോട്ടോയിലെ ആളല്ല ഞാൻ അമ്മാവനായി കാണുന്ന ദേവനാരായണൻ."

"തനിക്ക് ഈ കാണുന്ന ഫോട്ടോയിൽ കഷണ്ടിത്തലയ്ക്ക് പകരം വിഗ് വച്ച തിരിച്ചറിയാൻ കഴിയാത്ത രീതിയിൽ മുടിയുള്ള, ഇൻഷർട്ട് ചെയ്ത് എക്സിക്യൂട്ടീവ് ലുക്കിൽ, കണ്ണട ധരിക്കാത്ത പകരം കണ്ണിൽ തന്നെ ലെൻസ് ധരിച്ചിട്ടുള്ള മനുഷ്യന്റെ ഫോട്ടോ കാണിച്ച് തരാം. അതും പറഞ്ഞ് ഞാൻ നിരഞ്ജനയുടെ ബയോഡേറ്റയിൽ നിന്നും എടുത്ത ഫോട്ടോ അവളെ കാട്ടി. കരഞ്ഞു കൊണ്ടു അതു തന്നെയാണ് അവളുടെ ജീവിതം തകർത്ത മുതലാളി വിശ്വനാഥപ്പണിക്കരും അവളുടെ രക്ഷകനായ ദേവനാരായണനും എന്ന് സമ്മതിക്കാൻ അവൾ തയ്യാറായില്ല."

ഞാൻ എന്തൊക്കെ പറഞ്ഞിട്ടും സത്യം ഉൾകൊള്ളാൻ നിരഞ്ജനയുടെ മനസ്സിന് കഴിഞ്ഞില്ല. അവസാനം അവളുടെ നയനങ്ങൾ നിറഞ്ഞ്

കവിൾത്തടത്തിലൂടെ ഒഴുകി കീഴ്ത്താടിയിൽ നിന്ന് മാറിടത്തിലേക്ക് വീണ കണ്ണുനീർത്തുള്ളിയിൽ ഞാൻ ആധുനിക കേരളം കാണുകയായിരുന്നു. വഴിതെറ്റി സഞ്ചരിക്കുന്ന സ്ത്രീകൾക്ക് പിന്നാലെ സഞ്ചരിച്ച് മാതൃക കാട്ടുന്ന ഭരണനേതാക്കൾ? പല ഫാഷനിലും ഡിസൈനിലുമുള്ള കൊലപാതകങ്ങൾ കേൾക്കാൻ മോഹിക്കുന്ന മലയാളി മനസ്സ്. അതിനെ ആഘോഷിക്കുന്ന ചാനലുകൾ. പ്രതികരണ ശേഷി തല്ലിക്കെടുത്തി ഒരു തലമുറയെ വളർത്തിയെടുത്ത് കഴിയുമ്പോൾ ഇനി എന്തൊക്കെ സംഭവങ്ങൾ നമ്മൾ കേൾക്കാനിരിക്കുന്നു?

ഷറഫുദ്ദീൻ ഇവരെ രണ്ടാളിനെയും ഇന്ന് തന്നെ അറസ്റ്റ് രേഖപ്പെടുത്തി കോടതിയിൽ ഹാജരാക്കണം. എസ് ഐ അരുണിനെ വിളിച്ചപ്പോൾ പാണ്ഡവപുരത്ത് നിന്നും മുതലാളി വിശ്വനാഥപ്പണിക്കരെ അറസ്റ്റ് ചെയ്തെന്ന് പറഞ്ഞു. ഒരുപാട് എതിർത്തെങ്കിലും ശിവദത്തന്റെയും നിരഞ്ജനയുടെയും കാര്യം പറഞ്ഞു അവസാനം കീഴടക്കുകയായിരുന്നു. അതോടൊപ്പം തമിഴ്നാട്ടിൽ നിന്നും ശക്തിവേലിനെതിരെയുള്ള നടപടിക്രമങ്ങൾ പൂർത്തിയാക്കിയെന്ന് വിളിച്ചറിയിച്ചു.

IV

“സാറെ, സാറിനു ഈ സമസ്യക്കുത്തരം വിശ്വനാഥപണിക്കരാണെന്ന് എപ്പോഴാണ് മനസ്സിലായത്? സൂര്യയുടെ അച്ഛനേയും അവനെയുമാണല്ലോ സാർ അവസാനം വരെ സംശിയിച്ചിരുന്നത്?”

“ഈ കേസിന്റെ അവസാനഘട്ടംവരെയും നമ്മൾ തെറ്റായ ദിശയിലായിരുന്നു. കുറെ ഊഹങ്ങളുടെ പിന്നാലെയാണ് നാം സഞ്ചരിച്ചത്. പിന്നെ ഷറഫുദ്ദീന്റെ ഒരല്പം ഉദാസീനതയാണ് ഈ കേസിന്റെ വിജയത്തിന് കാരണം. അതുലിനെ പറ്റി ഷറഫുദ്ദീൻ വിശദമായി അന്വേഷിച്ചിരുന്നെങ്കിൽ നമ്മൾ വീണ്ടും പാണ്ഡവപുരത്തേക്ക് പോകുകയോ യാഥാർത്ഥ്യം മനസ്സിലാക്കുകയോ ചെയ്യുമായിരുന്നില്ല. ഈ കേസിനേക്കാൾ അലീനയും, അലീനയെ ഉപദ്രവിച്ച അതുലുമായിരുന്നു എന്റെ മനസ്സ് മുഴുവൻ. ഈ സമസ്യയുടെ ഉത്തരം വിശ്വനാഥനാണെന്നറിയില്ലായിരുന്നു. പാണ്ഡവപുരത്തെ യാത്രയോടെയാണ് അയാളെ സംശയമായത്.”

ഞാൻ പറഞ്ഞില്ലായിരുന്നോ? ഈ സമസ്യക്കുത്തരം ലഭിക്കുമെങ്കിൽ അത് എന്റെ പ്രണയത്തിലൂടെയായിരിക്കുമെന്ന്. അലീനയെക്കാണാൻ വേണ്ടി പലപലകാര്യങ്ങൾ പറഞ്ഞ് പലപ്പോഴും ഞാൻ കോളേജിൽ ചെല്ലുമായിരുന്നു. കൊടൈക്കനാലിൽ പോയി മടങ്ങി എത്തിയ ദിവസം അലീനയെ മുന്നിൽ കിട്ടാൻ ക്ലാസിലെ കുട്ടികളുടെ ബയോഡേറ്റ കാണണമെന്ന് പറഞ്ഞു. സ്റ്റാഫിനെക്കൊണ്ട് എടുപ്പിച്ചെങ്കിലും അലീന തന്നെ അതുകൊണ്ടു വന്നു തന്നു. തിരികെ പോകാൻ ശ്രമി

ച്ചെങ്കിലും കുട്ടികളെപ്പറ്റി ചോദിക്കാനുണ്ടെന്നു പറഞ്ഞപ്പോൾ ഭയപ്പാടോടെ എന്റെ മുന്നിൽ അവൾ ഇരുന്നു."

അലീനയെ കാണാനായി ഞാൻ ആ ബയോഡേറ്റയിലെ ഓരോരുത്തരെപ്പറ്റി വെറുതെ ചോദിച്ച് കൊണ്ടിരുന്നു. നിരഞ്ജനയുടെ ഗാർഡിയന്റെ സ്ഥലത്തെ പേരും ഒപ്പും അലീനയിൽനിന്നുള്ള എന്റെ ശ്രദ്ധയെ മാറ്റി. ആ പേരിനേക്കാൾ അയാളുടെ ഒപ്പാണ് എന്നെ ആകർഷിച്ചത്. മലയാളത്തിൽ എഴുതിയ വളരെ വികൃതമായൊരൊപ്പ് അതായിരുന്നു ദേവനാരായണനുണ്ടായിരുന്നത്. ഗാർഡിയന്റെ സ്ഥലത്ത് ഫാദറിനു പകരം അങ്കിൾ എന്നെഴുതിയതിനാൽ നിരഞ്ജനയെപ്പറ്റി എന്തൊക്കെയോ വെറുതെ ഞാൻ അലീനയോട് ചോദിച്ചു. പക്ഷേ, വളരെ പെട്ടെന്നു എന്റെ ശ്രദ്ധ തിരികെ അലീനയിലെത്തുകയും ദേവനാരായണന്റെ പേരും ഒപ്പും ഞാൻ മറന്നു പോവുകയും ചെയ്തു. അടുത്ത ദിവസം അതായത് നിരഞ്ജനയെ അറസ്റ്റ് ചെയ്യുന്നതിന്റെ തലേ ദിവസം എന്റെ മനസ്സിനെ ഏകാഗ്രമാക്കാനായി പാണ്ഡവപുരത്തേക്ക് യാത്രപോയി. വെറുതെ ഒരു യാത്ര. സൂര്യയെ സംശയിക്കാതിരുന്നതിലുള്ള പ്രായച്ഛിത്തം തീർക്കാനുള്ള ഒരു യാത്ര. പാണ്ഡവപുരത്ത് എത്തുന്നതുവരെ സൂര്യയുടെ അച്ഛനായിരുന്നു മനസ്സിലെ വില്ലൻ. അവിടെ പോയി ഞാൻ നിധീഷ് പണിക്കരെപ്പറ്റി അന്വേഷിച്ചു. തലേദിവസം കണ്ട ദേവനാരായണന്റെ ഒപ്പിനോട് സാദൃശ്യമുള്ള രീതിയിലെ ഒപ്പ് വിശ്വനാഥപ്പണിക്കരിലൂടെ വീണ്ടും കണ്ടപ്പോൾ എനിക്ക് നിരഞ്ജനയെ സംശയമായി."

അനാഥാലയത്തിലെ ഫയലുകൾ വെറുതെ പരിശോധിച്ചപ്പോഴാണ് വിശ്വനാഥന്റെ ഒപ്പ് ഞാൻ കാണുന്നത്. ഒരു മനുഷ്യൻ എത്രയൊക്കെ വേഷം കെട്ടിയാടിയാലും അവനിലെ കൈയക്ഷരങ്ങൾ അവനെ അവന്റേതാക്കി നിർത്തുന്നു. അയാളിൽ എത്രയൊക്കെ വേഷപ്പകർച്ചയുണ്ടാക്കിയിട്ടും അവന്റെ കൈയക്ഷരത്തിന് അധികം മാറ്റമുണ്ടാക്കാൻ അയാൾ മറന്നുപോയി. ഇവിടെ ഒപ്പാണ് ദേവനാരായണനിലെ മുഖംമൂടി വലിച്ച് കീറി വിശ്വനാഥനെ കണ്ടെത്താൻ സഹായിച്ചത്. അധികം വിദ്യാഭ്യാസമില്ലാത്ത, മൃഗമെന്ന് പറഞ്ഞാൽ മൃഗത്തിനു നാണമുണ്ടാകുന്ന ഒരു ജീവിയായിരുന്നു വിശ്വനാഥൻ. നിരഞ്ജനയെ സംശയമായപ്പോൾ അരുണിനെ കാര്യങ്ങൾ ഏല്പിച്ച് ഞാൻ തിരികെ എത്തി ഹോസ്റ്റലിലെ വാർഡനെ വിളിപ്പിച്ച് ചില കാര്യങ്ങൾ അന്വേഷിച്ചു. "ഒരേ ഓപ്ഷനിൽ വരുന്നവർ ഒരേ റൂമിൽ വരാനല്ലേ സാദ്ധ്യത. ഫിസിക്കൽ ഓപ്ഷനിലെ നിരഞ്ജന ഇംഗ്ലീഷ് ഓപ്ഷനിലെ പ്രാർത്ഥനയുടെ റൂമിൽ വന്നത് കൊണ്ട് ചോദിച്ചതാണ്?"

"അങ്ങനെ വരണമെന്നില്ല കാരണം ഒരു ഓപ്ഷനിൽ അധികം കുട്ടികൾ വന്നാൽ ഡിവൈഡ് ചെയ്ത് മറ്റ് റൂമിലാക്കാറുണ്ട്."

"പ്രാർത്ഥനയുടെ റൂമിൽ രണ്ടുപേരല്ലേ? നിരഞ്ജനയും അനുശ്രീയും?"

"അതെ."

"ഇവരിലാരങ്കിലും പ്രാർത്ഥനയ്ക്ക് ഒപ്പം നില്ക്കാൻ വാശിപിടിച്ചിരുന്നോ?"

"നിരഞ്ജനയ്ക്ക് ഈ കോളേജിൽ കിട്ടിയ ആദ്യ കൂട്ടുകാരി പ്രാർത്ഥനയാണെന്ന് പറഞ്ഞപ്പോൾ നിരഞ്ജന ഒപ്പം നിന്നാലും ഇല്ലെങ്കിലും അനുശ്രീ ഉണ്ടെങ്കിലേ പ്രാർത്ഥനയെ ഹോസ്റ്റലിൽ നിർത്തു എന്ന് പ്രാർത്ഥനയുടെ അച്ഛൻ പറഞ്ഞു. അങ്ങനെ ധന്യയെ മാറ്റിയാണ് നിരഞ്ജനയെ പ്രാർത്ഥനയ്ക്കൊപ്പം നിർത്തിയത്. അതോടെ നിരഞ്ജനയും വിശ്വനാഥപണിക്കരും എന്റെ കളത്തിലെ കരുക്കളായി. എങ്കിലും ഞാൻ കൂടുതൽ സമയവും സൂര്യയുടെ അച്ഛന്റെ പിന്നാലെയായിരുന്നു."

"സത്യത്തിൽ ഒപ്പിനേക്കാളൊക്കെ ഉപരിയായി അരുൺ പാണ്ഡവപുരത്ത് നിന്ന് കണ്ടെത്തിയ കാര്യങ്ങളാണ് ഈ കേസിന്റെ ഗതി മാറ്റിയത്. നിരഞ്ജനയെ അറസ്റ്റു ചെയ്ത രാത്രിയിൽ അരുൺ വ്യാജഡോക്ടറിലൂടെ കണ്ടെത്തിയ കാര്യങ്ങൾ അവൻ എന്നോട് വിളിച്ചു പറഞ്ഞു."

"പ്രാർത്ഥന ആ നാട്ടിൽ നിന്നുപോയ അന്നു തന്നെ നിധീഷും നാട് വിട്ടു. പ്രാർത്ഥനയും വീട്ടുകാരും ലക്ഷ്യസ്ഥാനത്തുതന്നെയിറങ്ങിയെങ്കിലും നിധീഷ് ചെന്നിറങ്ങിയത് മറ്റ് എവിടെയോ ആണ്. അവളെ തേടിയുള്ള യാത്രയിൽ നിധീഷ് മുംബൈയിലെ തെരുവുകളിൽ അകപ്പെട്ടു. ആ തെരുവുകളെപ്പോലെ വൃത്തികെട്ട കൂട്ടുകെട്ടിലേക്കാണ് അവൻ നയിക്കപ്പെട്ടത്. എങ്കിലും എത്രയൊക്കെ കഷ്ടപ്പെട്ടിട്ടും പട്ടിണികിടക്കേണ്ടി വന്നിട്ടും അവൻ വീട്ടിലേക്ക് മടങ്ങുകയോ അച്ഛനെ വിളിക്കുകയോ ചെയ്തില്ല."

അവളെ കാണുക എന്ന ഒരേയൊരു ലക്ഷ്യത്തോടെ പ്രാർത്ഥനക്കായി ജീവിതം ഉഴിഞ്ഞു വച്ച് അവൻ അവന്റെ അന്വേഷണയാത്ര തുടർന്നുകൊണ്ടേയിരുന്നു. അതിന് കാരണം ഒന്നുകിൽ പ്രാർത്ഥനയെ എപ്പോഴെങ്കിലും അവൻ കണ്ടിട്ടുണ്ടാവും. അല്ലെങ്കിൽ ലഹരിമരുന്നുകളോടുള്ള അമിതമായ ആർത്തിയാവും. അവളെ കാണാൻ കഴിയാതെ വന്നപ്പോൾ ലഹരി മരുന്നിനും ക്വട്ടേഷൻ ടീമിനും അവൻ അടിമപ്പെട്ടു. എത്രയൊക്കെ നശിച്ചിട്ടും പ്രാർത്ഥനയെ സ്വന്തമാക്കുക എന്ന ഒരേയൊരു ലക്ഷ്യത്തോടെ അവൾക്കായി ജീവിതം ഉഴിഞ്ഞു വച്ച് അവൻ മുംബൈയിൽത്തന്നെ കഴിച്ചുകൂട്ടി. പണത്തിനോട് അമിത അത്യാഗ്രഹമുണ്ടായിരുന്ന പ്രാർത്ഥനയുടെ അച്ഛൻ നാട്ടിൽ വന്നപ്പോൾ പഴയ വൈരം മറന്ന് വിശ്വനാഥപ്പണിക്കരുമായി പങ്കുകച്ചവടത്തിൽ ഏർപ്പെട്ടു. അതു തന്നെയാണ് പ്രാർത്ഥനയുടെ നിര്യാണത്തിനും കാർത്തിയുടെ കൊലപാതകത്തിനും കാരണമായിത്തീർന്നത്.

പ്രാർത്ഥന ദേവഗിരിയിൽ പഠിക്കാനായി വരുന്നതിന് മാസങ്ങൾക്ക് മുൻപ് നിധീഷിനെ അവന്റെ അച്ഛൻ മുംബൈയിൽനിന്നും കണ്ടെത്തി. അവളുടെ അച്ഛനുമായി പാർട്ണർഷിപ്പുള്ള ബിസിനസ് ചെയ്യാൻ പോയ വഴിയിൽ വളരെ കോ- ഇൻസിഡൻസായി നിധീഷിനെ കണ്ടെത്തുക

യായിരുന്നു. തിരിച്ചറിയാൻ കഴിയാത്ത രൂപത്തിലായ അവനെ കണ്ടെത്തിയ ശേഷം പ്രാർത്ഥനയോ, അവളുടെ അച്ഛനോ അറിയാതെ ആ യാത്ര മതിയാക്കി നിധീഷുമായി അവന്റെ അച്ഛൻ നാട്ടിലേക്ക് മടങ്ങി. ഇപ്പോൾ പാണ്ഡവപുരത്ത് നിധീഷിന്റെ അച്ഛൻ തന്നെ നടത്തുന്ന ഒരു ആയുർവ്വേദ ലഹരിമോചന ചികിത്സാകേന്ദ്രത്തിൽ രഹസ്യമായി ചികിത്സയിലാണ് നിധീഷ് പണിക്കർ. ഈ നിധീഷാണ് ദീപുവായത്. വിശ്വനാഥൻ ദേവനാരായണനുമായി."

അരുൺ അന്വേഷിച്ചറിഞ്ഞ കാര്യങ്ങളിലൂടെ ഈ സമസ്യയുടെ ഉത്തരം എനിക്ക് കിട്ടി. അതുലും നിരഞ്ജനയും തമ്മിൽ പ്രണയത്തിലായിരിക്കുമെന്നും അവൻ അവൾക്കുവേണ്ടി കൂട്ടുനില്ക്കുകയാണെന്നും കരുതി. എന്റെ ആ ഊഹം തെറ്റിപ്പോയി.

അതുൽ ഒരിക്കലും നിരഞ്ജനയാവും കാർത്തിക്കിന്റെ തിരോധാനത്തിനു പിന്നിലെന്നു കരുതിക്കാണില്ല. അവന് ആത്മാർത്ഥമായ പ്രണയമായിരുന്നു അവളോട്. അതിനാലാണ് അവളെപ്പറ്റി ഒരക്ഷരം പറയാനോ അവൾക്ക് മാനഹാനിയുണ്ടാകുന്ന തരത്തിൽ സംസാരിക്കാനോ ശ്രമിക്കാതിരുന്നത്. അവന്റെ ആ ഒരു നിലപാട് ആണ് എന്നെ ഒരുപാട് വലച്ചത്. സത്യത്തിൽ കാർത്തിക്കിന്റെ തിരോധാനവുമായി ബന്ധപ്പെട്ട കേസായതിനാലല്ല അതുൽ ഇവിടെ വരാൻ തിടുക്കം കാട്ടിയത്. തന്റെ പ്രണയിനിയെ ഒരിക്കൽ കൂടി കാണാനുള്ള വ്യഗ്രതയാണ് അതുലിനെ ഇവിടെ എത്തിച്ചത്.

ദേവനാരായണൻ എന്ന വിശ്വനാഥപണിക്കർക്കുവേണ്ടി നിരഞ്ജന കൂട്ടുനിന്നത് നിങ്ങൾക്ക് മുന്നിൽ നിസ്സാരമായിരിക്കും. പക്ഷേ, അത് വളരെ വലിയ ഒരു കാരണമായി തോന്നണമെങ്കിൽ നിങ്ങൾ അനാഥത്വം എന്താണെന്ന് തിരിച്ചറിയണം; അത് അനുഭവിക്കണം. അനാഥാലയത്തിനുള്ളിൽ അവന് സ്നേഹിക്കാൻ ഒന്നു മാത്രമേയുള്ളു. അത് സൗഹൃദം മാത്രമാണ്. അവിടെ അച്ഛന്റെയോ അമ്മയുടെയോ സ്നേഹം മനസ്സിലാക്കാൻ കഴിയില്ല. മുത്തച്ഛനോ മുത്തശ്ശിയോ അവന് കഥകളും കവിതകളും പറഞ്ഞു കൊടുക്കാനോ, നല്ല വഴികൾ ചൂണ്ടിക്കാണിക്കാനോ ഉണ്ടാവില്ല.

മരുഭൂമിയിൽ ഒരിറ്റ് ദാഹജലത്തിനായി കേണുനടക്കുന്ന ഒരു ജീവിയുടെ അവസ്ഥയിലാണ് ഓരോ അനാഥത്വവും വളരുന്നത്. അവന്റെ മുന്നിൽ വർഷം ചൊരിയുന്നതുപോലെയാണ് സ്നേഹത്തിന്റെ ഹസ്തവുമായി ചെല്ലുന്ന ഓരോ മനുഷ്യനും. മരുഭൂമിയിലെ മനുഷ്യനു മുന്നിൽ കാളകൂടവിഷം കലർത്തിയ ജലമാണ് കൈക്കുമ്പിളിലേക്ക് ഒഴിച്ചു കൊടുത്താലും ആ അവസ്ഥയിൽ അവൻ അത് പാനം ചെയ്യും. അതുപോലെ സ്നേഹത്തിന്റെ മൂടു പടമണിഞ്ഞ് ചെല്ലുന്നവന്റെ ഉള്ളിലെ വിഷം തിരിച്ചറിയാൻ ഒരു അനാഥന് ഒരിക്കലും കഴിയില്ല. തനിക്ക് മുന്നിൽ സ്വപ്നങ്ങളുടെ കൊട്ടാരം പണിയാൻ അവസരമൊരുക്കുന്ന യജമാനനു വേണ്ടി എന്തും ചെയ്യാൻ അവൻ തയ്യാറാകും. മറിച്ച് ചിന്തിക്കാനോ

തെറ്റിൽ നിന്ന് പിന്തിരിയാനോ അവന്റെ മനസ്സ് അനുവദിക്കില്ല.

ശിവദത്തനെ സാത്താൻ വിശ്വനാഥനു സമ്മാനിച്ചപ്പോൾ, വളരെ വലിയ പദ്ധതികളിലൂടെ നിരഞ്ജനയുടെ അനാഥത്വത്തെ ചൂഷണം ചെയ്യുകയാണ് വിശ്വനാഥപ്പണിക്കർ ചെയ്തത്. നിരഞ്ജനയെ വളർത്തി വലുതാക്കി ദ്രോഹിക്കാനായിരുന്നു അയാളുടെ ലക്ഷ്യം. സത്യത്തിൽ വിശ്വനാഥനിലെ യഥാർത്ഥ ക്രൂരനെ തിരിച്ചറിയുന്നത് അവനെ വിശദമായി അരുൺ ചോദ്യം ചെയ്തപ്പോഴാണ്. അനാഥാലയത്തിന് പേരിനൊരു ലൈസൻസ് ഉണ്ട് എന്നതിൽക്കവിഞ്ഞ് അതിന് മതിയായ യാതൊരു വിധ സൗകര്യങ്ങളും ഉണ്ടായിരുന്നില്ല.

അനാഥാലയത്തേക്കാൾ വിശ്വനാഥൻ പ്രാധാന്യം നല്കിയത് ലഹരിമോചന ചികിത്സാകേന്ദ്രത്തിനായിരുന്നു. ലഹരിക്കടിമപ്പെട്ട, കുടുംബങ്ങൾ ഉപേക്ഷിച്ച, മാനസിക വിഭ്രാന്തിയുള്ള ആളുകളെ തെരഞ്ഞ് പിടിച്ച് ചികിത്സിക്കലായിരുന്നു അയാളുടെ പ്രധാന പണി. ചില അന്യ സംസ്ഥാന തൊഴിലാളികളെ ലഹരിമരുന്ന് നല്കി മാനസികാരോഗ്യ കേന്ദ്രത്തിൽ തടവിലാക്കുകവരെ ചെയ്തു. ചികിത്സക്കെത്തുന്നവരുടെ പേരു വിവരങ്ങൾ വ്യക്തമായി ലഭിക്കാത്തത് അയാൾക്ക് ഒരു അനുഗ്രഹമായി. പൊതുജനം അയാളിലെ നന്മകളെമാത്രം ദർശിച്ചപ്പോൾ അയാൾ വരുന്ന രോഗികളിലെ അവയവങ്ങളിലാണ് നോട്ടമിട്ടത്. ശവശരീരം പോലും പുറത്ത് കൊണ്ടുപോകാനുള്ള സാഹചര്യം ഉണ്ടാക്കാതെ ഏതെങ്കിലും സ്വകാര്യ മെഡിക്കൽ കോളേജിന് വില്ക്കുകയായിരുന്നു. പൊതുജനത്തിന്റെ പക്കൽനിന്നും ലക്ഷങ്ങൾ ഇരന്നു വാങ്ങിയപ്പോൾ അവയവങ്ങളും ശവശരീരവും വിറ്റ് കോടികൾ വിശ്വനാഥൻ സമ്പാദിച്ചു."

അനാഥാലയത്തിലെ പെൺകുട്ടികളുടെ ജീവിതം വിവരിക്കാതിരിക്കുന്നതാവും നല്ലത്. വിശ്വനാഥന് കൂട്ട് ഇവിടത്തെ പല രാഷ്ട്രീയ നേതാക്കന്മാരും ആണ്. വിശ്വനാഥപ്പണിക്കരെപ്പോലുള്ളവർക്ക് ഇത്രയും ക്രൂരമായ പ്രവൃത്തികൾ ഈ നാട്ടിൽ ചെയ്യാൻ കഴിയുന്നതിന് കാരണം നമ്മുടെ ഭരണഘടനയുടെ കെട്ടുറപ്പിലുണ്ടായ അനക്കമാണോ? ഞാൻ ഇത്രയും കഷ്ടപ്പെട്ട് തെളിവുകൾ സൃഷ്ടിച്ച് വിശ്വനാഥനെ ജയിലിലടച്ചു. പക്ഷേ, വിശ്വനാഥൻ ശിക്ഷിക്കപ്പെടുമെന്ന് വല്ല ഉറപ്പും ഉണ്ടോ?"

നിരഞ്ജന വളർന്നു വലുതാകുമ്പോൾ, അവളെ വളർത്തി വലുതാക്കിയ വളർത്തച്ഛനാണെന്ന് തെറ്റിദ്ധരിപ്പിച്ച് ഒപ്പം കൊണ്ടു വന്നു താമസിപ്പിച്ച് ഒരു അടിമയാക്കുവാനായിരുന്നു വിശ്വനാഥന്റെ ലക്ഷ്യം. പക്ഷേ, ദേവനാരായണനെന്ന മുഖംമൂടി അവൾ തിരിച്ചറിയുമോ എന്ന ഭയവും സാഹചര്യങ്ങളും അയാളെ പലപ്പോഴും അതിൽനിന്നും പിൻതിരിപ്പിച്ചു. തന്റെ വളർത്തച്ഛനാണെന്ന് കരുതി അനാഥാലയത്തിൽ നിന്നും ആരും അറിയാതെ ദേവനാരായണനൊപ്പം ഇറങ്ങിപ്പുറപ്പെട്ട പെണ്ണാണ് മൂന്നാമത് ബാരിസ്റ്റണിൽ കൊല്ലപ്പെട്ടത്. ദേവനാരായണൻ ആഴ്ചകളോളം തടവിൽ പാർപ്പിച്ചശേഷം അവസാനം അവന്റെ പങ്കു കച്ചവടക്കാരനായ

ഒരു സായിപ്പിന് അവളെ കാഴ്ചവെച്ചു. ആ സായിപ്പ് ജീവച്ഛവമാക്കിയ അവളെ അടുത്ത ദിവസം എടുത്തുകൊണ്ട് ചെന്ന് ദേവനാരായണൻ ശിവദത്തന്റെ കെണിയിൽ ഇട്ടുകൊടുത്തു. അവളെ കൊല്ലാൻ ശക്തി വേലിന് ഒരുപാട് നേരം വേണ്ടിവന്നു. അതിനുശേഷം ശിവദത്തൻ അവളെ കെട്ടിത്തൂക്കി.

ഭാഗം ആറ്

പ്രാർത്ഥനയുടെയും കാർത്തിയുടെയും ശവസംസ്കാരച്ചടങ്ങുകൾ നടന്നതിനു ശേഷം അടുത്ത ദിവസം സെന്റോഫിന് പ്രിൻസിപ്പാൾ എന്നെയും ക്ഷണിച്ചു. കോളേജിൽ കണിക്കൊന്നയുടെ തെക്കു വശത്തായി രണ്ടു കുഴിമാടം കണ്ടപ്പോൾ ഞാൻ കണ്ണീരണിഞ്ഞു. ഞാൻ ചെന്നപ്പോൾ സാർ സംസാരിച്ചുകൊണ്ട് നില്ക്കുകയായിരുന്നു.

" ......ഞാൻ കണ്ടതിൽ വച്ചേറ്റവും നല്ല ഒരു ബാച്ചാണ് ഈ കടന്ന് പോയത്. നിങ്ങളോടൊപ്പം തന്നെ വേർപാടിന്റെ അസ്സഹനീയമായ വേദനയുടെ തീച്ചൂള ഞാനറിയുന്നു. രണ്ട് മാസം കൂടിയുണ്ടെങ്കിലും ഇനി ഞാൻ ഇവിടേക്ക് മടങ്ങി വരില്ല. നിങ്ങളെ കഷ്ടപ്പെടുത്തിയതും വേദനിപ്പിച്ചതും നിങ്ങളുടെ നന്മയ്ക്ക് വേണ്ടിയാണ്. ഇവിടത്തെ ശബ്ദകോലാഹലങ്ങളും ഈ തിരക്ക് പിടിച്ച ജീവിതവും ഞാൻ നന്നായി ആസ്വദിച്ചിരുന്നു. ഈ ബഹളങ്ങൾക്കിടയിൽ നിന്ന് നിശ്ശബ്ദതയുടെ നിഗൂഢതയിലേക്കുള്ള ഊളിയിടൽ എന്നെ ഭ്രാന്തുപിടിപ്പിക്കുമോ എന്ന് ഞാൻ ഭയപ്പെടുന്നു. ഇനി നിങ്ങളിൽ പലരും ജീവിതത്തിൽ തമ്മിൽ കാണുക കൂടി ഉണ്ടാവില്ല. ചിരിക്കേണ്ട സ്ഥലത്തു ചിരിക്കുകയും കണ്ണീർ പൊഴിക്കേണ്ട സ്ഥലത്ത് കണ്ണീർ പൊഴിക്കുകയും വേണം എങ്കിലേ ഒരു യഥാർത്ഥ മനുഷ്യനാകൂ. കാർത്തിയുടെയും പ്രാർത്ഥനയുടെയും ശവസംസ്കാരസമയത്ത് ഇതിൽ കരയാത്തവരായി ആരും ഉണ്ടാകില്ല. എങ്കിലും വിരഹവേളയിൽ തമ്മിൽ നല്കാൻ കഴിയുന്ന ഏറ്റവും വലിയ സമ്മാനം കണ്ണുനീർ തുള്ളികളാണ്. ഇവിടെനിന്നും പിരിയുമ്പോഴുണ്ടാകുന്ന ഈ അസ്സഹനീയ വേദനയിൽ ഒരു കനലായി, ഒരു കൂട്ടായി, ഒരു മാതൃകയായി, ഈ ട്രെയിനിങ് കോളേജ് നിങ്ങൾക്ക് മുന്നിൽ ഉണ്ടാകും. ഇനിയുള്ള നിമിഷങ്ങൾ നിങ്ങൾക്കായി നല്കി ഞങ്ങൾ അദ്ധ്യാപ

കർ വിടപറയുന്നു."

എന്റെയും ആ കോളേജിലെ അവസാനത്തെ ദിവസം. അലീന എയ്ഞ്ചലിനോടും ക്രിസ്റ്റീനയോടും ഒന്നു വിടപറയണമെന്ന് മനസ്സ് വല്ലാതെ മോഹിച്ചു. അല്പനേരത്തിനുശേഷം കോളേജ് കെട്ടിടത്തിന്റെ മുകളിലേയ്ക്ക് കടൽ കാണാനായി പടവുകൾ ചവിട്ടിക്കയറി നടന്നു. പക്ഷേ, ഏറ്റവും മുകളിൽ കയറാതെ മൂന്നാമത്തെ നിലയിലെ വരാന്ത യിലൂടെ നടന്നപ്പോൾ ഒരു കാൽപ്പെരുമാറ്റവും ഒരു മുറുമുറുപ്പും. ജനാ ലയ്ക്കുള്ളിലൂടെ ഒളിഞ്ഞു നോക്കിയപ്പോൾ ഒരു പെൺകുട്ടിക്ക് സൂര്യ പ്രണയോപഹാരം നല്കുന്നു. "എനിക്ക് ഇവിടെ അധികമാരോടും വിട പറയാനില്ല. ഉണ്ടായിരുന്നതിൽ ഒരുവൾ മണ്ണിനോടു ചേർന്നു. മറ്റൊരുവൾ അഴിക്കുള്ളിലുമായി. എങ്കിലും നിരഞ്ജനയിതു ചെയ്തല്ലോ? ഇത് നിരാശനായ കാമുകനോ അതോ സുഹൃത്തോ ആരാ ഈ സമ്മാനം തന്നത്?"

"സത്യമായിട്ടും ഒരു നല്ല സുഹൃത്തുതന്നെയാണ് തന്നത്. ഇനി നമ്മൾ തമ്മിൽ ഈ ജന്മം ഒരു കണ്ടുമുട്ടൽ ഉണ്ടാകുമോ?"

"ഭൂമി ഉരുണ്ടതല്ലേ? ഭാഗ്യമുണ്ടെങ്കിൽ ദൈവം തമ്മിൽ സന്ധിക്കാൻ ഇട നല്കും. എന്തായാലും അതിനായി നീ ഇനി ശ്രമിക്കണ്ട. പരസ്പരം കാണാൻ കഴിഞ്ഞില്ലെങ്കിലെന്താ? നമ്മുടെ ഹൃദയങ്ങളിൽ എന്നും ഈ ക്യാമ്പസും ഇവിടത്തെ ഓർമ്മകളും ഉണ്ടാകും. അതു പോരെ?"

"മതി. രാധ കൃഷ്ണന്റ കാമുകിയായിരുന്നില്ല മറിച്ച് കൂട്ടുകാരിയാ യിരുന്നു. അന്ന് കൃഷ്ണന്റെ വേർപാടിൽ രാധ ഒരുപാടുകരഞ്ഞു. കൃഷ്ണന് ദുഃഖം താങ്ങാവുന്നതിലപ്പുറമായിരുന്നെങ്കിലും കരഞ്ഞില്ല. കാലം കടന്നപ്പോൾ കൃഷ്ണൻ അവൾക്ക് ഭഗവാനായി തീർന്നു. എങ്ങും എവിടെയും ഭർത്താവായി ആരും പറഞ്ഞുകേട്ടിട്ടില്ല. യുഗങ്ങൾക്കു ശേഷം കാലഘട്ടത്തിന്റെ മാറ്റമാകാം രാധയ്ക്കു പകരം കൃഷ്ണൻ കര യുന്നു. അത് കാമുകിയുടെ വേർപാടിലല്ല പകരം ഒരു നല്ല കൂട്ടുകാരി യുടെ എന്നെന്നേക്കുമായുള്ള അകല്ച്ചയിലാണ്. ഇനി നീ എന്റെ ദേവി യാണ്. നല്ല സുഹൃത്ത് ദൈവത്തിന്റെ പ്രതിബിംബമാണ്."

"ഭഗവാനെ നീയിതൊക്കെ എവിടന്നാ പഠിച്ചത്. ഇതൊന്നും കേൾക്കാൻ ആരുമില്ലാതായിപ്പോയല്ലോ?"

"കേൾക്കാനൊക്കെ ആളുണ്ട്. അകത്തേക്ക് വരാമോ?" എന്റെ ചോദ്യം കേട്ട് അനുശ്രീ പേടിച്ചു. സൂര്യ വളരെ സന്തോഷത്തോടെ എന്നെ അകത്തേക്ക് വിളിച്ചു.

"എന്തേ കൂട്ടുകാരനുവേണ്ടി രണ്ട് തുള്ളി കണ്ണുനീർ പൊഴിക്കാത്തത്?"

"ഞാൻ എന്തിനുവേണ്ടിയാണെങ്കിലും ഇവിടെ കണ്ണുനീർ പൊഴി ച്ചാൽ പ്രാർത്ഥനയുടെ ആത്മാവിനത് സഹിക്കാനാവില്ല." അപ്പോൾ സൂര്യ എന്നോട് ചോദിച്ചു.

"സാറിനോട് എത്രയൊക്കെ പറഞ്ഞിട്ടും സാർ എന്നെ സംശയിച്ചല്ലോ?"

"കുറ്റാന്വേഷണത്തിൽ എപ്പോഴും ഒരു ശിഖണ്ഡിയെ മുൻനിർത്തി

മാത്രമേ കരുക്കൾ നീക്കാൻ കഴിയൂ. നീ കുറ്റക്കാരനല്ല പകരം നിരഞ്ജനയാണ് ഈ ചതുരംഗക്കളത്തിലെ തേരാളിയെന്നെനിക്ക് പാണ്ഡവപുരത്ത് പോയി മടങ്ങി എത്തിയപ്പോൾ മാത്രമാണ് മനസ്സിലായത്. പിന്നെ സൂര്യ വെറും നിഷ്കളങ്കനൊന്നുമല്ല എന്നെനിക്കറിയാം. ആരതിയുടെ ബുദ്ധിയും കഴിവും കൊണ്ടാണ് അവൾ രക്ഷപ്പെട്ടത്. അവൾ ബുദ്ധിയില്ലാത്ത ഒരു പാവം പെൺകുട്ടിയായിരുന്നെങ്കിൽ അവളുടെ നഗ്നചിത്രങ്ങൾ ഇന്നു ഈ ലോകം മുഴുവൻ പ്രചരിച്ചേനെ. പിന്നെ കടപ്പുറത്ത് നിന്നു കിട്ടിയ ശിക്ഷ കുറഞ്ഞുപോയി എന്ന പക്ഷക്കാരനാണ് ഞാൻ. എല്ലാറ്റിനും ഉപരിയായി നിങ്ങളുടെ സൗഹൃദത്തെ ഞാൻ തെറ്റിദ്ധരിച്ചു. അതിന് ക്ഷമ ചോദിക്കുന്നു."

ക്ഷമയൊന്നും ചോദിക്കണ്ടെന്ന് അനുശ്രീ പറഞ്ഞപ്പോഴേക്കും ഹരിശങ്കറും അൻവറും അവിടേയ്ക്ക് വന്നു. അവരുടെ സംഭാഷണത്തിനിടയിൽ ഒരല്പം ഇടവേളയിൽ ആ വരാന്തയിൽ വച്ച് അനുശ്രീയോട് എനിക്ക് സംസാരിക്കാൻ കഴിഞ്ഞു. "എടോ ഒരു ചെറിയ സഹായം ചെയ്യാമോ?"

"ബ്രോക്കറ് പണിയാണെങ്കിൽ അവന്മാരോട് ചോദിച്ചിട്ടേ നടക്കൂ"

ഇവൾ മാനംകെടുത്തുമെന്ന് കരുതി ഞാൻ പറഞ്ഞു.

"ഏയ് അതൊന്നുമല്ല കേസിന്റെ ഒരു കാര്യമാണ്."

"എന്ത് കേസിന്റെ കാര്യമാ? അലീന ടീച്ചറിന്റെ കേസിന്റെ കാര്യമാണെങ്കിൽ ഞാൻ ഏറ്റു."

ഒരു ഞെട്ടലോടെ ഞാൻ ചോദിച്ചു. "അത് നിനക്ക് എങ്ങനെയറിയാം?"

"സാറെ, സാറിന്റെ ഈ കുറുവിക്കുറുവിയുള്ള നടത്തവും കിള്ളറാനെപോലെയുള്ള ആ ചിറച്ചിലും, ടീച്ചറിനെ കാണുമ്പോൾ തലയൊക്കെ ഉയർത്തിപ്പിടിച്ച് അങ്കവാലിട്ടടിക്കുന്നതുപോലെയുള്ള നില്പും ഒന്നും കണ്ടല്ല ഞാനത് മനസ്സിലാക്കിയത്?"

"പിന്നെ?"

"പിന്നെന്താ ടീച്ചർ പറഞ്ഞു. സാറിന്റെ നോട്ടം ടീച്ചറിന് സഹിക്കാൻ പറ്റണില്ല, ഞങ്ങളെയും അതുപോലെ നോക്കുമോയെന്ന് ചോദിച്ചു."

"എന്റെ പൊന്നുമോളെ നാറ്റിക്കല്ലേ? നിന്റെ കൈയിലാണ് ഇപ്പോൾ എന്റെ ജീവിതം."

"നോക്കട്ടെ, സാർ ഇപ്പോൾ ചെല്ല്, പിന്നെ സാറിന്റെ നമ്പർ ഇങ്ങ് തന്നേക്ക്. ഞാനൊന്ന് ടീച്ചറിനോട് സംസാരിച്ചിട്ട് പോസിറ്റീവാണെങ്കിൽ സാറിനെ വിളിച്ചറിയിച്ചേക്കാം. ഇല്ലെങ്കിൽ പിന്നെയിവിടെയിങ്ങനെ കാലൻകോഴിയെ പോലെ കറങ്ങി നടക്കല്ലേ?"

മുകളിൽ നിന്നും താഴേക്കിറങ്ങാൻ, അനുവിന്റെ മുന്നിൽ നിന്നും ജീവനും മാനവും കൊണ്ട് രക്ഷപ്പെടാനായി ശ്രമിക്കുമ്പോൾ കിട്ടുവേട്ടൻ അവിടേക്ക് വന്നു. അപ്പോൾ അനുശ്രീ

"എന്തൊക്കെയുണ്ട് കിട്ടുവേട്ടാ വിശേഷങ്ങൾ?"

"എന്ത് പറയാനാ അനു? എന്നാലുമെന്റെ ആ നിരഞ്ജന, അവളാ

യിരുന്നു എന്നെയിത്രയും കാലം പറ്റിച്ചതെന്ന് എനിക്ക് ഇപ്പോഴും വിശ്വസിക്കാനേ പറ്റുന്നില്ല. എന്റെ ശമ്പളത്തിന്റെ പകുതിയും അവൾക്ക് വേണ്ടി ചെലവാക്കി പുറകെ നടന്നതല്ലേ? രണ്ട് കുഞ്ഞുങ്ങൾ, രണ്ടു നില വീട്, മുറ്റത്ത് രണ്ട് കാർ, എന്തെല്ലാമായിരുന്നു സ്വപ്നങ്ങൾ. എല്ലാം സുനാമി കൊണ്ടു പോകുന്നത് പോലെ പോയില്ലേ? അവസാനം പൊലീസ് കേസും പൊലീസിന്റെ ഇടിയും മാത്രം ലാഭം."

"സാരമില്ല ചേട്ടാ അവൾ പോയെങ്കിൽ പോകട്ടെ, കർമ്മചന്ദ്രൻ സാർ പറയുന്നതുപോലെ ശുഭാപ്തി വിശ്വാസം നല്ലതിന്."

"അത് ശരിയാ മോളെ, ഈ ഡിസംബറിലെ മഞ്ഞിനൊപ്പം ആരെങ്കിലും എനിക്ക് വേണ്ടി വരും. ഈ വർഷം എന്നെ തളയ്ക്കാൻ ആ കെളവനുമില്ല. ഞാനിവിടെ തകർത്തുതരിപ്പണമാക്കും മോളെ."

ഞാൻ അനുശ്രീയെ അടുത്തേക്ക് വിളിച്ചിട്ട് –

"നീയാണ് കിട്ടുവിനെ പറ്റിച്ച് ഈ അവസ്ഥയിലാക്കിയതെന്ന് പറയട്ടെയോ?"

"ഞാനാണെന്ന് സാറിനെങ്ങനെയറിയാം?"

"കിട്ടുവിനെ കാണുമ്പോഴുള്ള നിന്റെയീ മുടി മാടിയൊതുക്കലും, കണ്ണുകൾ കൊണ്ടുള്ള മേനകകളിയും, പെടക്കോഴിയെ പോലുള്ള കിണുങ്ങലും കണ്ടിട്ടല്ല ഞാനത് മനസ്സിലാക്കിയത്?"

"പിന്നെ?"

"കിട്ടുവിനെ വിളിച്ച നമ്പർ സൈബർസെല്ലിന്റെ സഹായത്തോട കണ്ടെത്തിയിരുന്നു. നീയെന്തിനാ ഈ പാവത്തിനെ ഇങ്ങനെ പറ്റിച്ചത്?"

"അയാൾക്ക് ഒരു ചെറിയ ഞരമ്പ് രോഗമുണ്ടെന്ന് കരുതി. പക്ഷേ, കക്ഷിക്കാരൻ ഒരു ശുദ്ധനാണ്. ഈ കപടലോകത്ത് പ്രണയിക്കാൻ വേണ്ടി മാത്രം വെമ്പുന്ന ആത്മാർത്ഥമായ ഒരു ഹൃദയം ഉണ്ടായതാണ് കക്ഷിക്കാരന്റെ പ്രശ്നം."

"ഞാൻ കിട്ടുവിനോട് സത്യം പറയണമോ?"

"വേണ്ട ഞാൻ അലീന ടീച്ചറിനോട് സംസാരിച്ച് വൈകുന്നേരം വിളിക്കാം."

"പോസിറ്റീവ് ആയിരിക്കുമോ?"

"ആയിരിക്കും സാർ."

"നിനക്ക് എങ്ങനെയാണ് ഈ കഞ്ചാവും മയക്കുമരുന്നുമൊക്കെ കിട്ടുന്നത്?"

"സാർ ഈ പറഞ്ഞതൊന്നും എനിക്ക് കിട്ടിയിട്ടില്ല. പിന്നെ വൈതംഗി കിട്ടുവേട്ടനെ ഫോണിൽ വിളിച്ച് പറ്റിച്ച് സംഘടിപ്പിച്ചതാണ്. എന്നെ കാണണമെങ്കിൽ ഹോസ്റ്റലിന്റെ മതിലിൽ വൈതംഗി രാത്രി കൊണ്ടുവെക്കണമെന്ന് പറഞ്ഞു. കിട്ടുവേട്ടൻ അങ്ങനെ ചെയ്ത് അവിടെ കാത്തു നിന്നപ്പോൾ ഞാൻ കറണ്ട് കട്ട് സമയത്ത് പോയി അതെടുത്തു."

അനു കാരണമാണ് ഞാനും അലീനയും അടുത്തത്. മുകളിൽ നിന്ന് താഴെ എത്തുമ്പോൾ അലീന അതുലിനെ തെറ്റിദ്ധരിച്ചതിൽ ക്ഷമ ചോദിക്കുകയായിരുന്നു. അപ്പോൾ എന്നെ കാത്ത് വെയിറ്റിങ് റൂമിൽ ഇരുന്ന ആരതിയോട് അന്ന് രാത്രി സംഭവിച്ചതെന്താണെന്ന് ഞാൻ ചോദിച്ചു. അൻവർ പറഞ്ഞ അതേ കഥ തന്നെയായിരുന്നു ആരതിയും പറഞ്ഞത്.

അവളോട് – "എന്തെങ്കിലും തെറ്റ് അവർ ചെയ്തിട്ടുണ്ടെങ്കിൽ സത്യാവസ്ഥ ആരതി പറയണം. ആരതിക്ക് യാതൊരു വിധത്തിലുള്ള പ്രശ്നമോ, ഈ കേസുമായി ബന്ധപ്പെട്ട ഒരു വിവരവും പുറത്ത് പോവുകയോ ചെയ്യില്ല."

"ഞാൻ പറഞ്ഞതെല്ലാം സത്യമാണ്. വിശ്വാസം വരുന്നില്ലെങ്കിൽ അവരെക്കൂടി വിളിച്ച് ചോദിക്കാമല്ലോ?"

"ആരതിയെ ഞാൻ വിശ്വസിക്കുന്നു. ഒപ്പം തന്നെ അഭിനന്ദിക്കുകയും ചെയ്യുന്നു."

കർമ്മചന്ദ്രൻ സാറിന്റെ ക്ഷണപ്രകാരം ശവസംസ്കാരച്ചടങ്ങുകൾ കഴിഞ്ഞതിനടുത്ത ദിവസം വൈകുന്നേരം പ്രാർത്ഥനയുടെ അച്ഛനും അമ്മയും ഇവിടെ വന്നിരുന്നു.

കഥകളെല്ലാം അവർ അറിഞ്ഞതു വൈകിയാണ്. വിശ്വനാഥപ്പണിക്കരാണ് തന്റെ മകളുടെ മരണത്തിന് കാരണമെന്നറിഞ്ഞപ്പോൾ പ്രാർത്ഥനയുടെ കുട്ടിക്കാലത്ത് അവൾ പറഞ്ഞ അച്ഛനുമമ്മയുമായാണ് അവർ ഇവിടെ വന്നത്. പ്രാർത്ഥനയുടെയും കാർത്തിയുടെയും മകൾക്ക് അമ്മയുടെ അതേ ഛായയായിരുന്നു. കർമ്മചന്ദ്രൻ സാർ അവൾക്ക് ഒരു പേരുമിട്ടു– പ്രാർത്ഥന. പ്രാർത്ഥനയുടെ അമ്മ ഞങ്ങളോട് പറഞ്ഞു.

"കുട്ടിക്കാലത്ത് പ്രാർത്ഥനയെ രാജകുമാരിയെ വളർത്തുന്നതു പോലെയാണ് ഞങ്ങൾ വളർത്തിയത്. പക്ഷേ, യൗവനത്തിലേക്ക് കടന്ന ശേഷം അവളെ ഞങ്ങൾ ശ്രദ്ധിച്ചില്ല. മകളുടെ ശരീരത്തിനനുസരിച്ച് മനസ്സ് വളരുന്ന കാര്യം ഞങ്ങൾ ഗൗനിച്ചില്ല. ഞങ്ങളുടെ ലോകത്തേക്ക് കൂട്ടിക്കൊണ്ട് വരാതെ അവളെ അവളുടെ ലോകത്തേക്ക് പറഞ്ഞയച്ചു. അത് എന്നെന്നേക്കുമായുള്ള അവളുടെ വിയോഗത്തിന് കാരണമായി. കൂട്ടുകുടുംബങ്ങളുടെ നാശം കുടുംബ ബന്ധങ്ങളുടെ മാത്രമല്ല സമൂഹത്തിന്റെ ശിഥിലതയ്ക്കും കാരണമായിത്തീർന്നിരിക്കുന്നു. തിരക്ക് മനുഷ്യസഹജമാണ്. പക്ഷേ, കുട്ടികളാണ്, വരുന്ന തലമുറയാണ് കുടുംബത്തിന്റെയും സമൂഹത്തിന്റെയും സമ്പാദ്യമെന്ന് ഓരോ കുടുംബവും സമൂഹവും തിരിച്ചറിയണം. അതറിയാതെ പോയ കുടുംബമാണ് ഞങ്ങളുടേത്." അതും പറഞ്ഞ് അവർ കൊന്നമരച്ചുവട്ടിലേക്ക് പോയി.

ഞാൻ നിധീഷ് പണിക്കരെ ഇവിടേക്ക് കൂട്ടിക്കൊണ്ട് വന്നിരുന്നു. അവന്റെ അസുഖത്തിന് ഒരല്പം ശമനമുണ്ടാകുന്നെങ്കിൽ ഉണ്ടാകട്ടെ എന്നു കരുതി. ഞാനവനെ കൊന്നമരച്ചുവട്ടിൽ പ്രാർത്ഥനയുടെയും കാർത്തിയുടെയും എരിഞ്ഞടങ്ങിയ ചിതയിൽ കൊണ്ടു ചെന്നിട്ട് പറ

ഞ്ഞു. "ഇവിടെയാണ് പ്രാർത്ഥന ഉറങ്ങുന്നത്."

അതുവരെ ഒന്നും ശ്രദ്ധിക്കാതിരുന്ന നിധീഷ്, പ്രാർത്ഥന എന്ന പേരു കേട്ടപ്പോൾ അവന്റെ മുഖത്തുണ്ടായ പ്രകാശം എന്നെ അത്ഭുത പരതന്ത്രനാക്കി. ആ ചിതയിലേക്ക് ഇറങ്ങാൻ ശ്രമിച്ചപ്പോൾ ഞാൻ അവനെ തടഞ്ഞുകൊണ്ട് പറഞ്ഞു. "നിന്റെ പ്രാർത്ഥന പോയെങ്കിലും ഇവിടെ മറ്റൊരു കുഞ്ഞ് പ്രാർത്ഥന ഉണ്ട്."

ഞാൻ അപ്പോൾ ചിന്തിച്ചു. ഇങ്ങനെയും ഉണ്ടോ ഒരു പ്രണയം? സത്യത്തിൽ ഇതല്ലായിരുന്നോ പ്രണയം? പേരിനോട് പോലും എന്തൊരു ആരാധന? ഒരു സന്ന്യാസി മാലോകർക്കായി തന്റെ ജീവിതം സമർപ്പിക്കുന്നതുപോലെ പ്രാർത്ഥനയ്ക്കായി സമർപ്പിക്കുകയായിരുന്നു അവന്റെ ജീവിതം. ഇനിയൊരാളും ഇങ്ങനെ ആകരുതേ എന്ന് പ്രാർത്ഥിച്ചു കൊണ്ട് നിന്നപ്പോൾ പ്രാർത്ഥനയുടെ അച്ഛൻ എന്റെ അരുകിലേക്ക് നീങ്ങി നിന്നിട്ട് ചോദിച്ചു.

"ചെയ്തുപോയ തെറ്റിന്റെ പ്രായശ്ചിത്തമാണെന്ന് കൂട്ടിക്കൊള്ളു. അച്ഛനുമമ്മയുമില്ലാത്ത ഒരു കുഞ്ഞിനെ നോക്കുന്ന കൂട്ടത്തിൽ നിധീഷിനെക്കൂടി സംരക്ഷിക്കാൻ ഞങ്ങൾക്ക് ബുദ്ധിമുട്ടൊന്നുമില്ല. എന്തായാലും ഇനിയിപ്പോൾ മുലപ്പാൽപോലും കിട്ടാത്ത ഇവൾക്കായി ജീവിക്കാൻ ഞങ്ങൾ തീരുമാനിച്ചു. പ്രാർത്ഥനയെ ഒരുപാട് സ്നേഹിച്ചു എന്നല്ലാതെ അവൻ തെറ്റൊന്നും ചെയ്തിട്ടില്ല."

കുഞ്ഞ് പ്രാർത്ഥനയെ ഒരച്ഛൻ മകളെ തലോലിക്കുന്ന രീതിയിൽ തലോടുകയും ചുംബിക്കുകയും ചെയ്ത നിധീഷിനെ നോക്കി ഞാൻ പറഞ്ഞു. "എന്ത് സന്തോഷത്തോടെ ജീവിക്കേണ്ട രണ്ടു പേരെയാണ് വിശ്വനാഥപ്പണിക്കർ നിർദാക്ഷിണ്യം കൊന്നു തള്ളിയത്? രണ്ടു മാസത്തെ അവധിക്കാലം മാറ്റിവെച്ചാൽ ഒരു മനുഷ്യസ്ത്രീയുടെ ഗർഭ കാലയളവിനൊപ്പം നില്ക്കുന്ന കോഴ്സാണ് ബി എഡ് സമയമില്ലായ്മയിൽ നിന്നും സമയം കണ്ടെത്താൻ സഹായിക്കുന്ന ഒരു കോഴ്സായിരുന്നു അത്. അങ്ങനെയുള്ള കോഴ്സിന്റെ കാലാവധി തികയ്ക്കുന്നതുവരെ പോലും ഒരുമിച്ചു ജീവിക്കാൻ അയാൾ അവരെ അനുവദിച്ചില്ലല്ലോ?"ജീവിതത്തിൽ ഇത്രയും കാലമായിട്ടും നിധീഷിന് സ്നേഹം കിട്ടാത്തതിന്റെ പ്രശ്നമാണ്. മുതലാളി വിശ്വനാഥപ്പണിക്കർ ലഹരി മോചന ചികിത്സാ കേന്ദ്രം നിർമ്മിച്ച് ചികിത്സിക്കുകയായിരുന്നില്ല വേണ്ടത് പകരം അവന്റെ മനസ്സ് അറിയാൻ ശ്രമിക്കണമായിരുന്നു. ജീവിതത്തിൽ ഇതുവരെയായിട്ടും അവനെ സ്നേഹിക്കാനും അവന് സ്നേഹിക്കാനും ആരെയും കിട്ടിയിട്ടില്ല. ഈ അസുഖം മരുന്നിനൊപ്പം സ്നേഹംകൂടി കിട്ടുമ്പോൾ മാറിക്കൊള്ളും."

"ഞങ്ങൾ ഇവരെ രണ്ടുപേരെയും സ്വന്തം മക്കളെപ്പോലെ നോക്കിക്കൊള്ളാം." അതും പറഞ്ഞ് നിധീഷും പ്രാർത്ഥനയുമായി അവർ ഇവിടെനിന്നും പാണ്ഡവപുരത്തേക്ക് യാത്രയായി.

അതിനോടൊപ്പം എന്റെ ക്ഷണം സ്വീകരിച്ച് ഈ കേസുമായി

ബന്ധമില്ലെങ്കിലും ഒരാൾ കൂടി ഇവിടെ വന്നിട്ടുണ്ട്. ആരതിയെന്ന ആ തന്റേടക്കാരിയെ, മനസ്സ് കൊണ്ടും ശരീരം കൊണ്ടും സുന്ദരിയായ അവളെക്കാണുമ്പോൾ ഞാൻ ചിന്തിച്ചുപോകുന്നു. ഇവളായിരുന്നോ ദേവഗിരിയിലെ ക്ഷേത്രത്തിലെ ഭഗവതി? സൂര്യയൊക്കെ കരുതുന്നതുപോലെ ആരതിയല്ല നിങ്ങളെ തല്ലിച്ചത്. കുടിലിൽ നിന്നും തല്ല് കിട്ടിയത്, എന്ത് എവിടെ എങ്ങനെ പറയണമെന്നറിയാത്ത സൂര്യയുടെ അവിവേകമാണെങ്കിൽ കടപ്പുറത്ത് കിടന്ന് തല്ലുകൊള്ളാൻ കാരണം നിരഞ്ജനയായിരുന്നു. ആരതിയോട് ഇവിടെ ചിലർക്ക് ചിലത് പറയാനുണ്ടെന്ന് തോന്നുന്നു. എന്തേ അതിനൊരവസരം നല്കില്ലേ?"

"വേണ്ട സാറേ ചില ബന്ധങ്ങളൊക്കെ ഇങ്ങനെയാണ്. പറഞ്ഞ് മുഴുവനാക്കാൻ കഴിയില്ല. പറയാനുള്ളതൊക്കെ മനസ്സിൽ തന്നെയിരിക്കട്ടെ."

"മറ്റൊന്നും പറയാനല്ല തെറ്റ് ചെയ്തവർക്ക് മാപ്പ് പറയാനുള്ള ഒരവസരമെങ്കിലും നല്കിക്കൂടേ?"

"തെറ്റ് ചെയ്തശേഷം മാപ്പ് പറഞ്ഞിട്ട് വല്ല കാര്യവും ഉണ്ടോ? പിന്നെ മനസ്സിൽ പശ്ചാത്താപം ഉണ്ടെങ്കിൽ അത് മാപ്പിനെക്കാൾ വലുതാണ്."

ഓഡിറ്റോറിയത്തിൽനിന്നും ഇറങ്ങാൻ നേരം സൂര്യയുടെയും ഹരിശങ്കറിന്റെയും അൻവറിന്റെയും നിറമിഴികൾ കണ്ടപ്പോൾ അവർ മൂന്നുപേരും അവളെ എത്രമാത്രം ആരാധിക്കുന്നുവെന്ന് എനിക്കപ്പോൾ മാത്രമാണ് മനസ്സിലായത്."

"സൂര്യയൊക്കെ ആരതിയേക്കാൾ മാപ്പ് പറയേണ്ടത് ജയദേവൻ എന്ന യഥാർത്ഥ അദ്ധ്യാപകനോടാണ്. നിങ്ങളുടെ കുറ്റങ്ങളും കുറവുകളുമെല്ലാം എന്നോട് പറഞ്ഞത് നുണയൻ കുട്ടികൃഷ്ണനാണ്. ഇനിയെങ്കിലും ഒരു സുഹൃത്തിനെ തെരഞ്ഞെടുക്കുമ്പോൾ അബദ്ധം പറ്റരുത്. പിന്നെ നിരഞ്ജന ഒരു കാര്യവുമില്ലാതെ ജയദേവൻ സാറിനെ വിളിച്ചതിനാലാണ് അവളുടെ മൊബൈലിൽ സാറിന്റെ പേര് കാണാനിടയായത്."

"പ്രാർത്ഥന എന്തുകൊണ്ടാണ് അലീന ടീച്ചറും കാർത്തിയും തമ്മിലുള്ള ബന്ധം പറയാതിരുന്നത്?"

"അലീന നിരപരാധിയാണെന്ന് പ്രാർത്ഥനയ്ക്ക് അറിയാമായിരുന്നു. അതിനാൽ ടീച്ചറിനെ വെറുതെ കേസിലേക്ക് പിടിച്ചിടണ്ടെന്ന് കരുതിക്കാണും. ടീച്ചർ അനുജനെപ്പോലെ കരുതി സ്നേഹിച്ച ആളായിരുന്നു കാർത്തി. കാർത്തിക്കും പ്രാർത്ഥനയ്ക്കും വേണ്ട സഹായങ്ങൾ മുഴുവൻ കണ്ടറിഞ്ഞ് ചെയ്ത ആളായിരുന്നു അലീന. സത്യത്തിൽ അലീന അവരുടെ കുഞ്ഞിനെ ദത്തെടുക്കാനുള്ള തയ്യാറെടുപ്പിലായിരുന്നു."

II

ഒരു നിമിഷം ഈ കണിക്കൊന്നമരച്ചുവട്ടിലേക്ക് ഒന്നു ശ്രദ്ധിക്കുമോ? സൂര്യൻ ചക്രവാളത്തിലേക്ക് നീങ്ങുന്നു. സമയം സായംസന്ധ്യയോടടു

ക്കുന്നു. കാർത്തിയും പ്രാർത്ഥനയും ഞങ്ങളോടൊപ്പം ഈ സന്തോഷ വേള പങ്ക് വെക്കാൻ ധാരധാരയായി കൊന്നപ്പൂക്കൾ ചൊരിയുന്നത് കണ്ടില്ലേ? അവരുടെ ആത്മാക്കൾ എക്കാലവും ഇവിടെത്തന്നെയുണ്ടാകും. ആദ്യമായി ഈ കർണ്ണികാരം കാലംതെറ്റി പൂത്തത് കാർത്തിക്കും പ്രാർത്ഥനയ്ക്കും സ്വാഗതമരുളാനാണ്. ഒരിക്കൽക്കൂടി കാലംതെറ്റി രണ്ട് ശിഖരങ്ങളിലായി രണ്ടു കുലപ്പൂക്കൾ വിടർന്നത് അവരുടെ വിടവാങ്ങലിന് കണ്ണീർ തൂകാനായിട്ടാണ്. ഇനി തിരികെ ഞാൻ അനാഥാലയത്തിലേക്ക് മടങ്ങുന്നില്ല.

സ്വർഗ്ഗസ്ഥനായ പിതാവിന്റെ ദേവലോകത്തോളം മഹത്വമുള്ള സ്ഥലമാണ് ഈ ദേവഗിരി. ഭൂമിയിൽ ഒരു സ്വർഗ്ഗമുണ്ടായിരുന്നെങ്കിൽ അത് ഈ ദേവഗിരിയായിരുന്നു. അങ്ങനെയുള്ള ഈ സ്വർഗ്ഗം, ഒരു ശ്മശാനമായതിന്റെ ദുരന്തകഥയാണ് ഇന്നിവിടെ പങ്ക് വെക്കാനുണ്ടായിരുന്നത് എന്നോർക്കുമ്പോൾ ഇവിടെ കൂടിയ ഓരോരുത്തരുടെയും ദൗർഭാഗ്യം എന്ത് മാത്രം വലുതാണെന്ന് ചിന്തിക്കേണ്ടിയിരിക്കുന്നു.

ഒരു കാര്യം ഞാൻ വീണ്ടും ഓർമ്മിപ്പിക്കുന്നു. ഇവിടെ നിന്ന് ഇറങ്ങുന്ന ഈ നിമിഷം മുതൽ നിങ്ങൾ കഷ്ടപ്പെടണം, കഠിനാദ്ധ്വാനം ചെയ്യണം. എങ്കിലേ ജീവിതത്തിൽ വിജയം ഉണ്ടാവുകയുള്ളു. ഏറ്റവും ഉയരങ്ങളിലുള്ള സ്ഥാനങ്ങൾ മോഹിക്കുക. ആഗ്രഹം ആത്മാർത്ഥമാണെങ്കിൽ നിങ്ങൾ മോഹിക്കുന്നത് എന്തായാലും അത് നിങ്ങൾക്ക് സ്വന്തമാക്കാൻ കഴിയും. ലോക പ്രശസ്ത ബ്രസീലിയൻ സാഹിത്യകാരൻ പൗലോ കൊയ്ലോയുടെ ഒരു വരി ഓർക്കുക. ദെയർ ഈസ് ഒൺലി വൺ തിങ് ദാറ്റ് മേക്ക്സ് എ ഡ്രീം ഇംപോസിബിൾ റ്റു അച്ചീവ്, ദ ഫിയർ ഓഫ് ഫെയിലുവർ. ബ്രസീലിലും ഇംഗ്ലണ്ടിലും എങ്ങും പോകണ്ട. ശബ്ദം കൊണ്ട് കേരളത്തെ ഉജ്ജ്വലമാക്കി മാറ്റിയ പ്രശസ്ത കവി ഉള്ളൂരിന്റെ പ്രേമസംഗീതത്തിലെ നാലു വരികൾ ശ്രദ്ധിക്കുക

“നമിക്കിലുയരാം നടുകിൽ തിന്നാം
നൽകുകിൽ നേടീടാം
നമുക്കു നാമേ പണിവതു നാകം
നരകവുമതുപോലെ.”

പല കാലങ്ങളിലായി ലോകത്തിന്റെ പല ഭാഗങ്ങളിലിരുന്ന് ആര് എന്തൊക്കെ പറഞ്ഞാലും അർത്ഥം ഒന്നാണ്. ആത്മാർത്ഥമായി ആഗ്രഹിച്ചു കൊണ്ട് ഏതിനായി നമ്മൾ കഷ്ടപ്പെട്ടാലും നമുക്ക് അത് നേടാനാകും. ആഗ്രഹിച്ചത് നേടാനാകാതെ പരാജയപ്പെടുകയാണെങ്കിൽ അതിനു കാരണക്കാരൻ നമ്മൾ തന്നെയാണ്, നമ്മുടെ കഠിനാദ്ധ്വാനമില്ലായ്മയാണ്. അതുപോലെ തന്നെ ആ ആഗ്രഹം ഒരിക്കലും ആത്മാർത്ഥപൂർണ്ണമായിരുന്നിരിക്കില്ല.

കാലം തെറ്റി പൂത്ത കർണികാരപ്പൂക്കൾ കൊഴിഞ്ഞുകിടക്കുന്ന ഈ ഇടവഴി ഒടുവിൽ ശൂന്യമാകുന്നു. പക്ഷേ, പ്രതീക്ഷകളുടെ പൂമൊട്ടുക

ളുമായി കടന്നുവന്നവർക്കായി പുതിയ കണിക്കൊന്നപ്പൂക്കളും കാഴ്ചകളും കൂട്ടൊരുക്കങ്ങളുമായി ഈ ക്യാമ്പസ് കാത്തിരിക്കും. അവർക്കൊപ്പം ഇവിടെ കാർത്തിയും പ്രാർത്ഥനയുമുണ്ടാകും. കാലം കടന്നു പോകുമ്പോൾ ഈ കണിക്കൊന്നയുടെ ചുവട് സ്വർഗ്ഗത്തിലെ ശ്മശാനം എന്നുള്ളതുമാറി സ്വർഗ്ഗത്തിലെ സ്വർഗ്ഗമായി പരിണമിക്കും. പുതിയതായി വന്നു ചേരുന്നവർക്കായി ഈ വാതായനം തുറന്നു കൊടുത്തുകൊണ്ട്, ഡി വൈ എസ് പി മിഥുൻ എബ്രഹാം എന്ന ഞാൻ നിങ്ങളുടെ അധ്യാപികയായ അലീന എയ്ഞ്ചലിന്റെ കൈ പിടിച്ചു കൊണ്ട്, നിങ്ങളിലൊരാളായി വിരഹത്തിന്റെ വേദന എന്തെന്നറിഞ്ഞുകൊണ്ട്, ഏതെങ്കിലും ഒരു വഴിവക്കിൽ ഉയർച്ചയുടെ പടവുകൾ സ്വന്തമാക്കിയ നിങ്ങളെ ഓരോരുത്തരെയും കാണണമേയെന്ന് പ്രാർത്ഥിച്ചു കൊണ്ട് നിർത്തുന്നു.

നന്ദി,

നമസ്കാരം–

ജയ്ഹിന്ദ്."

www.ingramcontent.com/pod-product-compliance
Lightning Source LLC
LaVergne TN
LVHW040753051026
849519LV00007BA/2532